# मनाला खुलवणारे सुविचार

## विकास आणि मनाच्या ताकदीसाठी साधे विचार

अनिकेत महामुनी

या पुस्तकातील मजकूर वैयक्तिक अनुभव आणि मतांवर आधारित आहे. तो व्यावसायिक, कायदेशीर, आर्थिक किंवा वैद्यकीय सल्ला म्हणून अभिप्रेत नाही.

हे पुस्तक माझ्या “Mind Opening Quotes About Life” या मूळ इंग्रजी पुस्तकाचे मराठी रूपांतर असून, काही भाग वाचकांसाठी अधिक सुटसुटीत आणि नैसर्गिक होण्यासाठी अनुकूलित केलेले आहेत.

हे मूळ लेखन आहे. प्रत्यक्ष व्यक्ती किंवा घटनांशी कोणताही साधर्म्य आढळल्यास तो निव्वळ योगायोग समजावा.

प्रथम आवृत्ती

# अनुक्रमणिका

# पुस्तकाचा उद्देश

हे पुस्तक वाचकांना आपले मन खुले करण्यासाठी प्रेरित करण्याच्या हेतूने लिहिले आहे. जीवनातील अनेक उपाय आपल्याला तेव्हाच दिसतात, जेव्हा आपण थोडे मागे जाऊन व्यापक चित्राकडे पाहतो – जे बंद मनाला अनेकदा दिसत नाही. हे कोणतही मार्गदर्शक पुस्तक नाही जे तुम्हाला यशाची ठरलेली व्याख्या किंवा एखाद्या ठरलेल्या ठिकाणी नेण्याचा प्रयत्न करत. उलट, हे तुमच्या स्वतःच्या विचारांचा शोध घेण्यासाठी, तुमच्या समजुतींवर प्रश्न उपस्थित करण्यासाठी आणि कदाचित दुर्लक्षित राहिलेल्या शक्यता शोधण्यासाठी दिलेले एक आमंत्रण आहे. या पुस्तकाचा उद्देश तुम्हाला आठवण करून देणे आहे की तुम्हाला तुमची स्वतःची ध्येये निवडण्याचे आणि ती साध्य करण्यासाठी तुमचा स्वतःचा मार्ग तयार करण्याचे स्वातंत्र्य आहे – अशा प्रकारे, जो तुम्हाला खरा वाटतो.

# समजुतींपेक्षा संवाद

***चला, १०० % संवाद आणि ० % समजुतींवर आधारित नाती निर्माण आणि विकसित करूया.***

"किती नाती ताणली गेली आहेत—जे बोलले गेले त्यामुळं नाही, तर जे कधी विचारलंच गेलं नाही त्यामुळं?"

जेव्हा आपण एखाद्या नात्यात प्रवेश करतो, तेव्हा सुरुवातीला संवाद मोकळा असतो. एकमेकांना जाणून घेण्याची उत्सुकता असल्यामुळे लोक प्रश्न विचारतात, अभिप्राय देतात आणि आपापल्या अपेक्षा शेअर करतात. पण संवादाचा अभाव असेल, तर समोरच्या व्यक्तीला खऱ्या अर्थाने समजून घेणं कठीण होतं. या सुरुवातीच्या टप्प्यात संवाद नैसर्गिकपणे वाहत राहतो, कारण जोडले जाण्याची, समजून घेण्याची आणि समजले जाण्याची खरी इच्छा असते. आपण अधिक लक्ष देऊन ऐकतो, शब्द जपून वापरतो आणि मोकळ्या संवादासाठी जागा ठेवतो. हा टप्पा विश्वास, भावनिक सुरक्षितता आणि परस्पर आदर यांची पायाभरणी करतो. या काळात स्पष्ट संवादामुळे दोघांनाही भीती किंवा संकोच न बाळगता मर्यादा, मूल्ये आणि अपेक्षा व्यक्त करता येतात. म्हणूनच या काळात नाती हलकी, पारदर्शक आणि शक्यतांनी भरलेली वाटतात.

जसे संवाद वाढत जातात, तसे नाती अधिक दृढ होतात. पण काळ जसजसा पुढे सरकतो, तसं काहीतरी बदलायला लागतं. आपण समोरच्या व्यक्तीला गृहीत धरू लागतो आणि आपल्याला ती पूर्णपणे समजली आहे, असं वाटू लागतं. हळूहळू आपण समजुती बांधू लागतो—कधी त्याच व्यक्तीसोबतच्या आधीच्या अनुभवांवर, कधी इतर नात्यांतील अनुभवांवर, तर कधी अशाच परिस्थितीविषयी ऐकलेल्या गोष्टींवर. हा बदल एका क्षणात होत नाही; तो शांतपणे आणि हळूहळू घडत जातो. ओळखीमुळे आराम

वाटतो, पण त्याचबरोबर निष्काळजीपणाही येऊ शकतो. प्रश्न विचारण्याऐवजी आपण गृहीत धरतो; स्पष्ट करण्याऐवजी निष्कर्ष काढतो. कालांतराने या न तपासलेल्या समजुती संवादाची जागा घेतात आणि पूर्वीची मोकळीक हळूहळू कमी होते. जे कधी उत्सुकता होती, ते निश्चिततेत बदलतं, आणि संवादाची जागा शांत अपेक्षा घेतात. नकळत आपण बोलणं कमी करतो आणि अर्थ लावायला लागतो—बहुतेक वेळा चुकीचा.

पण आपण कधी थांबून स्वतःला विचारतो का की आपल्या समजुती खरोखरच बरोबर आहेत का? आपण सगळेच माणसं आहोत – आपल्याकडून चुका होतात आणि सारख्या परिस्थितीतही आपण वेगवेगळ्या पद्धतीने प्रतिसाद देतो. एखाद्याने एकदा विशिष्ट प्रकारे वागलं, म्हणून तो पुन्हा तसंच वागेल, याची खात्री नसते. त्याचप्रमाणे, एखाद्या व्यक्तीने ठराविक प्रकारे वागलं म्हणून इतर सगळेही तसंच प्रतिसाद देतील, असं नाही. समजुती अनेकदा आपल्या दृष्टिकोनातून, भावनांतून आणि भूतकाळातील अनुभवांतून तयार होतात – सध्याच्या वास्तवातून नव्हे. त्यांना प्रश्न न विचारल्यास त्या आपल्या समजण्याला वाकवू शकतात आणि अनावश्यक संघर्षाला कारणीभूत ठरू शकतात. मानवी वर्तन गुंतागुंतीचं असतं; त्यावर अनेक अंतर्गत आणि बाह्य घटकांचा प्रभाव असतो, जे नेहमी दिसून येत नाहीत. ही गुंतागुंत ओळखली की संयम आणि सहानुभूती वाढते. त्यामुळे आपल्याला जाणवतं की लोक बदलतात, परिस्थिती बदलते आणि भूतकाळावरून भविष्यातील प्रतिसाद नेहमीच अचूकपणे सांगता येत नाही.

प्रत्येक व्यक्ती माणूस असल्यामुळे, त्याच परिस्थितीतही वेगवेगळ्या प्रकारे वागू शकते. इथेच वेगळेपणाचा आदर महत्त्वाचा ठरतो. वेगळेपणाचा आदर म्हणजे दोन माणसं एकसारखी विचार करणार नाहीत, एकसारखं जाणवणार नाहीत किंवा एकसारखा प्रतिसाद देणार नाहीत, हे स्वीकारणं. अगदी तीच व्यक्तीही त्या क्षणातील परिस्थिती, भावना आणि अनुभवांनुसार वेगळा प्रतिसाद देऊ शकते. आपण वेगळेपणाला जागा दिली, तर वाढीसाठी संधी निर्माण होते – आपल्यासाठीही आणि इतरांसाठीही. नाती तेव्हा फुलतात, जेव्हा आपण वर्तनावर नियंत्रण ठेवण्याचा किंवा त्याचा

अंदाज लावण्याचा प्रयत्न करत नाही; त्याऐवजी वेगळेपणाचा आदर करतो आणि संवादातून त्यांना समजून घेण्यासाठी मोकळे राहतो.

आपण ज्यावर अवलंबून राहतो ते अनुभव किंवा आपण ऐकलेल्या गोष्टी या फक्त संकेत असतात—निरीक्षण करण्यासाठी, अंतिम निष्कर्ष काढण्यासाठी नाहीत. समजुती बांधण्यापूर्वी आपल्याला स्पष्टपणे बोलायला आणि आपल्या शंका थेट संबंधित व्यक्तीसमोर मांडायला शिकायला हवं. तेव्हाच आपण खऱ्या अर्थाने एकमेकांना मजबूत संवाद आणि अर्थपूर्ण नाती निर्माण करण्यात साथ देऊ शकतो. इतरांच्या वतीने कृती करण्यापूर्वी विचारून घ्या. मोकळा संवाद हा आपल्या आकलन आणि वास्तव यांच्यामधला पूल असतो. तो अनिश्चिततेचं रूपांतर स्पष्टतेत आणि शंकेचं रूपांतर समजूतदारपणात करतो. जेव्हा आपण समजुतीऐवजी संवादाची निवड करतो, तेव्हा नात्यांना बरे होण्याची, अधिक मजबूत होण्याची आणि विकसित होण्याची संधी मिळते. प्रश्न विचारणं ही कमकुवतपणाची नाही, तर भावनिक परिपक्वतेची आणि आदराची खूण आहे. निरोगी नाती अंदाजांवर नव्हे, तर प्रामाणिक, योग्य वेळी आणि सहानुभूतीने होणाऱ्या संवादावर उभी असतात.

कल्पना करा, अशी एक परिस्थिती आहे की तुमचा जवळचा मित्र पूर्ण दिवस तुमच्या संदेशाला उत्तर देत नाही. लगेच एक समजूत तयार होऊ शकते–तो तुम्हाला दुर्लक्ष करत आहे, तुमच्यावर नाराज आहे किंवा या नात्याला महत्त्व देत नाही. या समजुतीमुळे मनात राग साचू शकतो, भावनिक अंतर वाढू शकतं किंवा थेट सामना करण्याची वेळ येऊ शकते. पण समजुतीऐवजी संवादाची निवड केली, तर परिणाम पूर्णपणे बदलतो. प्रतिक्रिया देण्याऐवजी तुम्ही विचारता, “अरे, तू आधी उत्तर दिलं नाहीस–सगळं ठीक आहे ना?”

तेव्हा कळतं की तुमचा मित्र कुटुंबातील एखाद्या अडचणीत गुंतलेला होता किंवा कामाचा दिवस खूप तणावपूर्ण गेला होता. जे गैरसमज किंवा वादात बदलू शकत होतं, ते सहानुभूती आणि जवळीक निर्माण करणारा क्षण ठरतो. हे साधं उदाहरण दाखवून देतं की समजुती अंतर वाढवतात, तर

संवाद समज वाढवतो. एक प्रामाणिक प्रश्न भावनिक दुखापत टाळू शकतो आणि विश्वास टिकवून ठेवू शकतो.

मजबूत नाती त्या लोकांनी उभी राहतात, जे निष्कर्षांपेक्षा संवादाची निवड करतात.

# विहीर खणायची की शिडी उभारायची

***जर तुम्ही एखाद्याला खाली पाडण्यासाठी त्याच्यासाठी विहीर खणत असाल, तर लक्षात ठेवा–तळाशी सर्वात आधी तुम्हीच पोहोचाल; पण जर तुम्ही एखाद्याला शिडी उभारायला मदत केली, तर त्याच शिडीवरून इतरांना वर खेचणाऱ्यांपैकी तुम्हीही एक असाल.***

दररोज, अनेकदा नकळत, आपण असे निर्णय घेतो जे फक्त आपल्या आयुष्यालाच नाही, तर आपल्या आजूबाजूच्या लोकांच्या आयुष्यालाही आकार देतात. हे निर्णय वरवर लहान वाटू शकतात–एखादी टिप्पणी, एखादी प्रतिक्रिया, एखादा निर्णय–पण एकत्रितपणे ते आपण कोण बनत आहोत याबद्दलचं एक खोल सत्य उलगडतात. अनेक अर्थांनी, जीवन आपल्याला सतत एक साधा प्रश्न विचारतं: आपण विहिरी खणत आहोत का, की शिड्या उभारत आहोत?

तुम्ही कधी विचार केला आहे का, विहिरी कशा खणल्या जातात आणि शिड्या कशा उभारल्या जातात?

विहीर सतत माती काढत, प्रत्येक प्रयत्नासोबत अधिक खोल खणत तयार होते. प्रत्येक पायरी खाली जाताना भिंती अधिक अरुंद होत जातात आणि प्रकाशही कमी होत जातो. शेवटी खणणारा माणूसच सर्वात आधी तळाशी पोहोचतो. दुसरीकडे, शिडी वरच्या दिशेने–एकेक पायरी जोडत–उभारली जाते. प्रत्येक नवी पायरी आधार, बळ आणि उंचावण्याची शक्यता निर्माण करते–फक्त उभारणाऱ्यासाठीच नाही, तर चढण्याची निवड करणाऱ्या प्रत्येकासाठी.

प्रत्येक क्षणी आपण विहिरी खणत असतो किंवा शिड्या उभारत असतो. जेव्हा एखादी व्यक्ती सतत इतरांना खाली ओढण्याचा प्रयत्न करते, तेव्हा

प्रत्यक्षात तीच नकारात्मक मनोवृत्तीच्या तळाशी सर्वात आधी पोहोचते. अशी व्यक्ती स्वतःच तयार केलेल्या नकारात्मकतेच्या विहिरीत अडकते आणि बाहेर पडण्यासाठी तिलाच सर्वाधिक मदतीची गरज असते.

हे वर्तन नेहमी मोठ्याने किंवा स्पष्टपणे दिसत नाही. कधी कधी विहिरी सूक्ष्म कृतींमधून खणल्या जातात–विनोदाच्या आड लपलेला उपहास, सल्ल्याच्या रूपात केलेली तुलना, काळजीच्या नावाखाली पसरवलेली कुजबुज, किंवा जिथे प्रोत्साहनाची गरज असते तिथे राहिलेली शांतता. काळानुसार या सवयी असुरक्षितता आणि भीतीवर आधारलेली मनोवृत्ती तयार करतात–इतरांनी पुढे जाण्याची भीती, दुर्लक्षित होण्याची भीती आणि स्वतःच्या मर्यादांना सामोरं जाण्याची भीती.

इतरांना कमी लेखणं, त्यांचा उत्साह कमी करणं आणि त्यांच्या स्वाभिमानाला धक्का देणं–या गोष्टी कोणालाही उंचावत नाहीत; उलट एकटेपण अधिक वाढवतात. जसं विहीर खणणारा माणूस इतरांपूर्वीच तिच्या तळाशी पोहोचतो, तसंच नकारात्मकता, निराशा आणि खचलेपण सर्वप्रथम त्या व्यक्तीलाच व्यापतात जी त्या पसरवते. विहीर खणणं प्रयत्नामुळे प्रगतीसारखं वाटू शकतं, पण त्यातून पुढे जाण्याचा मार्ग मिळत नाही–फक्त अडकून पडणं मिळतं.

नकारात्मकता सहज पसरते, पण ती कधीही उंचावत नाही. जो माणूस इतरांना खाली ओढल्याने स्वतःची स्थिती उंचावेल असं मानतो, त्याला लवकरच जाणवतं की आदर कमी होतो, विश्वास ढासळतो आणि प्रगती थांबते. नाती कमकुवत होतात, सहकार्याला फटका बसतो आणि संधी शांतपणे हातातून निसटतात.

पण आपण एक वेगळी निवड करू शकतो.

जर तुम्ही शिड्या उभारणाऱ्यांपैकी असाल, तर सर्वात आधी तुम्हीच उंचावता. शिडी उभारणारा इतरांपूर्वी चढतो आणि अधिक उंच पातळीवर पोहोचतो. त्याहून महत्त्वाचं म्हणजे, तो मागे काहीतरी ठेवून जातो–असं एक

साधन, ज्याचा उपयोग इतरांनाही करता येतो. या शिडीच्या मदतीने तो इतरांना वर खेचतो–त्यांना मदत करून, त्यांचं धैर्य वाढवून, त्यांच्या प्रयत्नांना प्रोत्साहन देऊन आणि त्यांची आशा पुन्हा जागवून.

शिड्या उभारण्यासाठी संयम आणि जागरूक हेतू आवश्यक असतो. प्रत्येक पायरी एका सकारात्मक कृतीचं प्रतीक असते–निःपक्षपणे ऐकणं, ज्ञान वाटून घेणं, प्रयत्नांची दखल घेणं आणि मार्गदर्शन करणं. विहिरींपेक्षा शिड्या उभारायला वेळ लागतो, पण एकदा तयार झाल्यावर त्या दीर्घकाळ उपयोगी पडतात. त्या सहकार्य, विश्वास आणि सामायिक यशासाठी मार्ग तयार करतात.

कल्पना करा, दोन सहकारी प्रगती साध्य करण्याचा प्रयत्न करत आहेत. एक जण चुका अधोरेखित करून, शंका पसरवून आणि साथ न देता विहीर खणतो. दुसरा जण साधनं वाटून, अभिप्राय देऊन आणि सुधारण्याला प्रोत्साहन देऊन शिडी उभारतो. काळानुसार नेते केवळ परिणामच पाहत नाहीत–ते व्यक्तिमत्त्वही पाहतात. शिडी उभारणारा विश्वास आणि संधी मिळवतो, तर इतरांना कमी करण्याचा प्रयत्न करणारा शेवटी एकटा पडतो. धडा स्पष्ट आहे: स्पर्धेपेक्षा व्यक्तिमत्त्व अधिक टिकून राहतं.

फक्त व्यापक मनोवृत्ती असलेली व्यक्ती स्वतःपलीकडे विचार करू शकते. अशी माणसं केवळ स्वतःच्या प्रगतीवरच लक्ष देत नाहीत, तर आजूबाजूच्या लोकांच्या उन्नतीवरही लक्ष केंद्रित करतात. त्यांना एक महत्त्वाचं सत्य समजलेलं असतं–इतरांना उंचावायला मदत केल्याने स्वतःची उंची कमी होत नाही; उलट संपूर्ण रचना अधिक मजबूत होते.

दररोज, आपल्या शब्दांमधून आणि कृतीतून आपण काय उभारत आहोत, याची निवड करतो. विहिरी कदाचित क्षणिक अस्वस्थता शांत करू शकतात, पण शिड्या दीर्घकालीन परिणाम निर्माण करतात. शेवटी लोक तुम्ही काय बोललात किंवा काय साध्य केलंत हे विसरू शकतात; पण तुम्ही त्यांना खाली खेचलं की वर उचललं, हे ते कधीच विसरत नाहीत. शहाणपणाने निवड करा. शिड्या उभारा.

# मोठ्या गोष्टी, लहान कृती

*मोठ्या गोष्टी फक्त मोठं विचार करूनच साध्य होत नाहीत; त्या लहान-लहान कृतींमधूनही साध्य होतात.*

प्रत्येक अर्थपूर्ण बदल दिसण्यापूर्वीच सुरू झालेला असतो. यश साजरं होण्याच्या किंवा प्रगतीची दखल घेतली जाण्याच्या खूप आधी, तो शांतपणे साध्या क्षणांत आकार घेतो–अशा निवडींमधून, ज्या अनेकदा लहान, दुर्लक्षित आणि क्षुल्लक वाटतात. पण याच क्षणांत आयुष्य खऱ्या अर्थाने घडतं. प्रश्न एवढाच नाही की तुम्ही मोठं स्वप्न पाहता का; तर तुम्ही सातत्याने, संयमाने आणि लहान पावलांनी कृती करण्यास तयार आहात का.

तुम्ही कधी थांबून विचार केला आहे का – तुमच्या आयुष्यात तुम्ही साध्य करू शकणारी सर्वात मोठी गोष्ट कोणती आहे? तुम्ही गाठू शकणारी सर्वात मोठी कामगिरी कोणती? आणि तुम्ही बनू शकणारी सर्वोत्तम व्यक्ती कोणती?

आता क्षणभर थांबा. तुमच्या मनात आलेली उत्तरं कदाचित प्रभावी, अर्थपूर्ण आणि सुंदर असतील. यश, समाधान किंवा उद्देश याबद्दल विचार करताना आपण बहुतेक वेळा भव्य काहीतरीच कल्पना करतो. आपण आयुष्य बदलणारे क्षण, मोठे टप्पे किंवा ठळक बदल डोळ्यासमोर आणतो. आपलं लक्ष अनेकदा ध्येयावर – अंतिम टप्प्यावर – असतं, तिथपर्यंत नेणाऱ्या मार्गावर नाही.

पण तुम्ही कधी खरोखर विचार केला आहे का की ही ध्येयं कशी साध्य होतात?

मोठे परिणाम साध्य करण्यासाठी लागणारी पावलं क्वचितच भव्य किंवा नाट्यमय असतात. उलट, ती अनेक लहान आणि साध्य होणाऱ्या कृतींमध्ये

विभागलेली असतात. मोठी ध्येयं एका उडीत जिंकली जात नाहीत; ती काळानुसार घेतलेल्या साध्या आणि जाणीवपूर्वक पावलांच्या मालिकेतून गाठली जातात. जे एका रात्रीत मिळालेलं यश वाटतं, ते प्रत्यक्षात दररोज शांतपणे जपलेल्या सातत्याचं फलित असतं.

या टप्प्यावर अनेक जण थांबतात, कारण ते जिथे आहेत आणि जिथे पोहोचायचं आहे यामधील अंतर त्यांना प्रचंड वाटतं. दृष्टी मोठी असली की मन तिच्याशी जुळणाऱ्या तितक्याच मोठ्या कृती शोधू लागतं. यामुळे अनेकदा विलंब, आत्मसंशय किंवा निष्क्रियता निर्माण होते. खरं तर महानता एखाद्या एका ठळक क्षणात क्वचितच मिळते; ती शिस्त आणि संयमातून हळूहळू घडत जाते–कोणी लक्ष देण्याच्या खूप आधी.

लहान कृती परिपूर्णतेचा ताण कमी करतात. त्यामुळे प्रगती शक्य वाटते. एखादं काम सहज वाटलं की आपण सुरुवात करण्याची शक्यता वाढते–आणि सुरुवात करणं हेच सर्वात कठीण असतं. गती केवळ महत्त्वाकांक्षेमुळे तयार होत नाही; ती सातत्याने केलेल्या कृतींमधून निर्माण होते–प्रेरणा कमी असलेल्या दिवसांतही.

इतिहास, वैयक्तिक विकास आणि निसर्गसुद्धा हाच सिद्धांत पाळतात. नद्या ताकदीने नव्हे, तर सातत्याने दऱ्या तयार करतात. झाडं एका रात्रीत उंच होत नाहीत; ती वर्षानुवर्षे मिळणाऱ्या सातत्यपूर्ण पोषणामुळे वाढतात. त्याचप्रमाणे मानवी क्षमता हळूहळू उलगडत जाते. प्रत्येक छोटं पाऊल एकत्रित होऊन बळ, कौशल्य आणि आत्मविश्वास निर्माण करतं.

आपण अनेकदा मानतो की यशासाठी मोठे बदल किंवा सर्वात मोठ्या कृतींची गरज असते. आपल्याला वाटतं की अर्थपूर्ण परिणाम पाहण्यासाठी आयुष्य एका रात्रीत पूर्णपणे बदलायला हवं किंवा काहीतरी असामान्य करावं लागतं. प्रत्यक्षात, असे परिणाम सातत्याने केलेल्या लहान आणि आवश्यक कृतींमधूनच मिळतात. दीर्घकालीन बांधिलकी, संयम आणि छोट्या सवयींतील बदल दीर्घकाळ टिकणारी प्रगती घडवतात.

लहान सवयी ओळख घडवतात. तुम्ही दररोज पुन्हा पुन्हा करणाऱ्या कृती तुम्ही कोण बनत आहात, याचा संदेश देतात. दररोज काही पाने वाचणं तुम्हाला वाचक बनवतं. नियमित थोडी बचत करणं आर्थिक शिस्त घडवतं. दररोज थोडा वेळ एखाद्या कौशल्याचा सराव करणं प्रभुत्व निर्माण करतं. काळानुसार या सवयी फक्त परिणाम बदलत नाहीत—त्या त्या कृती करणाऱ्या व्यक्तीलाही बदलतात.

सातत्य म्हणजे तीव्रता नाही; ते विश्वासार्हतेबद्दल असतं. नियमितपणे हजर राहणं–अगदी छोट्या मार्गांनीही–स्वतःशी विश्वास निर्माण करतं. हा आत्मविश्वासच पुढे आत्मविश्वास आणि लवचिकतेचा पाया बनतो.

प्रत्येक प्रवास एका छोट्या पावलाने सुरू होतो. सुरुवात लहान करा आणि समोरच्या पहिल्या पावलावरच लक्ष केंद्रित करा. त्या क्षणी जे आवश्यक आहे ते करा. गरज वाटल्यास तो मार्ग आधी चाललेल्या व्यक्तीकडून मार्गदर्शन घ्या. त्यांच्या अनुभवातून शिका, आवश्यक साधनं जमा करा आणि आत्मविश्वासाने पुढे चला.

एखाद्या व्यक्तीची कल्पना करा, जी मॅरेथॉन धावण्याचं स्वप्न पाहते पण कधी एक किलोमीटरपेक्षा जास्त धावली नाही. जर ती फक्त अंतिम ध्येयावर लक्ष केंद्रित करेल, तर आव्हान अशक्य वाटेल. पण जर ती दहा मिनिटांच्या चालण्याने सुरुवात करेल, पुढच्या दिवशी थोडं धावेल आणि हळूहळू प्रयत्न वाढवेल, तर प्रगती दिसू लागेल. काही दिवस कठीण जातील आणि काही पावलं मागे गेल्यासारखी वाटतील, पण प्रत्येक छोटं पाऊल सहनशक्ती वाढवतं. काही महिन्यांनी, जे आधी अशक्य वाटत होतं ते शक्य होतं–नाट्यमय प्रयत्नांमुळे नाही, तर सातत्यपूर्ण बांधिलकीमुळे.

एक पायरी चढल्यानंतर हीच प्रक्रिया सुरू ठेवा. ती पुन्हा पुन्हा करा. प्रगती परिपूर्णतेतून नव्हे, तर पुनरावृत्तीमधून घडते. कधीकधी तुम्हाला जाणवेल की एखादं पाऊल चुकीचं पडलं. तेव्हा थोडं थांबा, स्वतःला पुन्हा सावरून घ्या आणि पुढे चालू ठेवा. चूक म्हणजे अपयश नाही; ती शिकण्याचा भाग आहे.

वाढ क्वचितच सरळ रेषेत होते. मध्ये थांबे, अडथळे आणि शंकेचे क्षण येतात. हे क्षण कमकुवतपणाचे नाहीत; ते प्रवासाचा भाग आहेत. महत्त्वाचं म्हणजे तुम्ही किती वेळा थांबता हे नाही, तर किती वेळा पुढे जाण्याची निवड करता हे आहे. प्रत्येक छोटा बदल लवचिकता वाढवतो आणि शहाणपण अधिक गहिरे करतो.

एका अशा जगात, जे एका रात्रीत मिळालेल्या यशाचं कौतुक करतं, हळूहळू वाढण्याची बांधिलकी ठेवण्यासाठी धैर्य लागते. तरीही सर्वात टिकाऊ यश शांतपणे, टाळ्यांच्या गजरापासून दूर घडतं. ते दिनचर्या, शिस्त आणि प्रक्रियेबद्दलच्या खोल आदरावर उभं असतं.

प्रत्येक दिवस एक अर्थपूर्ण पाऊल पुढे टाकण्याची संधी देतो. जाणीवपूर्वक घेतलेली कोणतीही कृती लहान नसते. महत्त्वाचं पावलाचं आकारमान नाही, तर ते तुम्हाला कोणत्या दिशेने नेतं हे आहे. काळानुसार ही पावलं एक मार्ग तयार करतात–आणि तोच मार्ग तुम्ही कधी कल्पना केलेल्या आयुष्याकडे नेतो.

मोठी ध्येयं फक्त वेळोवेळी सातत्याने केलेल्या छोट्या कृतींमधूनच साध्य होतात. महानता एखाद्या एका असामान्य क्षणाचं फलित नसते; ती उद्देशपूर्वक केलेल्या अनेक साध्या कृतींचा परिणाम असते. जेव्हा तुम्ही प्रक्रियेवर विश्वास ठेवता आणि छोट्या पावलांच्या शक्तीचा आदर करता, तेव्हा एक महत्त्वाचं सत्य समोर येतं–प्रवासच तुम्हाला त्या व्यक्तीत घडवतो, जी तुम्ही होण्यासाठी जन्माला आला आहात.

मोठं विचार करा, पण लहान कृती करा. जिथे आहात तिथून सुरुवात करा. पुढचं पाऊल टाका. मग आणखी एक. काळानुसार ही पावलं तुम्हाला तुमच्या कल्पनेपलीकडे घेऊन जातील.

# चूक स्वीकारणे

***जर एखाद्याने चूक केली, ती मान्य केली आणि सुधारण्याची इच्छा व्यक्त केली, तर सर्वप्रथम आपण त्याला त्या परिस्थितीतून सन्मानाने बाहेर पडू देणं गरजेचं आहे.***

चुका या कमकुवतपणाच्या खुणा नाहीत; त्या आपण माणूस आहोत, प्रयत्न करत आहोत, शिकत आहोत आणि पुढे जात आहोत याचं चिन्ह आहेत. प्रत्येक अर्थपूर्ण प्रवास–वैयक्तिक, व्यावसायिक किंवा भावनिक– आपण घसरतो त्या क्षणांनी घडतो. आपण महत्त्वाच्या गोष्टी विसरतो, मार्ग चुकतो आणि परिस्थितीचा चुकीचा अंदाज लावतो. आपण जाणूनबुजून आणि नकळत चुका करतो. हे अपयश नाही; हे वास्तवात घडणारं आयुष्य आहे.

माणूस म्हणून आपण सगळेच चुका करतो. त्याहून महत्त्वाचं म्हणजे, आपण त्यातून शिकतो. प्रत्येक चूक, जेव्हा विचारपूर्वक पाहिली जाते, तेव्हा एक शांत शिक्षक ठरते. प्रत्येक चुकीत असा धडा दडलेला असतो, जो आपल्या निर्णयक्षमतेला धार लावतो, स्वभाव मजबूत करतो आणि पुढील चांगल्या निवडींसाठी आपल्याला तयार करतो.

वाढ क्वचितच मोठ्या आवाजात किंवा नाट्यमयपणे घडते; ती अनेकदा आपण कुठे चुकलो हे मान्य केल्याच्या क्षणापासून सुरू होते. जेव्हा आपण आपल्या चुका प्रामाणिकपणे–सबबी किंवा नकार न देता–स्वीकारतो, तेव्हा आत्मजागरूकतेचं दार उघडतं. आणि आत्मजागरूकताच अर्थपूर्ण बदलाचा पाया असते.

पण जेव्हा दुसरी व्यक्ती आपली चूक स्वीकारते, तेव्हा काय होतं?

अनेकदा समजून घेण्याऐवजी आपण तिची खिल्ली उडवतो. आपण तिला कमी लेखतो, अपमानित करतो किंवा तिच्यावर हसतो. आपण कठोरपणे न्याय करतो आणि विसरतो की आज आपण जे आहोत ते आपल्या स्वतःच्या चुका घडवून गेल्या आहेत. अशी प्रतिक्रिया स्वतः त्या चुकीपेक्षा अधिक नुकसान करते. ती शिकण्याचे दरवाजे बंद करते, जबाबदारी घेण्याची इच्छा कमी करते आणि लोकांना मौल्यवान अभिप्रायापासून दूर नेते.

जो माणूस आपली चूक मान्य करतो, तो आधीच धैर्य दाखवत असतो. प्रामाणिकपणाला अपमानाने प्रतिसाद मिळाला, तर लोक सुधारण्याऐवजी लपवायला शिकतात. काळानुसार कुतूहलाच्या जागी भीती येते आणि वाढीच्या जागी बचावात्मक वृत्ती निर्माण होते.

जर एखाद्याने चूक केली आणि ती स्वीकारली, तर आपण त्याचा उत्साह खच्ची करू नये किंवा त्याच्या सन्मानाला धक्का लावू नये, याची काळजी घ्यायला हवी. दुरुस्ती करण्यासाठी कठोरपणाची गरज नसते. जबाबदारी स्वीकारण्यासाठी लाजिरवाणेपणाची गरज नसते. अभिप्राय सर्वाधिक प्रभावी ठरतो, जेव्हा तो ठाम, आदरपूर्वक आणि दोषारोपाऐवजी सुधारण्यावर केंद्रित असतो.

दृष्टीकोनातला एक छोटासा बदल–एखाद्याची खिल्ली उडवण्याऐवजी नम्रपणे त्याला त्याच्या चुकांसह स्वीकारणं–त्याला उंचावू शकतो आणि सर्वांसाठी अधिक चांगल्या सामाजिक मूल्यांची पायाभरणी करू शकतो. सन्मान जपला गेला की आत्मविश्वास वाढतो. आत्मविश्वास वाढला की सुधारणा आपोआप घडते.

कल्पना करा, एक तरुण कर्मचारी कामात चूक करतो आणि ती प्रामाणिकपणे मान्य करतो. एका परिस्थितीत ती चूक त्याची ओळख बनते. सहकारी त्याची खिल्ली उडवतात आणि तीच चूक पुन्हा पुन्हा आठवण करून देतात. कर्मचारी हळूहळू मागे सरकतो, जबाबदारी टाळतो आणि कल्पना मांडणं थांबवतो. दुसऱ्या परिस्थितीत नेता शांतपणे चूक समजावून सांगतो, काय चुकलं ते स्पष्ट करतो आणि मार्गदर्शन करतो. कर्मचारी

शिकतो, सुधारतो आणि अधिक आत्मविश्वासू बनतो. चूक तीच असते, पण प्रतिसाद सगळं बदलतो–कारण सन्मान जपला जातो.

हा सिद्धांत सर्वत्र लागू होतो–कुटुंबात, मैत्रीत, कार्यस्थळी आणि समाजात. मुलं अपयशाला कसं सामोरं जायचं हे मोठ्यांकडे पाहून शिकतात. संघ नेते चुका कशा हाताळतात यावरून विश्वास निर्माण करतात. लोकांना चुका मान्य करून त्यातून शिकण्यासाठी सुरक्षित वाटलं, की समाज अधिक मजबूत होतो.

खऱ्या अर्थाने एकत्र उभा असलेला समाज तो नसतो जिथे चुका नसतात; तर तो असतो जो चुका झाल्यावर शहाणपणाने आणि करुणेने प्रतिसाद देतो. बळ परिपूर्णतेत नसतं; ते अपूर्णतेशी–स्वतःमध्ये आणि इतरांमध्ये–आपण कसं वागतो यात असतं.

जेव्हा आपण खिल्लीऐवजी आदर आणि कठोर न्यायाऐवजी मार्गदर्शन निवडतो, तेव्हा आपण अशी वातावरणं तयार करतो जिथे लोक वाढण्याचं धैर्य करतात. प्रामाणिकपणा सामान्य होतो. शिकणं सतत चालू राहतं. सुधारणा प्रत्येकासाठी शक्य होते.

प्रत्येक चूक एक निवड समोर ठेवते: लाजवायचं की साथ द्यायची, कमकुवत करायचं की मजबूत करायचं. जेव्हा आपण सन्मान जपतो, तेव्हा आपण वाढ जपतो–फक्त व्यक्तींसाठीच नाही, तर संपूर्ण समाजासाठी. कोणीतरी शिकण्याचं कारण बना, लपण्याचं नाही.

## अधिक चांगलं चित्र घडवणं

***तुमचे विचार कदाचित नेहमी बरोबर नसतील; पण ते जगासमोर मांडल्याने ते अधिक स्पष्ट आणि चांगल्या स्वरूपात घडतात.***

जगातील प्रत्येक अर्थपूर्ण बदल एखाद्याच्या मनातील नाजूक विचारापासून सुरू होतो. बहुतेक कल्पना परिपूर्ण जन्मत नाहीत–त्या अनिश्चित, न तपासलेल्या आणि अनेकदा गैरसमजल्या गेलेल्या असतात. साध्या आणि प्रभावी मनांमधला फरक पहिल्या विचाराच्या गुणवत्तेत नसतो; तो त्या विचाराला श्वास घेऊ देण्याच्या, वाढू देण्याच्या आणि जगाशी संवादातून घडू देण्याच्या धैर्यात असतो.

तुमच्या मनात येणारी प्रत्येक गोष्ट बरोबर किंवा परिपूर्ण असेलच असं नाही. कोणत्याही क्षणी मानवी मनात अनेक विचार असतात–काही उपयोगी, काही अनावश्यक, काही उत्तम आणि काही अपूर्ण. हे माणूस असण्याचं नैसर्गिक स्वरूप आहे. विचार करणं स्वतःच गुंतागुंतीचं, थरांमध्ये उलगडणारं आणि सतत बदलणारं असतं. पहिल्याच टप्प्यावर परिपूर्णतेची अपेक्षा करणं अवास्तव आणि अनेकदा हानिकारक ठरतं.

खरी झुंज तेव्हा सुरू होते, जेव्हा या प्रक्रियेत भीती येते–न्याय होण्याची भीती, नाकारलं जाण्याची भीती, गैरसमज होण्याची भीती. लोक तुमचे विचार स्वीकारतील की नाही, याची भीती वाटू लागली की तुम्ही स्वतःलाच गप्प करू लागता. नकळत, विचार अस्तित्वात येण्यापूर्वीच तुम्ही त्यांना गाळायला लागता.

आणि जेव्हा तुम्ही विचार शेअर करणं थांबवता, तेव्हा त्यांना विकसित होण्याची संधीही कमी होते. जर तुम्ही तुमचे विचार मांडलेच नाहीत, तर ते बरोबर होते का, त्यात क्षमता होती का, किंवा ते अर्थपूर्ण बनू शकले असते

का–हे तुम्हाला कधीच कळणार नाही. न मांडलेला विचार अपूर्णच राहतो–त्यात मूल्य नसल्यामुळे नाही, तर संवाद नसल्यामुळे.

फक्त मांडलेले विचारच सुधारता येतात. मनातच बंद राहिलेली कल्पना कच्ची आणि न तपासलेलीच राहते. एकदा ती व्यक्त झाली की ती वास्तवाला भिडते–आणि वास्तवच सर्वोत्तम संपादक असतं. अभिप्राय, चर्चा, सहमती आणि असहमतीही विचारांना धार देतात. कुणाच्याही मनात नेहमीच सर्वोत्तम कल्पना येत नाहीत. अगदी यशस्वी विचारवंत, सर्जक आणि नेतेही अपूर्ण कल्पनांपासूनच सुरुवात करतात, ज्यांना परिपक्व होण्यासाठी वेळ आणि प्रयत्न लागतात.

फरक विचारात नसतो – तो आपण त्या विचारासोबत काय करतो यात असतो, आणि तेच त्याला विशेष बनवतं.

ते करण्यासाठी धैर्य लागतं – बोलण्याचं धैर्य, चूक होण्याचा धोका पत्करण्याचं धैर्य आणि वाढीच्या प्रक्रियेवर विश्वास ठेवण्याचं धैर्य. आपले विचार मोकळेपणाने मांडणं म्हणजे ते इतरांवर लादणं नव्हे; तर त्यांना दिसू देणं, प्रश्न विचारले जाऊ देणं आणि विचारात थोडासा बदल होऊ देणं आहे. जेव्हा विचार खुलेपणाने आणि प्रामाणिकपणे शेअर केले जातात, तेव्हा तुम्हीही आणि तुमचं आजूबाजूचं जगही त्याचा फायदा घेतं.

कधी त्याचा लाभ लगेच दिसतो. कधी तो खूप उशिरा जाणवतो. आणि कधी तो अंतर्गत असतो–फक्त स्वतःला व्यक्त केल्याने तुम्ही अधिक मजबूत, स्पष्ट आणि आत्मविश्वासू बनता.

विचार अभिप्रायामुळे कमकुवत होत नाहीत; उलट ते अधिक सक्षम होतात. उलटपक्षी, शांतता वाढ थांबवून ठेवते.

अनेक जण सुरुवात करण्याआधीच स्वतःलाच थांबवतात. ते स्वतःला मर्यादित करणारे विचार मनात ठेवतात, जसे:

- “माझा विचार पुरेसा चांगला नाही.”
- “तो खूप लहान आहे, काही फरक पडणार नाही.”
- “हा विचार मांडण्यासाठी मी योग्य व्यक्ती आहे का?”

हे विचार सुरक्षित वाटतात, पण ते शांतपणे प्रगती अडवतात. ते असा चुकीचा समज निर्माण करतात की विचार परिपूर्ण, महत्त्वाचा किंवा प्रभावी असला तरच त्याकडे लक्ष दिलं जावं. खरं तर साधं सत्य असं आहे: कोणताही विचार पूर्ण तयार होऊन येत नाही. प्रत्येक विचाराला मोठं होण्यासाठी जागा, वेळ आणि संवादाची गरज असते.

तुमच्या विचारांची जबाबदारी घ्या. त्यांच्याशी जबाबदारीने आणि आदराने वागा. जेव्हा तुम्ही एखादा विचार मांडता, तेव्हा तो चांगल्या हेतूने मांडा: मान्यता मिळवण्यासाठी नव्हे, तर योगदान देण्यासाठी. प्रामाणिक प्रयत्नांचा काही ना काही फायदा जगाला होतोच. आणि एखादा विचार दिसणारा परिणाम देत नसला तरी तो तुम्हाला एक मौल्यवान गोष्ट देतो–आत्मविश्वास. स्वतःच्या विचारांवर ठाम राहण्याचा आत्मविश्वास. अभिप्राय स्वीकारण्याचा आत्मविश्वास. पुन्हा प्रयत्न करण्याचा आत्मविश्वास.

हा आत्मविश्वास तुमच्या पुढच्या विचारांचा–आणि त्यानंतरच्या विचारांचाही–पाया बनतो.

तुम्ही तुमच्या विचारप्रक्रियेवर काम करत राहिलात, की काही पॅटर्न दिसू लागतात. काय महत्त्वाचं आहे आणि काय नाही, हे समजू लागतं. जे गरजेचं नाही ते बाजूला सारायला आणि जे मुख्य संदेशापासून लक्ष विचलित करतं ते दूर करायला शिकता. ही स्पष्टता लगेच येत नाही; ती सराव, पुनरावृत्ती आणि चिंतनातून विकसित होते.

सुरुवातीलाच तुमच्या विचारांवर दार बंद केलं, तर तुम्ही स्वतःलाच तुमचे चांगले विचार एकत्र आणण्याची, सुधारण्याची आणि अधिक मोठ्या योजनांत रूपांतर करण्याची संधी नाकारता. अनेक प्रभावी कल्पना पूर्णपणे नवीन

नसतात; त्या आधीच्या विचारांच्या सुधारित रूपा असतात, ज्या चर्चा आणि अनुभवातून वाढल्या असतात.

सुरुवातीच्या टप्प्यावर सर्व विचार परिपूर्ण नसतात–खरं तर बहुतेक नसतात. पण सातत्याने केलेल्या घडणीमुळे, संयमी प्रयत्नांमुळे आणि प्रामाणिक सहभागामुळे विचारांना अर्थपूर्ण–कधी कधी प्रभावी–रूप घेण्यासाठी आवश्यक गती मिळते.

गती स्पष्टतेची वाट पाहून येत नाही; स्पष्टता हालचालीतून येते.

कल्पना करा, एक तरुण व्यावसायिक कामात एक छोटी अकार्यक्षमता पाहतो. विचार साधा आणि अपूर्ण वाटतो, म्हणून तो तो स्वतःकडेच ठेवतो–महत्त्वाचा नाही असं समजून. काही आठवड्यांनी दुसरा कोणी तसाच विचार मांडतो, चर्चा करून सुधारतो आणि तो अमलात येतो. मूळ विचार करणाऱ्याला तेव्हा जाणवतं की मूल्य परिपूर्ण विचारात नव्हतं; ते योग्य वेळी शेअर करण्यात होतं. ही जाणीव आत्मविश्वास वाढवते, आणि पुढच्या वेळी तो कोणताही संकोच न ठेवता बोलतो.

अशीच वाढ होते – शांततेतून नव्हे, तर अभिव्यक्तीतून.

तुमचे विचार शेअर करण्यासाठी परिपूर्ण असण्याची गरज नाही; ते फक्त प्रामाणिक असावेत. जेव्हा तुम्ही तुमचे विचार मनाबाहेर आणता, तेव्हा त्यांना सुधारण्याची, जोडण्याची आणि परिणाम घडवण्याची संधी देता. धैर्याने विचार मांडाः संयमाने त्यांना विकसित करा, आणि विश्वास ठेवा–लहान विचारही योग्य जपणुकीने मोठे होऊ शकतात.

## कृती विचारांपेक्षा श्रेष्ठ आहे

*तुम्ही अनेक गोष्टी त्यांना प्रत्यक्ष करून पाहिल्यावर चांगल्या प्रकारे शिकू शकता, फक्त विचार करून नाही.*

प्रत्येक मोठं स्वप्न शांतपणे मरतं, जेव्हा ते फक्त विचारांपुरतंच राहतं. जगात असे अनेक लोक आहेत जे खोल विचार करतात, सतत कल्पना करतात आणि उत्तम नियोजन करतात–पण सुरुवात कधीच करत नाहीत. क्षमता आणि यश यांच्यातील खरा फरक बुद्धिमत्ता किंवा दृष्टी नव्हे; तो कृतीत असतो.

कधी तुम्हाला असं वाटलं आहे का की तुम्ही अमर्याद गोष्टींचा विचार करू शकता, पण प्रत्यक्षात मर्यादित गोष्टीच करू शकता? तुम्ही श्रीमंत होण्याचा, प्रभावशाली होण्याचा किंवा आपल्या क्षेत्रात सर्वोत्तम बनण्याचा विचार करू शकता; पण प्रत्यक्षात त्या गोष्टी साकारण्यासाठी कृती करावी लागते. विचार मनाला मर्यादांशिवाय फिरू देतो, पण कृतीसाठी धैर्य, प्रयत्न आणि जबाबदारी लागते. म्हणूनच कृती विचारांपेक्षा नेहमी मोठी ठरते.

विचार म्हणजे दृष्टी असणं. कृती म्हणजे त्या दृष्टीला वास्तवात आणणारी प्रत्येक गोष्ट. तुम्ही एखादा प्रकल्प सुरू करण्याचा विचार करू शकता, पण प्रत्यक्ष सुरुवात केल्याशिवाय पुढे येणाऱ्या अडचणी समजणार नाहीत. विचार तुम्हाला कल्पनेच्या सुरक्षित जगात ठेवतो, जिथे अपयश दुखावत नाही आणि अनिश्चितता नसते. पण कृती तुम्हाला वास्तवासमोर उभं करते. ती काय चालतं, काय चालत नाही आणि काय बदलायला हवं हे दाखवते. स्पष्टता फक्त कृतीतून येते.

सुरुवात करण्याचं धैर्य, परिस्थितीनुसार बदल करण्याची क्षमता, मदत मागणं, साधनं शोधणं, लोकांना हाताळणं, पैशाचं व्यवस्थापन करणं–या

गोष्टी फक्त विचार करून शिकता येत नाहीत. त्या प्रत्यक्ष काम करताना शिकता येतात. कितीही नियोजन केलं तरी वास्तव आयुष्यातील परिस्थितीसाठी ते पुरेसं ठरत नाही. अनुभव असे धडे शिकवतो, जे सिद्धांत कधीच शिकवू शकत नाहीत.

प्रत्यक्ष काम करताना तुम्हाला मुख्य उद्देशावर लक्ष केंद्रित करण्याचं महत्त्व आणि त्यासाठी उपयोगी नसलेली कामं इतरांकडे सोपवण्याची गरज समजते. तुमची ऊर्जा कुठे आवश्यक आहे आणि कुठे वाया जाते आहे, हे तुम्हाला जाणवू लागतं. गोष्टी प्रत्यक्ष कशा चालतात याची समज मिळाली की शिकणं अधिक सोपं होतं आणि पुढचं पाऊल काय असावं हेही स्पष्ट होतं.

तुमची पूर्ण क्षमता तुम्हाला तेव्हाच कळते, जेव्हा तुम्ही फक्त विचार न करता कृती सुरू करता. कृती तुम्हाला यश आणि अपयश दोन्ही हाताळण्यासाठी तयार करते. प्रत्यक्ष काम तुम्हाला स्वतःबद्दल शिकवतं– अनोळखी परिस्थितीत तुम्ही कसा प्रतिसाद देता, तणाव कसा हाताळता, गोष्टी स्पष्ट नसताना निर्णय कसे घेता, आणि सुरुवातीला फक्त विचार करताना ज्यांची कल्पना करता येत नाही अशा कठीण प्रसंगांत तुम्ही कसे ठाम उभे राहता.

विचार तुम्हाला ध्येय दाखवतो, पण कृती तुम्हाला मार्ग दाखवते. तो मार्ग चालल्याशिवाय त्यातील वळणं, अडथळे आणि शक्यता तुम्हाला कधीच कळणार नाहीत.

अनेक जण सुरुवात उशिरा करतात, कारण त्यांना सुरुवातीपूर्वी सगळं परिपूर्ण हवं असतं. त्यांना स्पष्टता, आत्मविश्वास, साधनं आणि यशाची खात्री हवी असते. पण परिपूर्णता कृतीपूर्वी येत नाही–ती कृतीमुळेच येते. आत्मविश्वास अनुभवातून तयार होतो, कल्पनेतून नाही. स्पष्टता फक्त पुढे चालत राहिल्यावरच मिळते.

कृती नम्रताही शिकवते. जेव्हा तुम्ही कृती करता, तेव्हा अजून किती शिकायचं आहे हे तुम्हाला जाणवतं. ही जाणीव तुम्हाला जमिनीवर ठेवते आणि वाढीसाठी मोकळं ठेवते.

जेव्हा तुम्ही कृती सुरू करता, तेव्हा अपयश शत्रू न राहता शिक्षक बनतं. चुका भीतीदायक न वाटता शिकण्याची संधी बनतात. प्रत्येक अपयशी प्रयत्न तुमची समज वाढवतो आणि निर्णयक्षमता अधिक तीक्ष्ण करतो. ही वाढ फक्त विचारांच्या आरामदायी चौकटीत कधीच होत नाही.

कल्पना करा, एक व्यक्ती व्यवसाय सुरू करण्याचं स्वप्न पाहते. वर्षानुवर्षे ती कल्पनांवर विचार करते, धोके विश्लेषित करते, प्रेरणादायी व्हिडिओ पाहते आणि सतत नियोजन करत राहते. कागदावर सगळं परिपूर्ण दिसतं. पण प्रत्यक्ष सुरुवात केल्यावर–ग्राहकांशी बोलताना, आर्थिक बाबी सांभाळताना, अडचणींना सामोरं जाताना–तिला वास्तव आणि कल्पना यांतील फरक समजतो. ती चुका करते, तोटा सहन करते आणि अनिश्चिततेचा सामना करते. तरीही या प्रक्रियेतून ती कौशल्य, आत्मविश्वास आणि लवचिकता मिळवते. जे आधी अवघड वाटत होतं ते हळूहळू सहज वाटू लागतं. हा बदल जास्त विचारांमुळे नव्हे, तर जास्त कृतीमुळे घडतो.

कृती तुम्हाला केवळ यशासाठीच नव्हे, तर अपयशासाठीही तयार करते. ती भावनिक बळ निर्माण करते. ती संयम, शिस्त आणि जबाबदारी शिकवते. गोष्टी चुकीच्या गेल्या तर तुम्ही हार न मानता जुळवून घेणं शिकता. गोष्टी योग्य झाल्या तर यश टिकवून ठेवणं शिकता.

कृती तुम्हाला वास्तवाशी जोडते. ती भ्रम दूर करते आणि समज निर्माण करते. फक्त विचार केल्याने अनेकदा भीती निर्माण होते, कारण मन सर्वात वाईट शक्यता कल्पते. कृती भीती कमी करते, कारण ती कल्पनेऐवजी अनुभव देते. एकदा तुम्ही कृती केली की अनिश्चितता माहिती बनते आणि भीती हाताळण्याजोगी होते.

प्रत्येक वेळी तुम्ही कृती करता, तेव्हा तुम्ही स्वतःलाच एक संदेश देता की तुम्ही सक्षम आहात. हा आत्मविश्वास काळानुसार वाढत जातो आणि मजबूत पाया बनतो.

जग कल्पनांना नव्हे, तर अंमलबजावणीला महत्त्व देतं. अनेकांकडे उत्तम कल्पना असतात, पण काहीच जण त्यांना प्रत्यक्षात आणतात. फरक प्रतिभेत नसतो; तो परिस्थिती परिपूर्ण नसतानाही कृती करण्याच्या तयारीत असतो.

कृतीमुळे शिकणं व्यवहार्य होतं, वाढ मोजता येते आणि प्रगती दिसून येते. ती ज्ञानाला शहाणपणात आणि हेतूला परिणामात बदलते.

सुरुवात करण्यापूर्वी तुम्हाला सगळं माहीत असण्याची गरज नाही. पुढचं पाऊल टाकण्यासाठी जितकं माहीत असणं आवश्यक आहे, तितकंच पुरेसं आहे. उरलेलं पुढे जाताना समजतं.

विचार शक्यता निर्माण करतो, पण कृती वास्तव निर्माण करते. कृतीशिवाय दृष्टी स्वप्नच राहते आणि अंमलबजावणीशिवाय योजना फक्त विचार राहते. तुमची खरी ताकद जाणून घ्यायची असेल, तर कल्पना करणं थांबवा आणि कृती सुरू करा. जिथे आहात तिथून सुरुवात करा, जे आहे

त्याचा वापर करा आणि पुढे जाताना शिका. कृती अस्वस्थ, अनिश्चित आणि अपूर्ण असू शकते–पण तीच वाढ, आत्मविश्वास आणि खऱ्या यशाकडे नेणारी एकमेव वाट आहे.

# मनातील सर्वात मोठा आवाज

***तुमच्या मनातला सर्वात मोठा आवाज तुमचाच असावा, याची खात्री करा.***

अनेक जण म्हणतात की ते त्यांना हवं तेच करतात; पण जीवनाकडे बारकाईने पाहिलं तर एक शांत सत्य समोर येतं. आपल्या शब्दांखाली आणि हेतूंमागे, आपल्या कृतींवर अनेकदा समाज, परंपरा आणि इतरांच्या मतं व अपेक्षा यांचा प्रभाव असतो. कधी हा प्रभाव सूक्ष्म आणि जवळजवळ अदृश्य असतो, तर कधी तो स्पष्ट आणि मोठा असतो. आपण स्वतंत्र निर्णय घेतो असं वाटत असलं, तरी जाणूनबुजून किंवा नकळत आपण अनेकदा अशा दिशेने जातो, जी आपल्या आजूबाजूच्या लोकांना मान्य आणि योग्य वाटते. इतर काय सांगतात ते ऐकणं सोपं असतं. परिचित मार्गावर चालणंही सोपं असतं. कठीण असतं ते स्वतःच्या भूमिकेवर ठाम राहणं आणि आपल्याला योग्य वाटतं ते करणं–विशेषतः जेव्हा आपली भावना इतरांपेक्षा वेगळी असते.

लहानपणापासून आपण जीवन "कसं" जगायचं हे शिकत असतो. यश कसं दिसतं, कोणते मार्ग सन्माननीय मानले जातात आणि कोणते पर्याय सुरक्षित समजले जातात, हे आपल्याला शिकवलं जातं. काळानुसार या कल्पना आपल्या मनात खोलवर रुजतात. मग आपण आपल्या निर्णयांचा मापदंड समाजाच्या निकषांवर ठेवतो, स्वतःच्या अंतर्गत समजुतीवर नाही. या निकषांनुसार वागलो की आपल्याला सुरक्षित वाटतं–जणू काही फक्त ते सर्वमान्य असल्यामुळे आपण योग्यच करतोय. पण त्याच्या विरुद्ध गेलो की अस्वस्थता, शंका आणि न्याय होण्याची भीती निर्माण होते. हीच भीती अनेकांना स्वतःचा आतला आवाज गप्प बसवायला भाग पाडते–तो सतत बोलत असतानाही.

आपण मनाप्रमाणे वागत नाही याचं आणखी एक कारण म्हणजे सामाजिक निकषांनुसार जगणं आपल्याला जबाबदारीपासून थोडा दिलासा मिळाल्यासारखं वाटतं. अपेक्षेनुसार वागलो की परिणामांची जबाबदारी समाजावर आहे, आपल्यावर नाही, असं आपल्याला वाटू लागतं. आपण स्वतःलाच सांगतो की आपल्या हातात फारसा पर्याय नव्हता; गोष्टी असंच केल्या जातात. विशेषतः जेव्हा गोष्टी मनासारख्या होत नाहीत, तेव्हा हा विचार आपल्याला दिलासा देतो. पण हा दिलासा एक भास असतो. खरं म्हणजे, आपण कोणताही पर्याय निवडला तरी आपल्या कृतींसाठी आपणच जबाबदार असतो. गर्दीच्या मागे जाण्याचा किंवा स्वतःचा मार्ग निवडण्याचा निर्णय–दोन्ही आपल्या हातात असतात, आणि त्यांचे परिणामही आपलेच असतात.

आपल्या आयुष्यात आपण कसं जगावं, कसं विचार करावं, कसं वागावं आणि कसं स्वप्न पाहावं याबद्दल सतत दबाव असतो. हा दबाव कुटुंब, संस्कृती, शिक्षण किंवा सामाजिक वर्तुळातून येऊ शकतो. अनेकदा तो आपल्याला दुखावण्यासाठी नसतो, तर इतरांना जे योग्य वाटतं त्यानुसार मार्गदर्शन करण्यासाठी असतो. तरीही आपण लक्षात ठेवायला हवं की मार्गदर्शन म्हणजेच सत्य नसतं. आपण सगळे वेगळे माणसं आहोत आणि प्रत्येकाची मनोवृत्ती वेगळी आहे. आपले अनुभव, भावना, ताकद आणि संघर्ष सारखे नसतात. ही वेगळेपणाची जाणीव दुर्लक्षित केली की आपण असं आयुष्य जगायला लागतो, जे बाहेरून योग्य दिसतं, पण आतून रिकामं वाटतं.

जीवन खऱ्या अर्थाने समजून घ्यायचं असेल, तर आपल्याला आपल्या वेगळेपणाला स्वीकारावं लागेल–प्रामाणिकपणे. आपण कोण आहोत हे स्वीकारलं, की आपल्या विविध मनोवृत्ती आणि लपलेल्या शक्यता शोधता येतात. जर आपण फक्त परिचित किंवा अपेक्षित पद्धतीनेच वागत राहिलो, तर आपण आणखी काय करू शकतो हे कदाचित कधीच कळणार नाही. वाढ अनेकदा ठरलेल्या चौकटीबाहेर पडल्यावर आणि जुन्या समजुतींवर प्रश्न विचारल्यावर सुरू होते. याचा अर्थ समाजाला पूर्णपणे नाकारणं नाही; तर आपोआप नव्हे, तर जाणीवपूर्वक निवड करणं आहे. याचा अर्थ स्वतःला

विचारण्याची परवानगी देणं – "हे खरंच मला हवं आहे का?"—आणि त्या उत्तराला ऐकण्याचं धैर्य ठेवणं आहे.

कल्पना करा, आयुष्यात तुम्ही अशा टप्प्यावर उभे आहात जिथे तुमच्यासमोर दोन दिशा आहेत. एक दिशा सर्वांना मान्य, कौतुकास्पद आणि पाठिंबा मिळवणारी आहे. दुसरी दिशा अनिश्चित, शांत आणि कमी समजली गेलेली वाटते, पण ती तुमच्या आतल्या भावनांशी जुळते. पहिली दिशा निवडली तर लगेच स्वीकार मिळू शकतो; पण दुसरी निवडण्यासाठी धैर्य आणि जबाबदारी लागते. जरी दुसरा मार्ग कठीण असला, तरी प्रत्येक पाऊल प्रामाणिक वाटतं, कारण ते तुमच्या स्वतःच्या समजुतीने मार्गदर्शित असतं. काळानुसार ही प्रामाणिकता आत्मविश्वास वाढवते, कारण तुम्हाला माहीत असतं की तुम्ही इतरांच्या अपेक्षांनुसार नव्हे, तर आपल्या सत्याप्रमाणे जगत आहात.

तुम्हाला योग्य वाटतं ते करण्यासाठी, तुमच्या कृतीं आणि त्यांच्या परिणामांची पूर्ण जबाबदारी घ्यायला तयार असणं गरजेचं आहे. जबाबदारी म्हणजे दोष किंवा भीती नव्हे; ती मालकीची जाणीव आहे. जेव्हा तुम्ही तुमचे निर्णय तुमचेच आहेत हे स्वीकारता, तेव्हा शिकण्याची, वाढण्याची आणि बदलण्याची शक्तीही स्वीकारता. जबाबदारीसोबत खरी आत्मजाणीवही येते. आत्मजाणीव म्हणजे स्वतःला खोलवर समजून घेणं—तुमच्या गरजा, इच्छा, भीती आणि मूल्यं ओळखणं. तुम्हाला खरंच काय हवं आहे किंवा तुम्ही कसे व्यक्ती बनत आहात, हे दुसरा कोणी पूर्णपणे जाणू शकत नाही. सल्ला उपयोगी ठरू शकतो, पण तो कधीच तुमच्या स्वतःच्या जाणीवेची जागा घेऊ नये.

आत्मजाणीवेला वेळ आणि संयम लागतो. त्यासाठी थांबणं, चिंतन करणं आणि ऐकणं आवश्यक असतं—उत्तरं अस्वस्थ करणारी असली तरीही. कधी कधी तुम्हाला जाणवतं की तुम्ही अशा पद्धतीने जगत होतात, जी तुमच्या खऱ्या स्वभावाशी जुळत नाही. ही जाणीव अपयश नाही; ती एक संधी आहे. प्रत्येक जाणीवेचा क्षण तुम्हाला तुमच्या कृती तुमच्या अंतर्गत मूल्यांशी पुन्हा जुळवण्याची संधी देतो. ही प्रक्रिया सतत चालणारी असते; ती परिपूर्ण

नसते. काही दिवस तुम्ही धैर्याने वागता, तर काही दिवस संकोच करता. महत्त्वाचं म्हणजे स्वतःकडे पुन्हा पुन्हा परतण्याची तुमची तयारी.

धैर्य नेहमी मोठ्याने किंवा नाट्यमयपणे दिसत नाही; ते अनेकदा शांत आणि स्थिर असतं. ते लहान निर्णयांत दिसतं–जिथे तुम्ही मान्यतेपेक्षा प्रामाणिकता निवडता आणि सोयीपेक्षा जाणीव निवडता. आतल्या आवाजाकडे लक्ष देणं म्हणजे इतरांना दुर्लक्ष करणं नव्हे; तर स्वतःच्या भावनांना योग्य तो आदर देणं आहे. जेव्हा तुम्ही जबाबदारी आणि आत्मजाणीवेसह जगता, तेव्हा अडचणी आल्या तरी तुमच्या कृती अधिक स्थिर आणि अर्थपूर्ण वाटतात.

शेवटी, अर्थपूर्ण आयुष्य सतत अपेक्षा पूर्ण करून घडत नाही; ते आपण खरे कोण आहोत याच्याशी जोडून राहिल्यावर घडतं. जेव्हा तुम्ही तुमचं वेगळेपण स्वीकारता, आतल्या आवाजाकडे लक्ष देता आणि तुमच्या कृतींची जबाबदारी घेता, तेव्हा तुम्ही स्पष्टता आणि उद्देशाने जगायला लागता. हा मार्ग नेहमी सोपा नसतो; पण तो मान्यतेपेक्षा अधिक मौल्यवान काही देतो– खरेपणा, वाढ आणि आतल्या शांततेची खोल जाणीव.

## चांगलं vs. अधिक चांगलं

***चांगल्या गोष्टींना नाही म्हणा, म्हणजे अधिक चांगल्या गोष्टींना हो म्हणता येईल; पण लक्षात ठेवा – तुमच्यासाठी काय चांगलं आणि काय अधिक चांगलं आहे हे ठरवण्याचा अधिकार तुमचाच आहे.***

आपण अशा जगात राहतो, जिथे वेग, सहमती आणि सतत उपलब्ध असणं यांना महत्त्व दिलं जातं. “हो” म्हणणं अनेकदा प्रगती, जबाबदारी किंवा महत्त्वाकांक्षा वाटतं. आपल्यापैकी अनेक जण आयुष्यातील अनेक गोष्टींना घाईघाईने हो म्हणतात, स्वतःला एक साधा पण महत्त्वाचा प्रश्न विचारायलाही थांबत नाहीत: मला खरंच यासाठी माझी ऊर्जा आणि लक्ष द्यायचं आहे का? दैनंदिन गोंधळात हालचालीला अर्थ समजण्याची चूक होते. आपण व्यस्त राहतो, पण नेहमी समाधानी नसतो. इथेच “चांगलं” आणि “अधिक चांगलं” यांतील फरक महत्त्वाचा ठरतो.

आपण अनेक गोष्टींना पटकन हो म्हणतो, पण प्रत्येक गोष्टीला खरंच आपली ऊर्जा आणि लक्ष द्यायचं आहे का हे तपासत नाही. आपण विसरतो की आपण मर्यादित साधनांसह जगत आहोत –मर्यादित वेळ, मर्यादित ऊर्जा आणि मर्यादित लक्ष. प्रत्येक गोष्ट प्राधान्याने करण्याचा प्रयत्न केला, तर आपण अधिक उत्पादक होत नाही; उलट थकवा, विस्कळीतपणा आणि ताण वाढतो. जे आधी सहज वाटत होतं, ते जड वाटू लागतं, आणि अर्थपूर्ण कामसुद्धा थकवू लागतं.

आपल्या अधिक चांगल्या भविष्यासाठी प्राधान्य ठरवायचं असेल, तर जे दिसायला चांगलं वाटतं पण तितकंसं महत्त्वाचं नसतं, त्याला नाही म्हणायला शिकावं लागतं. जे महत्त्वाचं दिसतं ते नेहमीच खरंच महत्त्वाचं असतं असं नाही. जे आपल्या लक्षाची मागणी करतं ते नेहमी त्यास पात्र असतं असंही नाही. जेव्हा तुम्ही अप्रासंगिक गोष्टींना किंवा लक्षास पात्र नसलेल्या गोष्टींना

नाही म्हणता, तेव्हा जागा तयार होते. त्या जागेत तुम्ही शेवटी त्या गोष्टींना हो म्हणू शकता ज्या खरंच महत्त्वाच्या आहेत–ज्या तुमच्या मूल्यांशी जुळतात, प्रगतीला चालना देतात, कौशल्यं मजबूत करतात आणि तुम्हाला तुम्ही बनू इच्छित असलेल्या व्यक्तीकडे नेतात.

ही निवड करायची क्षमता नेहमी सोपी नसते. नाही म्हणणं अस्वस्थ किंवा स्वार्थी वाटू शकतं. इतरांना नाराज करण्याची किंवा संधी गमावण्याची भीती वाटते. पण नाही म्हणणं नाकारण्याबद्दल नाही; ते दिशेबद्दल आहे. तुमची ऊर्जा जिथे खरंच आवश्यक आहे तिथे गुंतवण्यासाठी ती जपण्याबद्दल आहे. जेव्हा तुम्ही स्वतःला सगळीकडे गुंतवणं थांबवता, तेव्हा काही मोजक्या महत्त्वाच्या गोष्टींसाठी पूर्णपणे उपस्थित राहू लागता.

"चांगलं" आणि "अधिक चांगलं" यातील निवडीत जबाबदारी सोपवणं शिकणंही महत्त्वाचं आहे. प्रत्येक गोष्टीसाठी तुमचा वैयक्तिक सहभाग, कौशल्य किंवा तज्ज्ञता आवश्यक नसते. जी कामं इतर कोणी तितकीच चांगली–किंवा अधिक चांगली–करू शकतात, ती स्वतःकडे ठेवली तर तुमची मौल्यवान ऊर्जा वाया जाते. काम सोपवणं कमजोरी नाही; ती शहाणपणाची खूण आहे. त्याच वेळी, तुमच्या प्रगतीसाठी आवश्यक असलेली नवीन कौशल्यं शिकणं आणि त्यावर लक्ष केंद्रित करणंही तितकंच महत्त्वाचं आहे. वाढ सगळं केल्याने होत नाही; ती योग्य गोष्टी सातत्याने केल्याने होते.

यातून एक खोल प्रश्न उभा राहतो: तुमच्यासाठी काय चांगलं आणि काय अधिक चांगलं आहे हे ठरवणार कोण? उत्तर सोपं आहे–तुम्ही. स्वतःला सर्वांत चांगलं ओळखणारे तुम्हीच आहात. काही गोष्टी इतरांसाठी चांगल्या असू शकतात, पण तुमच्यासाठी नसू शकतात. तुलना ही सत्य धूसर करते. जेव्हा आपण सतत आपल्या निवडी इतरांच्या आयुष्याशी तुलना करतो, तेव्हा आपला प्रवास आणि त्याचा उद्देश विसरतो.

कधी कधी तुम्हाला एखादं काम किंवा जबाबदारी स्वीकारण्यासाठी स्वतःला तयार नसल्यासारखं वाटेल. अशा वेळीही तुमच्याकडे पर्याय असतो

–एकतर मागे हटणं किंवा ते काम स्वीकारून आवश्यक कौशल्यं विकसित करणं. वाढीसाठी नेहमी परिपूर्ण तयारीची गरज नसते; कधी कधी फक्त शिकण्याची, झगडण्याची आणि हळूहळू सुधारण्याची तयारी पुरेशी असते. महत्त्वाचं म्हणजे निर्णय जाणीवेतून यावा, दबावातून नाही.

कल्पना करा, तुम्ही अशा टप्प्यावर आहात जिथे दिनदर्शिका भरलेली आहे, मन थकलं आहे आणि तरीही पुढे जात नसल्यासारखं वाटतं. दिवस कामांनी गजबजलेले असतात, पण फारसं काही अर्थपूर्ण वाटत नाही. मग हळूहळू तुम्ही प्रत्येक बांधिलकीकडे पाहू लागता. उपयोग नसलेल्या बैठकींना, ऊर्जा संपवणाऱ्या जबाबदाऱ्यांना आणि ध्येयाशी न जुळणाऱ्या कामांना नाही म्हणायला लागता. असं करताना तुम्ही वेळ आणि ऊर्जा मोकळी करता. ती ऊर्जा तुम्ही पुढे ढकलत असलेल्या कौशल्यात, तुम्हाला आवडणाऱ्या कामात किंवा तुम्हाला नव्यानं उभारी देणाऱ्या विश्रांतीत गुंतवू लागता. काळानुसार दिवस हलके वाटतात, पण प्रगती अधिक ठोस वाटते. काही जादू होत नाही – बदल फक्त तुमच्या निवडीत होतो

कदाचित सध्या तुम्ही जिथे आहात तेच तुमच्या वाढीसाठी योग्य ठिकाण आहे. आयुष्यातील प्रत्येक टप्पा वेगासाठी किंवा विस्तारासाठी नसतो. काही टप्पे शिकण्यासाठी, निरीक्षणासाठी आणि पाया घालण्यासाठी असतात. जर तुम्हाला जिथे आहात तिथे चांगलं वाटत असेल, आणि तुम्ही तिथे शिकत व वाढत असाल, तर तेही योग्यच आहे. तुमच्या वाढीचा वेग ठरवण्याचा अधिकार तुमच्याकडे आहे. जलद वाढ नेहमीच आरोग्यदायी नसते; टिकाऊ प्रगती अनेकदा संयम आणि स्पष्टतेतून येते.

"चांगलं" आणि "अधिक चांगलं" यातील निवड ही एकदाची नसते; ती रोजची सवय असते. प्रत्येक दिवस तुम्हाला स्वतःकडे पाहायला, ऊर्जा कुठे खर्च होते हे जाणून घ्यायला आणि ती तुम्हाला उपयोगी पडते का हे ठरवायला सांगतो. काही दिवस तुम्ही योग्य निवड कराल; काही दिवस जुन्या सवयी परत येतील. हे मानवी आहे. महत्त्वाचं म्हणजे पुन्हा विचार करण्याची आणि दिशा बदलण्याची तयारी.

जेव्हा तुम्ही जाणीवपूर्वक निवड करू लागता, तेव्हा आयुष्य अधिक अर्थपूर्ण वाटू लागतं. प्रत्येक मागणीला प्रतिसाद देण्याऐवजी तुम्ही उद्देशाने उत्तर द्यायला लागता. कमी करणं कधी कधी अधिक देतं–अधिक स्पष्टता, अधिक प्रगती आणि अधिक शांतता. स्वतःसाठी तुमचं चांगलं आणि अधिक चांगलं निवडताना, तुम्ही तुमचा वेळ, ऊर्जा आणि वाढ यांचा सन्मान करता. आणि तसं करताना, तुम्ही केवळ व्यस्त आयुष्य नव्हे, तर अर्थपूर्ण आयुष्य जगायला लागता.

## ९०: १०

***आपण ९०% गोष्टी नियंत्रित करू शकतो, तरीही उरलेल्या १०% गोष्टींवरच अधिक लक्ष देतो.***

आपल्यापैकी अनेकजण आयुष्यातून जाताना मनात एक शांत समज बाळगतात–की आपण परिस्थितींनी मर्यादित आहोत. अनेकदा लोक म्हणताना ऐकायला मिळतं की काही गोष्टी ते करू शकत नाहीत, कारण खूप घटक त्यांच्या नियंत्रणाबाहेर आहेत. सुरुवातीला हे योग्य वाटतं. आयुष्य अनिश्चित आहे, परिस्थिती गुंतागुंतीची असते आणि परिणाम निश्चित नसतात. पण थोडं थांबून खोलवर पाहिलं, तर लक्षात येतं की हा विचार अनेकदा प्रयत्न थांबवण्यासाठी सोयीस्कर ठिकाण बनतो. तो आपलं लक्ष आपण बदलू शकतो त्या गोष्टींपासून हटवून आपण बदलू शकत नाही त्या गोष्टींकडे वळवतो. असं करताना आपण नकळत आपली शक्तीच सोडून देतो.

खरं म्हणजे आपण आपल्या नियंत्रणाबाहेरील गोष्टींवर जास्त लक्ष देतो आणि आपल्या हातात असलेल्या गोष्टींकडे कमी. आपण परिणामांबद्दल, मतांबद्दल, वेळेबद्दल आणि बाह्य परिस्थितीबद्दल चिंता करतो. आपण परिस्थिती मनात पुन्हा पुन्हा आठवतो, लोकांनी वेगळं वागावं किंवा परिस्थिती बदलावी अशी अपेक्षा ठेवतो. काही गोष्टी खरोखरच आपल्या नियंत्रणाबाहेर असतात, पण आयुष्यातील अनेक महत्त्वाचे भाग आपल्या हातात असतात. हे ओळखलं नाही, तर संधी जवळ असतानाही आपण असहाय, अडकलेले किंवा प्रेरणाहीन वाटू लागतो.

अशा अनेक गोष्टी आहेत ज्या आपण नियंत्रित करू शकतो. आपली मनोवृत्ती, परिस्थितीकडे पाहण्याचा दृष्टिकोन, पर्याय शोधण्याची क्षमता आणि घडणाऱ्या गोष्टींवरचा आपला प्रतिसाद–या सगळ्या गोष्टी आपल्या हातात असतात. या गोष्टी लहान किंवा सूक्ष्म वाटू शकतात, पण त्या

आयुष्याची दिशा आपल्या अपेक्षेपेक्षा जास्त ठरवतात. योग्य जाणीव आणि सरावाने या सगळ्या सुधारता येतात. वाढ नेहमी बाहेरचं बदलण्याने सुरू होत नाही; ती अनेकदा आपण त्यात कसं सहभागी होतो हे बदलण्याने सुरू होते.

आपली मनोवृत्ती म्हणजे आपल्या विचारांचा एकत्रित परिणाम आणि त्यावर आपण कसं वागतो याचं मिश्रण आहे. ती ठरवते की आपण अडचणी कशा समजतो, अपयशाला कसा प्रतिसाद देतो आणि यशाची व्याख्या कशी करतो. नकारात्मक मनोवृत्ती लहान अडथळ्यांना कायमच्या अडथळ्यांत बदलते. सकारात्मक आणि लवचिक मनोवृत्ती मात्र कठीण परिस्थितीतही शक्यता पाहू देते. याचा अर्थ वास्तव नाकारणं नाही; तर भीतीऐवजी कृतीला प्रोत्साहन देणारी दृष्टी निवडणं आहे.

जेव्हा तुम्ही सकारात्मक दृष्टिकोन विकसित करता, तेव्हा परिणामांच्या भीतीने थांबण्याऐवजी कृती सुरू करणं सोपं होतं. भीती बहुतेक वेळा वाढते, जेव्हा आपण आपल्या नियंत्रणाबाहेरील परिणामांवर जास्त लक्ष देतो. प्रयत्न, शिकणं आणि प्रगतीवर लक्ष केंद्रित केल्यावर कृती सहज होते. परिणाम अपेक्षेप्रमाणे नसेल, तरी आपण रिकाम्या हाताने राहत नाही–अनुभव, समज आणि लवचिकता मिळते. अपेक्षित परिणाम मिळाला नाही, तरी आपण दुसरं योग्य ध्येय ठरवू शकतो. प्रगती सरळ रेषेत होत नाही; लवचिकता आपल्याला पुढे चालू ठेवते.

कल्पना करा, तुम्ही एखाद्या ध्येयासाठी खूप मेहनत करता, पण परिस्थिती बदलते आणि मूळ परिणाम शक्य राहत नाही. त्याला अपयश न समजता तुम्ही थांबून विचार करता–अजून काय माझ्या हातात आहे? मग तुम्ही दृष्टिकोन बदलता, प्रयत्न वळवता आणि तुमच्या वाढीशी जुळणारं दुसरं ध्येय निवडता. जे सुरुवातीला अडथळा वाटत होतं, ते हळूहळू वेगळ्या प्रकारच्या प्रगतीत बदलतं. बाहेर काही जादूने बदलत नाही–बदलतो तो तुमचा प्रतिसाद, तुमची मनोवृत्ती आणि जुळवून घेण्याची तयारी.

आपण सगळे वेगळे आहोत आणि सारख्या परिस्थितीतही आपले प्रतिसाद वेगळे असतात. जे एका व्यक्तीला प्रेरित करतं, ते दुसऱ्याला भारावून टाकू शकतं. जे दुसऱ्याला सोपं वाटतं, ते तुम्हाला अवघड वाटू शकतं. याचा अर्थ एक मार्ग बरोबर आणि दुसरा चुकीचा असा नसतो; तो मानवी अनुभवाच्या विविधतेचं प्रतिबिंब असतो. स्वतःचं विश्लेषण करताना आणि इतरांचं निरीक्षण करताना आपण आपल्याला योग्य असा प्रतिसाद शिकू शकतो. आत्मजाणीव आपल्याला आपल्या प्रतिक्रियांचे नमुने ओळखायला आणि त्यात सुधारणा करायला मदत करते.

स्वतःचं विश्लेषण शिकण्यासाठी प्रामाणिकपणा आणि संयम लागतो. कठीण प्रश्न विचारावे लागतात आणि अस्वस्थ करणारी उत्तरं स्वीकारावी लागतात. कधी कधी लक्षात येतं की आपण कृती टाळतो कारण क्षमता नसल्यामुळे नव्हे, तर अस्वस्थता किंवा अनिश्चिततेची भीती असते. ही जाणीव कठीण असली तरी ती शक्ती देते. एकदा अडथळे ओळखले की त्यावर काम करता येतं. सुधारणा आत्मनिंदेतून नाही, तर समजून घेण्यापासून सुरू होते.

आपल्या नियंत्रणात असलेल्या गोष्टींवर लक्ष देणं म्हणजे वास्तव नाकारणं नाही. याचा अर्थ फक्त ऊर्जा कुठे वापरायची हे ठरवणं. नियंत्रणाबाहेरील गोष्टींवर चिंता करत राहिलो, तर ऊर्जा खर्च होते पण परिणाम मिळत नाहीत. मनोवृत्ती, कौशल्य, प्रयत्न आणि प्रतिसादावर लक्ष दिलं, तर गती निर्माण होते. ही गती कालांतराने आत्मविश्वास वाढवते. मग आपण स्वतःवर विश्वास ठेवतो–सगळं परिपूर्ण होईल म्हणून नव्हे, तर काहीही झालं तरी आपण योग्य प्रतिसाद देऊ शकतो म्हणून.

हा दृष्टिकोन जबाबदारीकडे पाहण्याची पद्धतही बदलतो. आपण बदलू शकत नाही त्या गोष्टींनी भारावण्याऐवजी, आपण जिथे कृती करू शकतो तिथे स्थिर राहतो. जबाबदारी दोषांपेक्षा निवडीबद्दल असते. प्रत्येक क्षण आपल्याला विचार, प्रतिक्रिया आणि पुढचं पाऊल ठरवण्याची संधी देतो. लहान निवडीही सातत्याने केल्या, तर मोठे बदल घडवू शकतात.

जेव्हा आपण स्वतःला आठवण करून देतो की आपण इतरांच्या हातातील बाहुल्या नाही, तेव्हा आपण आपली शक्ती परत मिळवतो. प्रत्येक घटना आपल्या नियंत्रणात नसली, तरी त्या घटनांकडे पाहण्याची दृष्टी, आपला प्रयत्न, शिकणं आणि प्रतिसाद आपल्या हातात असतो. हे समज अडचणी दूर करत नाही, पण त्यांना सामोरं जाण्याचं बळ देतो. त्यामुळे आपण आयुष्यात हार मानून नव्हे, तर जाणीवपूर्वक पुढे जातो.

काळानुसार आपल्या नियंत्रणातील गोष्टींवर लक्ष केंद्रित केल्याने अडचणींकडे पाहण्याची दृष्टी बदलते. समस्या शिकण्याची संधी बनतात. अनिश्चितता भीतीऐवजी सर्जनशीलतेची जागा बनते. आपण यशाची हमी म्हणून नव्हे, तर वाढीची शक्यता म्हणून कृती करू लागतो. ही मनोवृत्ती सातत्य, लवचिकता आणि अंतर्गत स्थैर्य वाढवते.

शेवटी, समाधानकारक आयुष्य परिपूर्ण परिस्थितीची वाट पाहून घडत नाही. ते आपली शक्ती कुठे आहे हे ओळखून तिचा योग्य वापर केल्याने घडतं. जेव्हा आपण मनोवृत्ती, कृती आणि प्रतिसादावर लक्ष देतो, तेव्हा स्पष्टता आणि उद्देशाने जगायला लागतो. आपण सगळं नियंत्रित करू शकत नाही, पण काहीतरी नेहमी आपल्या हातात असतं–आणि अनेकदा तेच आपल्या प्रवासाची दिशा बदलण्यासाठी पुरेसं ठरतं.

## टीकेवर मात

***लोक काय म्हणतील याची भीती न बाळगणं, हे तुम्ही शिकू शकता असं एक कौशल्य आहे.***

प्रगतीकडे टाकलेलं प्रत्येक पाऊल एखाद्या अदृश्य प्रेक्षकासोबत असतं. आपल्याला जाणवलं किंवा नाही, तरी आपल्याभोवती मतं फिरत असतात— आपण काही केलं तरी, आणि काही केलं नाही तरी. आजच्या जगात आपण सतत टीकेच्या वातावरणात जगतो. ती ओळखीच्या लोकांकडून येते, थोड्या ओळखीच्या लोकांकडून येते आणि कधी कधी आपल्याला अजिबात न ओळखणाऱ्यांकडूनही येते. तुम्ही जे करता त्यावर लोक टीका करतात, आणि जे टाळता त्यावरही करतात. तुम्ही कोणतीही दिशा निवडा, टीका जवळजवळ निश्चित असते. ही गोष्ट समजून घेणं म्हणजे स्वातंत्र्याकडे टाकलेलं पहिलं शांत पाऊल आहे.

अनेकजण स्वप्नं पुढे ढकलतात, कारण क्षमता नसल्यामुळे नव्हे तर टीकेच्या भीतीमुळे. ते संकोच करतात, जास्त विचार करतात आणि "योग्य वेळेची" वाट पाहतात—एक दिवस मतं बदलतील किंवा नाहीशी होतील अशी आशा ठेवून. पण टीका नाहीशी होत नाही; ती फक्त रूप बदलते. तुम्ही कृती केली तर प्रयत्न केल्याबद्दल टीका होऊ शकते. काहीच केलं नाही तर तिथेच थांबलात म्हणूनही टीका होऊ शकते. खरी समस्या टीका नाही; ती तुम्हाला कृतीपासून थांबवू देणं आहे. प्रगती त्या क्षणी सुरू होते, जेव्हा तुम्ही ठरवता की टीका तुमचा मार्ग ठरवणार नाही.

प्रगती आणि यशासाठी तुम्हाला मानसिकदृष्ट्या स्वतःला तयार करावं लागतं—टीकेला घाबरल्याशिवाय सामोरं जाण्यासाठी. ही तयारी बेफिकीर होण्यासाठी किंवा भावनिकदृष्ट्या दूर जाण्यासाठी नाही. ती म्हणजे टीका नेमकी काय आहे हे समजून घेणं. बहुतेक टीका ही मर्यादित माहिती,

वैयक्तिक समजुती किंवा वैयक्तिक भीतींवर आधारित मतं असतात. ती खरी असू शकतात किंवा नसू शकतात. अनेकदा त्या टीका करणाऱ्याबद्दल जास्त सांगतात, ज्याच्यावर टीका होते त्याच्याबद्दल नव्हे. या दृष्टीकोनातून टीकेकडे पाहिलं, तर तिचं बरंचसं सामर्थ्य कमी होतं.

टीकेवर मात करणं एका रात्रीत घडत नाही. ते सराव आणि जाणीवेतून हळूहळू विकसित होणारं कौशल्य आहे. महत्त्वाचं म्हणजे टीकेशी आक्रमकपणे लढणं नाही, तर तिच्याबद्दल सहनशीलता निर्माण करणं. सुरुवात अशा छोट्या प्रसंगांपासून करा, जिथे टीका होणार हे माहीत असतं, पण तिचा परिणाम सहज हाताळता येतो. हे प्रसंग साधे आणि दैनंदिन असू शकतात. अशा क्षणांत मतं असतात, पण ती तुमचं भविष्य ठरवत नाहीत किंवा आयुष्यावर खोल परिणाम करत नाहीत.

कल्पना करा, तुम्हाला तुमचे विचार अधिक मोकळेपणाने मांडायचे आहेत; पण वेगळं बोलल्याबद्दल किंवा वेगळं विचार केल्याबद्दल टीका होईल या भीतीने तुम्ही थांबता. मग तुम्ही सुरुवात एका विश्वासू व्यक्तीसोबत तुमचे विचार शेअर करून करता. टीका मनात आणि शरीरात कशी जाणवते हे तुम्ही लक्षात घेता, पण मागे हटत नाही. त्यानंतर तुम्ही थोड्या मोठ्या वातावरणात–कदाचित छोट्या गटात–बोलायला सुरुवात करता. काही लोक सहमत होतात, काही होत नाहीत, आणि काही जण टीका करतात. तरीही तुम्ही तो क्षण पार करता. हळूहळू तुमचा आत्मविश्वास वाढतो–टीका नाहीशी झाल्यामुळे नाही, तर तुम्ही तिला हाताळू शकता हे लक्षात आल्यामुळे. प्रत्येक पाऊल भावनिक बळ आणि आत्मविश्वास अधिक मजबूत करतं.

जसं तुम्ही अधिक सहज वाटू लागता, तसं तुम्ही अशा मोठ्या प्रसंगांत कृती करायला सुरुवात करू शकता, जिथे टीका अधिक स्पष्ट आणि तीव्र असते. तुम्ही टीका हाताळू शकता हा आत्मविश्वास मिळाल्यावर, तुम्ही आपोआपच अधिक मोठी आव्हानं स्वीकारू लागता. जितकी अधिक टीका तुम्ही अनुभवता, स्वीकारता आणि न ढळता पुढे जाता, तितकंच तिचा प्रभाव कमी होत जातो. टीका धोक्यासारखी वाटेनाशी होते आणि पार्श्वभूमीतील

आवाजासारखी भासू लागते–असते, पण तुमच्या निवडींवर नियंत्रण ठेवत नाही.

या प्रक्रियेचा एक मोठा फायदा म्हणजे ती तुम्हाला टीका आणि उपयुक्त अभिप्राय यांमधला फरक ओळखायला शिकवते. टीका अनेकदा मदत करण्याच्या उद्देशाशिवायच होते. उलट, अभिप्रायात अशी समज असते जी तुम्हाला अधिक चांगलं बनवू शकते. जेव्हा तुम्ही टीकेची भीती सोडता, तेव्हा काय उपयोगाचं आहे आणि काय अनावश्यक आहे हे वेगळं करण्याची स्पष्टता मिळते. तुम्हाला मजबूत बनवणारा अभिप्राय स्वीकारायला आणि फक्त खच्चीकरण किंवा लेबल लावण्यासाठी असलेली मतं शांतपणे सोडून द्यायला शिकता.

उदाहरणार्थ, तुम्हाला सार्वजनिक वक्ता व्हायचं असेल, तर ही प्रक्रिया मोठ्या मंचावरून सुरू होत नाही. ती शांतपणे सुरू होते. सुरुवातीला तुम्ही एका व्यक्तीशी बोलून सराव करता. मग छोट्या गटासमोर बोलण्याचा सराव करता. हळूहळू श्रोत्यांची संख्या वाढवत जाता. प्रत्येक टप्प्यावर टीका वेगवेगळ्या रूपात दिसते–नजरा, प्रतिक्रिया, टिप्पण्या. जितका जास्त सराव करता, तितकं तुम्ही केवळ बोलण्यातच नव्हे, तर टीका हाताळण्यातही सुधारता. कालांतराने भीतीच्या जागी आत्मविश्वास येतो आणि संकोचाच्या जागी अनुभव येतो.

हा दृष्टिकोन आयुष्याच्या प्रत्येक क्षेत्राला लागू होतो. काहीतरी नवीन सुरू करणं, तुमचं काम शेअर करणं, दिशा बदलणं किंवा फक्त स्वतःसारखं राहणं–काहीही असो, टीका मागे येणारच. उद्दिष्ट टीका संपवणं नाही; तर तिच्याविषयी लवचिकता निर्माण करणं आहे. लवचिकता वाढली की टीकेची तुम्हाला थांबवण्याची ताकद कमी होते.

हेही लक्षात ठेवा की टीका अनेकदा आपल्याला वाटतं त्यापेक्षा लवकर विरून जाते. लोक पटकन पुढे जातात. त्या क्षणी जे जड वाटतं, ते काळानुसार क्षुल्लक ठरतं. पण तुमची प्रगती तुमच्यासोबत राहते. तुम्ही

विकसित केलेली कौशल्यं, जोपासलेलं धैर्य आणि मिळवलेला आत्मविश्वास– हे सगळं मतं बदलल्यानंतरही टिकून राहतं.

नेहमी लक्षात ठेवा–तुमची प्रगती ही तुमच्याबद्दलच्या कोणत्याही टीकेपेक्षा अधिक महत्त्वाची आहे. हे सत्य ठामपणे स्वीकारलंत, की लक्ष आपोआप बदलतं. कोण तुम्हाकडे पाहतंय याकडे लक्ष देण्याऐवजी तुम्ही स्वतःच्या प्रगतीकडे पाहू लागता. लोक मान्यता देतात का याऐवजी तुम्ही स्वतःला विचारता–मी पुढे जातोय का? हा बदल सूक्ष्म असला, तरी खूप प्रभावी असतो. तो निर्णय घेण्याची पद्धत, भीती हाताळण्याची पद्धत आणि यश मोजण्याची पद्धत बदलतो.

जेव्हा टीका तुमचा मार्गदर्शक राहात नाही, तेव्हा उद्देश तिची जागा घेतो. तुम्ही भीतीमुळे नव्हे, तर जाणीवपूर्वक कृती करू लागता. मान्यता मिळेल म्हणून नव्हे, तर प्रगती आवश्यक आहे म्हणून पुढे जाता. आणि अशा प्रकारे पुन्हा पुन्हा प्रगती निवडताना, तुम्ही मतांवर नव्हे तर धैर्य, स्पष्टता आणि स्थिर आत्मविश्वासावर आधारलेलं आयुष्य घडवता.

# एकावेळी एक दिवस

***तुमचे दिवस योग्य पद्धतीने वापरा; मग पुढच्या वर्षांची काळजी करावी लागणार नाही.***

बहुतेक लोक वर्षाकडे अपेक्षा, ध्येय आणि दबावांनी भरलेला मोठा कालावधी म्हणून पाहतात. एकाच वेळी पाहिलं, तर तीनशे पासष्ट दिवस खूप जड वाटू शकतात. आपण काय साध्य करायचं, काय सुधारायचं आणि काय चुकू शकतं याचा विचार करत राहतो. या मानसिक ओझ्यात कृती सुरू होण्याआधीच प्रेरणा कमी होते. पण आयुष्य वर्षात जगलं जात नाही; ते क्षणांत जगलं जातं–सकाळ-संध्याकाळ, शांतपणे घेतलेल्या छोट्या निवडींत. म्हणूनच खरा बदल संपूर्ण वर्षाचा विचार करून होत नाही; तो एका दिवसावर लक्ष केंद्रित केल्याने होतो.

एक वर्षात ३६५ दिवस असतात, किंवा लीप वर्ष असेल तर ३६६ दिवस. प्रत्येक दिवशी सारखी ऊर्जा, लक्ष आणि स्पष्टता असणं शक्य नाही – हे पूर्णपणे मानवी आहे. तरीही, जर तुम्ही एकावेळी एका दिवसावर लक्ष दिलंत, तर अर्थपूर्ण बदल घडू शकतो. एक दिवस काहीतरी नवीन सुरू करण्यासाठी पुरेसा असतो. एक दिवस सवय बदलण्यासाठी, विचार सुरू करण्यासाठी किंवा आयुष्याची दिशा हळूच बदलणाऱ्या एका पावलासाठी पुरेसा असतो. आजचा दिवस अधिक प्रभावीपणे कसा वापरायचा हे ठरवलंत, की तो शक्तिशाली बनतो.

जेव्हा आपण लक्ष फक्त आजच्या दिवसावर केंद्रित करतो, तेव्हा दबाव कमी होतो. संपूर्ण वर्षाचं ओझं वाहण्याऐवजी आपण एक साधा प्रश्न विचारतो–आज मी काय करू शकतो? हा प्रश्न हलका, सोपा आणि प्रामाणिक वाटतो. एक दिवस परिपूर्णतेची अपेक्षा करत नाही; तो फक्त

प्रयत्नाची अपेक्षा करतो. जेव्हा तुम्ही पूर्ण लक्ष आजवर देता, तेव्हा प्रगती दूरची वाटत नाही–ती वास्तव वाटते.

प्रत्येक दिवस योग्य वापरण्याचा एकत्रित परिणाम अनेकदा कमी लेखला जातो. छोट्या कृती स्वतंत्रपणे मोठ्या वाटत नाहीत; पण सातत्याने केल्यावर त्यांचा अर्थपूर्ण परिणाम दिसतो. एक केंद्रित दिवस गती निर्माण करतो. गती शिस्त निर्माण करते. शिस्त हळूहळू परिणाम घडवते. कालांतराने या छोट्या निवडी संपूर्ण वर्ष अर्थपूर्ण बनवतात. सर्व ध्येय साध्य झाली नाहीत तरी तुम्ही सुरुवातीपेक्षा खूप पुढे जाता. प्रगती नेहमी शेवटच्या टप्प्यापर्यंत पोहोचण्याबद्दल नसते; कधी ती प्रवासात अधिक सक्षम, स्पष्ट आणि मजबूत होण्याबद्दल असते.

माणूस असल्यामुळे काही दिवस योजनेप्रमाणे जात नाहीत हे स्वीकारावं लागतं. काही दिवस ऊर्जा कमी असते, प्रेरणा नसते किंवा आयुष्य विश्रांतीची मागणी करतं. प्रत्येक दिवशी समान कामगिरीची अपेक्षा करणं अवास्तव आणि हानिकारक आहे. महत्त्वाचं परिपूर्णता नाही; महत्त्वाचं सातत्य आहे. बहुतांश दिवस तुम्ही तुमच्या ध्येयांसाठी, जरी थोडं का होईना, काम केलंत, तरी पुढे जाणं सुरू राहतं. प्रगती घसरू न देण्यात नाही, तर पुन्हा पुन्हा उभं राहण्यात असते.

एकावेळी एका दिवसावर लक्ष दिल्याने भीतीही कमी होते. भीती अनेकदा दूरच्या परिणामांचा आणि वाईट शक्यतांचा विचार करून निर्माण होते. लक्ष वर्तमानात ठेवलं, की भीतीची पकड कमी होते. मग सगळं कसं होईल याची चिंता न करता, आत्ता काय करता येईल यावर लक्ष जातं. या बदलामुळे शांतता, स्पष्टता आणि आत्मविश्वास वाढतो. कृती सोपी वाटते, कारण ती भविष्यातील अपेक्षांच्या ओझ्याशी जोडलेली नसते.

कल्पना करा, एखाद्याला त्याची ध्येयं खूप मोठी आणि दूरची वाटतात म्हणून तो अडकलेला वाटतो. प्रत्येक वेळी तो पुढचं वर्ष विचारात घेतो, तेव्हा तो निराश होतो. एक दिवस तो ठरवतो की संपूर्ण प्रवासाचा विचार न

करता फक्त पुढचं पाऊल पाहायचं. तो उठतो आणि स्वतःला विचारतो– आज मी कोणती छोटी कृती करू शकतो? तो दुसऱ्या दिवशीही तेच करतो, मग तिसऱ्या दिवशी. हळूहळू जे अशक्य वाटत होतं ते शक्य वाटू लागतं. काहीही मोठं एका रात्रीत बदलत नाही; पण सातत्य विश्वास निर्माण करतं. कालांतराने मार्ग स्पष्ट होतो आणि शंका आत्मविश्वासात बदलते.

हा दृष्टिकोन अपराधीपणाशिवाय लवचिकताही देतो. आयुष्य सरळ रेषेत चालत नाही; प्रगतीही तशी नसते. काही दिवस वेगाने पुढे जातात, काही दिवस हळू – दोन्ही योग्य आहेत. लक्ष आजवर ठेवलं, की गरजेनुसार बदल करण्याची मुभा मिळते. तुम्ही तुमची ऊर्जा ऐकायला शिकता, परिस्थितीनुसार वागता आणि स्वतःवर कठोर टीका न करता पुढे जाता. हा समतोल प्रगती टिकवून ठेवतो.

एकावेळी एका दिवसावर काम करणं म्हणजे महत्त्वाकांक्षा कमी करणं नाही; ती वास्तवात रोवणं आहे. मोठी ध्येयं अजूनही महत्त्वाची असतात, पण ती छोट्या, सातत्यपूर्ण प्रयत्नांतून साध्य होतात. दैनंदिन प्रयत्नांचा सन्मान केलात, की दीर्घकालीन ध्येयं दूरची वाटेनाशी होतात. प्रत्येक दिवस एक पाया बनतो आणि प्रत्येक प्रयत्न त्या रचनेत भर घालतो.

दिवसागणिक आयुष्याचा आनंद घेणंही तितकंच महत्त्वाचं आहे. प्रगती सतत संघर्षासारखी वाटू नये. दैनंदिन प्रयत्नांत समाधान मिळालं, की प्रगती टिकते. आनंद यश कमी करत नाही; उलट तो त्याला बळ देतो. केवळ दबावावर उभं आयुष्य शेवटी थकवतं, तर स्थिर प्रयत्न आणि दैनंदिन कृतज्ञतेवर उभं आयुष्य टिकाव देतं.

जेव्हा तुम्ही प्रत्येक दिवसाचं महत्त्व ओळखता, तेव्हा आधी दुर्लक्षित राहिलेले छोटे विजय दिसू लागतात–काम पूर्ण करणं, अडथळ्यांवर मात करून उपस्थित राहणं, सोयीपेक्षा शिस्त निवडणं. हे क्षण महत्त्वाचे असतात. ते स्वतःवरील विश्वास वाढवतात. कालांतराने आत्मविश्वास तुमचं सर्वात मजबूत साधन बनतो.

एकावेळी एक दिवस जगणं संयम शिकवतं. ते आठवण करून देतं की खऱ्या बदलासाठी घाई नव्हे, तर सातत्य आवश्यक आहे. ते प्रगतीला नैसर्गिकरित्या घडू देतं. जेव्हा तुम्ही आजचा दिवस जाणीवपूर्वक वापरता, तेव्हा भविष्याबद्दल सतत चिंता न करता तुम्ही शांतपणे ते घडवत असता.

शेवटी, आयुष्य परिपूर्णतेपेक्षा सातत्याला बक्षीस देतं. वर्ष घाईत नव्हे, तर स्थिर पावलांत तयार होतं. वेळ जिंकण्याचा प्रयत्न सोडून त्याच्यासोबत काम करायला लागलात, की प्रगती कमी तणावपूर्ण आणि अधिक समाधानकारक वाटते. आजवर लक्ष द्या. तो योग्य वापरा. उद्याची काळजी उद्यालाच करू द्या. कारण दररोज पुढे जाण्याची तुमची निवड, तुमचं भविष्य आधीच चांगलं घडवत असते.

## स्वप्नातील आयुष्य

***तुमचं स्वप्नातील आयुष्य तुम्हाला मेहनत करायला सांगतं – नक्कीच, जर ते तुम्हाला पालकांकडून वारशाने मिळालं नसेल तर.***

काही लोक मोठे होताना असा विश्वास ठेवतात की स्वप्नातील आयुष्य काही भाग्यवान लोकांनाच सहज मिळतं. बाहेरून ते इतकं सहज वाटतं की जणू यश, स्वातंत्र्य किंवा समाधान कोणत्याही संघर्षाशिवाय मिळालं आहे. हा विचार शांतपणे त्यांना निरुत्साही करतो जे अजून स्वतःचा मार्ग शोधत आहेत. पण खरं वास्तव अधिक स्थिर आणि प्रेरणादायी आहे. प्रत्येकाला स्वप्नातील आयुष्य मिळत नाही. बहुतांश लोकांसाठी ते वारशाने, भेट म्हणून किंवा हमखास मिळत नाही. ते हळूहळू, जाणीवपूर्वक आणि अनेकदा शांतपणे–कालांतराने सातत्यपूर्ण प्रयत्नांनी–घडवलं जातं.

स्वप्न पूर्ण करण्यासाठी तुम्हाला रोज मेहनत करावी लागते. एकाच क्षणात सगळं बदलून टाकणारा असा क्षण नसतो. त्याऐवजी अनेक साधे दिवस असतात, जिथे तुम्ही सोयीपेक्षा प्रयत्न, कारणांपेक्षा शिस्त आणि निराशेपेक्षा संयम निवडता. आपण अनेकदा अशा लोकांना पाहतो ज्यांच्याकडे संपत्ती, सुरक्षितता किंवा वारसा आधीपासूनच असतो. त्यांची सुरुवात वेगळी दिसू शकते. पण जगातील बहुतेक लोकांसाठी तसं नसतं. बहुतांश लोक अनिश्चितता, मर्यादित साधनं आणि अनुत्तरित प्रश्नांसह सुरुवात करतात. यामुळे स्वप्न अशक्य होत नाही; फक्त त्यासाठीचा मार्ग स्पष्ट होतो.

मेहनत करणं नेहमी आकर्षक वाटत नाही. याचा अर्थ आवश्यक गोष्टी करणं–त्या पुनरावृत्तीच्या किंवा अस्वस्थ वाटल्या तरी. याचा अर्थ प्रेरणा कमी असताना आणि प्रगती दिसत नसतानाही उपस्थित राहणं. याचा अर्थ कौशल्यं कशी तयार होतात हे शिकणं, ती आधीपासूनच असावीत अशी फक्त अपेक्षा करणं नव्हे. जे लोक इतरांपेक्षा “चांगले” वाटतात, ते

सुरुवातीपासून तसे नव्हते. त्यांनी शिकून, सराव करून, चुका करून, बदल करून आणि पुन्हा प्रयत्न करून स्वतःला घडवलं आहे. या संपूर्ण प्रक्रियेत तुमच्या ध्येयांवर लक्ष केंद्रित ठेवणं हे स्वप्नातील आयुष्याजवळ जाण्याच्या काही विश्वासार्ह मार्गांपैकी एक आहे. प्रयत्न, वेळ आणि सातत्याची जागा घेणारा कोणताही शॉर्टकट नसतो.

शॉर्टकटची कल्पना आकर्षक वाटते, कारण प्रयत्न थकवणारे असू शकतात. पण शॉर्टकट अनेकदा निराशा किंवा टिकून न राहणाऱ्या उथळ यशाकडे नेतात. खरी प्रगती वेगातून नव्हे, तर सखोलतेतून येते. आवश्यक मेहनत करण्याचा निर्णय घेतला, की फक्त परिणामच नाही, तर स्वभाव, लवचिकता आणि आत्मविश्वासही घडतो. ही गुणं तुमचा भाग बनतात आणि एखादं ध्येय पूर्ण झाल्यानंतरही तुम्हाला साथ देतात.

तितकंच महत्त्वाचं म्हणजे तुम्ही कोणाचं स्वप्न पूर्ण करत आहात हे समजून घेणं. सर्वात महत्त्वाचं म्हणजे तुमची स्वप्नं फक्त तुमचीच असावीत. ती इतरांच्या मतांवर किंवा आजूबाजूच्या लोकांना तुम्ही काय साध्य करावं असं वाटतं यावर आधारित नसावीत. समाज काही मार्गांना प्रोत्साहन देतो आणि इतरांना अव्यवहार्य किंवा धोकादायक ठरवतो. या मतांकडे आंधळेपणाने पाहिलं, तर तुम्ही खरंच महत्त्वाच्या गोष्टींपासून दूर जाऊ शकता. जे स्वप्न तुमचं नाही, ते बाहेरून यशस्वी दिसलं तरी आतून जड वाटू लागतं.

आत्मजाणीव ही स्वप्नातील आयुष्य घडवण्याचा महत्त्वाचा भाग आहे. आत्मजाणीव तुम्हाला खरंच काय हवं आहे हे समजून घ्यायला मदत करते– तुम्हाला काय हवं असावं असं सांगितलं गेलं आहे ते नव्हे. ती तुम्हाला तुमची मूल्यं, आवडी, ताकद आणि मर्यादा यांच्यावर प्रामाणिकपणे विचार करायला लावते. ही स्पष्टता वेळ आणि ऊर्जा वाचवते. जेव्हा तुम्हाला कशासाठी मेहनत करतोय हे कळतं, तेव्हा प्रयत्न जबरदस्तीचे वाटत नाहीत; ते अर्थपूर्ण वाटतात. आत्मजाणीव नसली, तर कठोर मेहनतही रिकामी वाटू शकते.

कल्पना करा, एखादा व्यक्ती वर्षानुवर्षे एखादं ध्येय फक्त इतरांना प्रभावित करतं म्हणून पाठलाग करत राहतो, आणि नंतर लक्षात येतं की ते त्याच्या अंतर्गत मूल्यांशी कधीच जुळलं नव्हतं. मेहनत खरी होती, पण समाधान नव्हतं. आता कल्पना करा, तोच प्रयत्न एखाद्या वैयक्तिक, मनापासून जुळणाऱ्या ध्येयाकडे वळतो. अडचणी तशाच राहतात, पण प्रेरणा बदलते. प्रत्येक पाऊल अर्थपूर्ण वाटतं, कारण ते बाह्य मान्यतेपेक्षा वैयक्तिक अर्थावर आधारित असतं.

स्वप्नातील आयुष्य घडवण्यासाठी स्वतःबद्दल संयम ठेवणंही तितकंच आवश्यक आहे. प्रगती क्वचितच सरळ रेषेत होते. शंका, मंद टप्पे आणि अडथळे येणारच. हे क्षण अपयशाचे संकेत नसतात; ते शिकण्याचे संकेत असतात. प्रगतीला वेळ लागतो, आणि वेळेसोबत संयमही लागतो. हे स्वीकारलं, की तुम्ही घाई करणं थांबवता आणि प्रक्रियेवर विश्वास ठेवायला सुरुवात करता.

तीव्रतेपेक्षा सातत्य अधिक महत्त्वाचं असतं. कधीतरी केलेला मोठा प्रयत्न स्थिर आणि पुनरावृत्तीच्या कृतीची जागा घेऊ शकत नाही. अगदी छोटे पाऊलही नियमितपणे टाकले, तर गती निर्माण होते. गती आत्मविश्वास वाढवते, आणि आत्मविश्वास पुढील कृतीला प्रोत्साहन देतो. कालांतराने हा चक्र स्वतःच चालू राहतं. तुम्ही स्वतःवर विश्वास ठेवू लागता, कारण तुमच्या बांधिलकीचे पुरावे तुम्हालाच दिसू लागतात.

हेही लक्षात ठेवणं महत्त्वाचं आहे की स्वप्नातील आयुष्य प्रत्येकासाठी सारखं दिसत नाही. काहींसाठी ते सर्जनशील स्वातंत्र्य असू शकतं; तर काहींसाठी स्थैर्य, प्रभाव किंवा वैयक्तिक शांतता. तुलना या समजाला अनेकदा विकृत करते. जेव्हा तुम्ही तुमच्या प्रवासाची इतरांशी तुलना करता, तेव्हा पार्श्वभूमी, वेळ आणि उद्देश यांतील फरक दुर्लक्षित करता. तुमचा मार्ग योग्य आहे, कारण तो तुमचा आहे.

स्वप्न पूर्ण करण्यासाठी आवश्यक गोष्टी करणं म्हणजे वर्तमानातील आनंदाचा त्याग करणं नव्हे. प्रवास हाच स्वप्नाचा भाग असतो. शिकणं, सुधारणा आणि प्रगती तुम्हाला अशा प्रकारे घडवतात, जे केवळ ध्येय गाठून शक्य होत नाही. जेव्हा तुम्ही प्रक्रियेत अर्थ शोधायला शिकता, तेव्हा प्रयत्न हलके वाटतात आणि प्रगती समाधानकारक वाटते.

स्वप्नातील आयुष्य इच्छा किंवा प्रतीक्षा करून घडत नाही; ते जाणीव, उद्देश आणि कृतीतून घडतं. ते तुम्हाला कारणांपेक्षा जबाबदारी आणि गोंधळापेक्षा स्पष्टता निवडायला सांगतं. परिणाम उशिरा दिसले तरी बांधिलकी टिकवून ठेवायला सांगतं. सर्वांत महत्त्वाचं म्हणजे, ते तुम्हाला तुमचा प्रयत्न महत्त्वाचा आहे यावर विश्वास ठेवायला सांगतं.

शेवटी, स्वप्नातील आयुष्य बाहेरून किती सहज दिसतं यावर नव्हे, तर आतून किती प्रामाणिक वाटतं यावर ठरतं. जेव्हा तुमची स्वप्नं खऱ्या अर्थाने तुमची असतात आणि तुमच्या कृती रोज त्यांच्याशी जुळतात, तेव्हा प्रगती अटळ होते. मार्ग कदाचित लांब असेल, पण अर्थपूर्ण असतो. मागे वळून पाहिल्यावर लक्षात येतं की प्रयत्नांनी भरलेला प्रत्येक साधा दिवस तुम्हाला हळूहळू त्या आयुष्याजवळ घेऊन गेला, ज्याची तुम्ही कधी फक्त कल्पना केली होती.

## यशाचा मार्ग

### *तुमच्या यशाचा अर्थ तुम्हालाच ठरवायचा असतो*

अनेक लोक आयुष्यभर यशाची एकच व्याख्या शोधत राहतात– सगळ्यांसाठी लागू होईल अशी एखादी स्पष्ट पद्धत मिळेल या आशेने. ते आजूबाजूला पाहतात, लोक काय कौतुक करतात ते पाहतात आणि शांतपणे विचार करतात की आपण योग्य दिशेने जातोय का. या शोधामुळे अनेकदा गोंधळ, तुलना आणि दबाव निर्माण होतो. पण सत्य दिसतं त्यापेक्षा अधिक सोपं आणि मुक्त करणारं आहे: यश हे ठरलेलं ध्येय नाही आणि ते सगळ्यांसाठी सारखंही नसतं. हे समजलं, की पुढचा मार्ग हलका आणि अधिक वैयक्तिक वाटू लागतो.

यश अनेक पैलूंनी बनलेलं असतं. एका व्यक्तीसाठी जे यश आहे, ते दुसऱ्यासाठी तसं असेलच असं नाही. कोणाला श्रीमंत व्हायचं असतं, कोणाला प्रभावशाली व्हायचं असतं, कोणाला लोकांवर छाप पाडायची असते; तर कोणाला फक्त स्वतःशी शांततेत जगायचं असतं. कोणाला कुटुंबाचं ऊबदार साथ हवी असते, तर कोणाला साधं, शांत आयुष्य. यापैकी काहीही चुकीचं नाही. यशाची व्याख्या व्यक्तिनुसार बदलते, तसेच त्या दिशेने जाणारे मार्गही बदलतात.

समस्या तेव्हा निर्माण होते, जेव्हा आपण स्वतःचं ध्येय ठेवून इतरांचा मार्ग चालण्याचा प्रयत्न करतो. समाज अनेकदा यशाच्या काही ठराविक रूपांनाच महत्त्व देतो आणि त्यांनाच सार्वत्रिक मानतो. त्यामुळे एक न बोललेली अपेक्षा तयार होते–सगळ्यांनी तेच हवं आणि त्याच मार्गाने जावं. तुमच्या आतल्या इच्छा या चित्राशी जुळल्या नाहीत, की शंका वाढू लागते. पुढे जात असतानाही हरवल्यासारखं वाटू लागतं. यश वैयक्तिक आहे हे समजलं, की हा संघर्ष कमी होतो आणि निवडींमध्ये पुन्हा स्पष्टता येते.

प्रत्येकाची जगाकडे पाहण्याची आणि समजून घेण्याची पद्धत वेगळी असते. प्रत्येकाची क्षमता, ताकद आणि मर्यादा वेगवेगळ्या असतात. काही लोक सरावातून पटकन शिकतात, तर काही निरीक्षणातून शिकतात. काहीजण दबावात उत्तम काम करतात, तर काहीजण शांत आणि स्थिर वातावरणात अधिक चांगलं काम करतात. हे फरक अडथळे नसून दिशादर्शक असतात. महत्त्वाचं म्हणजे आत्मजाणीव ठेवणं आणि आपल्या मार्गाने, आपल्या गतीने यशाकडे वाटचाल करणं. आत्मजाणीव तुम्हाला तुमच्या ताकदी ओळखायला, सुधारणा करायच्या गोष्टी समजून घ्यायला आणि तुमच्यासाठी खरोखर काय महत्त्वाचं आहे ते जाणून घ्यायला मदत करते.

यशाकडे जाणं म्हणजे इतरांची पद्धत तशीच वापरणं नव्हे. त्याऐवजी तुमच्यासाठी काय योग्य ठरतं हे शोधणं महत्त्वाचं असतं. तुमच्याकडे उपलब्ध असलेल्या साधनांचा तुमच्या क्षमतेला आणि परिस्थितीला अनुरूप वापर कसा करता येईल, याबद्दल प्रामाणिकपणे विचार करणं आवश्यक असतं. ही साधनं म्हणजे वेळ, कौशल्यं, साथ देणारी माणसं किंवा संधी असू शकतात. त्यांचा विचारपूर्वक उपयोग केला, तर मर्यादित साधनंसुद्धा अर्थपूर्ण प्रगती घडवू शकतात.

प्रत्येकाची काम करण्याची आणि स्वतःचा मार्ग शोधण्याची पद्धत वेगळी असते. काहीजण वेगाने पुढे जातात–प्रयोग करत, चुका करून शिकत. काहीजण सावकाश पुढे जातात–मजबूत पाया तयार करून मग मोठी पावलं टाकतात. तुम्ही मेहनत करण्यास तयार असाल, तर आवश्यक काम पूर्ण करण्यासाठी पर्यायी मार्ग नेहमी सापडतात. एक पद्धत अपयशी ठरली, तर दुसरी शिकता येते. प्रगती पर्यायांच्या अभावामुळे थांबत नाही; ती बदल न स्वीकारल्यामुळे थांबते.

कल्पना करा, दोन व्यक्ती दिसायला सारखंच ध्येय ठेवून पुढे जात आहेत. बाहेरून पाहिलं, तर ते एकाच दिशेने जात आहेत असं वाटतं. एक वेगाने पुढे जातो–जोखीम घेत, चुका करून शिकत. दुसरा स्थिरपणे पुढे

जातो–तयारी आणि दीर्घकालीन स्थैर्यावर भर देत. त्यांची गती, साधनं आणि अडचणी वेगळ्या असल्या तरी दोघेही आपल्या पद्धतीने पुढे जात असतात. जर त्यापैकी कुणी दुसऱ्याचा मार्ग अनुसरण्याचा प्रयत्न केला, तर प्रगतीऐवजी निराशा निर्माण होईल. जेव्हा प्रत्येकजण आपल्या ताकदीशी सुसंगत राहतो, तेव्हा वाढ नैसर्गिक वाटते.

अनेक लोक एक ठरलेला मार्ग शोधत राहतात–जणू योग्य रस्ता सापडला, की यश आपोआप मिळेल. पण ध्येयं वेगळी असतात, त्यामुळे मार्गही वेगळे असतात. ध्येयं सारखी दिसली, तरी ती गाठणारे लोक क्षमतांमध्ये, जबाबदाऱ्यांमध्ये आणि जीवनाच्या लयीत वेगळे असतात. प्रवासांची तुलना केल्याने हे वास्तव दुर्लक्षित होतं आणि अनावश्यक दबाव निर्माण होतो. स्वतःला ओळखलं, की सार्वत्रिक मार्ग शोधणं थांबतं आणि स्वतःचा मार्ग घडवणं सुरू होतं.

स्वतःचा मार्ग घडवण्यासाठी संयम आणि विश्वास आवश्यक असतो. काही टप्प्यांत परिणाम स्पष्ट दिसतात, तर काही टप्प्यांत शिकणं आणि अंतर्गत वाढ अधिक महत्त्वाची ठरते. दोन्ही तितकीच महत्त्वाची आहेत. आपल्या गतीने पुढे गेलं, की थकवा कमी होतो आणि टिकाऊपणा वाढतो. यशाचा पाठलाग करण्याऐवजी तुम्ही त्यात हळूहळू वाढू लागता.

हेही लक्षात ठेवणं गरजेचं आहे की यश वेळेनुसार बदलतं. आयुष्याच्या एका टप्प्यात महत्त्वाचं वाटणारं दुसऱ्या टप्प्यात बदलू शकतं. जबाबदाऱ्या, अनुभव आणि दृष्टिकोन वाढल्यावर ध्येयंही बदलतात. याचा अर्थ आधी तुम्ही चुकीचे होता असा नाही; याचा अर्थ तुम्ही स्वतःला अधिक ओळखत आहात. लवचिक राहिलं, की यशाची व्याख्या तुमच्यासोबत विकसित होत राहते.

या संपूर्ण प्रवासात आत्मजाणीव महत्त्वाची भूमिका बजावते. एखादं ध्येय खरंच तुमचं आहे की बाह्य अपेक्षांमधून आलेलं आहे, हे ओळखायला ती मदत करते. काहीतरी तुमच्यासाठी उपयोगी राहिलेलं नाही, हे लक्षात आल्यावर बदल करण्याची आठवणही करून देते. आत्मजाणीव नसली, तर मेहनत थकवणारी वाटते; तिच्यासोबत कठीण कामही अर्थपूर्ण वाटतं. तुम्ही कोणताही मार्ग निवडा, मेहनत करणं आवश्यकच असतं.

प्रयत्नांशिवाय मिळणारं यश अस्तित्वात नाही. मात्र प्रयत्न तुमच्या मूल्यांशी आणि क्षमतांशी जुळले, की ते जबरदस्तीचे वाटत नाहीत; ते उद्देशपूर्ण वाटतात. जेव्हा तुम्ही खरोखर महत्त्वाच्या गोष्टीसाठी काम करता, तेव्हा शिस्त सहज होते आणि लवचिकता नैसर्गिकपणे वाढते.

यशाचा मार्ग प्रत्येकासाठी सारखा असावा असं नाही; तो प्रामाणिक असावा. तो तुम्ही कोण आहात, तुम्हाला काय महत्त्वाचं वाटतं आणि तुम्ही पुढे कसं जायचं ठरवता यावर घडतो. जेव्हा तुम्ही इतरांशी तुलना करणं थांबवून स्वतःकडे लक्ष देता, तेव्हा गोंधळाऐवजी स्पष्टता येते. तुम्ही न घाई करता, न संकोचता–जाणीवपूर्वक पुढे जाता.

शेवटी, यश एखाद्या एका बिंदूपर्यंत पोहोचण्याबद्दल नाही; ते तुमच्यासाठी अर्थपूर्ण आणि प्रामाणिक वाटणारं आयुष्य घडवण्याबद्दल आहे. जेव्हा तुम्ही स्वतःला ओळखता आणि स्वतःच्या मार्गाने चालण्याची बांधिलकी ठेवता, तेव्हा प्रगती वैयक्तिक आणि समाधानकारक होते. मार्ग

वेगळा असू शकतो, गती वेगळी असू शकते – पण तो तुमचा असेल, तर प्रत्येक पावलाला अर्थ असतो.

## प्रत्येक पाऊल महत्त्वाचं असतं

***त्याच ठिकाणी थांबण्यापेक्षा पुढे टाकलेलं प्रत्येक पाऊल अधिक मोलाचं असतं.***

बहुतेक कल्पना शांतपणे सुरू होतात. त्या छोट्या विचारांच्या रूपात, अचानक निर्माण झालेल्या कुतूहलात किंवा काहीतरी अधिक चांगलं होऊ शकतं या साध्या जाणीवेतून येतात. सुरुवातीला कल्पना उत्साहवर्धक आणि शक्यतांनी भरलेल्या वाटतात. अनेकदा लोकांना एखादी कल्पना सुचते आणि ते मनापासून विश्वास ठेवतात की ते तिच्यामुळे काहीतरी अर्थपूर्ण करू शकतात. ते तिचा विचार करतात, परिणामांची कल्पना करतात आणि भविष्य काय घेऊन येईल यामुळे प्रेरित होतात. या टप्प्यावर सगळं शक्य आणि आशादायी वाटतं, कारण अजून वास्तवाची कसोटी लागलेली नसते.

कल्पना पुढे वाढत गेली की लोक तिचा अधिक सखोल विचार करू लागतात. ती साकारण्यासाठी काय आवश्यक असेल, कोणती साधनं लागतील आणि कोणती दिशा घ्यायची हे ते समजून घेण्याचा प्रयत्न करतात. नेमकं काय करायचं आणि ते प्रत्यक्षात कसं शक्य होईल, याचा विचार करतात. हा टप्पा उत्पादक वाटतो, पण अनेकदा तो फक्त मनातच राहतो. आणि मग मध्येच कुठेतरी शंका शांतपणे येते. लोक कारणं मांडू लागतात की ही कल्पना त्यांच्या बाबतीत का काम करणार नाही. त्यांना वाटतं त्यांच्याकडे पुरेसं भांडवल नाही. वेळ अपुरा वाटतो. आवश्यक साधनं, कौशल्यं किंवा साथ नाही असं वाटतं. अशी अनेक कारणं पुढे येतात–प्रत्येक कारण योग्य आणि पटण्यासारखं वाटतं.

हे सगळं बहुतेक वेळा केवळ विचारांच्या पातळीवरच घडतं–कल्पना प्रत्यक्षात आणण्याआधीच. कल्पना नाकारली जाते ती प्रयत्न करून अपयशी ठरल्यामुळे नाही, तर भीती आणि अनिश्चिततेला आधीच निर्णय घेऊ

दिल्यामुळे. अशा अवस्थेत अनेक कल्पना वाढण्याची संधी न मिळताच हरवून जातात. क्षमता अपूर्णच राहते–ती अशक्य होती म्हणून नव्हे, तर तिला कधी कृतीत आणलंच गेलं नाही म्हणून.

आता समजा एखाद्याने या टप्प्यापलीकडे जाऊन आपली कल्पना प्रत्यक्षात आणायचं ठरवलं, तर खरा प्रवास तेव्हाच सुरू होतो. समजा त्याने व्यवसाय सुरू करण्याचा निर्णय घेतला–तरीही हे कोणत्याही अर्थपूर्ण प्रयत्नाला तितकंच लागू होतं. कल्पना विचारातून कृतीत आली की वेगळ्या दृष्टिकोनाची गरज असते. कोणतीही कल्पना वास्तवात आणताना प्रत्येक टप्प्यावर–अगदी छोट्या टप्प्यावरही–शिकण्याची आणि कृती करण्याची तयारी ठेवावी लागते. तेव्हा प्रगती कल्पना किती चांगली वाटते यावर नाही, तर कृती किती सातत्याने केली जाते यावर अवलंबून असते.

सुरुवात करणं हेच पहिलं पाऊल असतं. ते अनिश्चित आणि अस्वस्थ वाटू शकतं, पण परिपूर्णतेपेक्षा ते अधिक महत्त्वाचं असतं. सुरुवात झाल्यावर समजून घेणं आवश्यक ठरतं. तुमचा व्यवसाय किंवा निवडलेला मार्ग समजून घेणं, तुम्ही कोणत्या उद्देशासाठी काम करत आहात हे जाणून घेणं आणि ही कल्पना तुमच्यासाठी का महत्त्वाची आहे हे ओळखणं गरजेचं असतं. अडचणी आल्या की उद्देश आधार देतो. उद्देश स्पष्ट नसेल, तर प्रयत्न थकवणारे वाटतात; तो स्पष्ट असेल, तर कठीण पावलंही अर्थपूर्ण वाटतात.

तुमच्या साधनांची ओळख असणं तितकंच महत्त्वाचं आहे. साधनं फक्त पैशांपुरती मर्यादित नसतात; त्यात वेळ, कौशल्यं, नातेसंबंध, ऊर्जा आणि दृष्टिकोन यांचाही समावेश होतो. तुमच्याकडे काय आहे हे समजलं, की मर्यादा वाटण्याऐवजी तुम्ही सर्जनशीलपणे काम करू शकता. कृती सुरू राहिली की लोकांशी व्यवहार करावा लागतो–कर्मचारी, सहकारी, स्पर्धक, ग्राहक किंवा साथ देणारे. प्रत्येक संवाद काहीतरी नवीन शिकवतो. तसेच तुम्हाला कामाची संस्कृती आणि वातावरण याबाबत मर्यादा ठरवायला शिकावं लागतं–ते व्यवसाय, प्रकल्प किंवा वैयक्तिक ध्येय काहीही असो.

कामांचं वाटप, जबाबदाऱ्या सांभाळणं आणि अनेक छोट्या तपशीलांकडे लक्ष देणं हा प्रक्रियेचा भाग बनतो. हे सूक्ष्म टप्पे बाहेरून प्रभावी वाटत नसले, तरी ते अत्यंत आवश्यक असतात. हा सिद्धांत प्रत्येक अर्थपूर्ण प्रयत्नाला लागू होतो. टप्पे वगळून टिकाऊ परिणाम अपेक्षित ठेवता येत नाहीत. प्रत्येक टप्प्याचं स्वतःचं महत्त्व असतं. समजून घेणं टाळलं, तर पुढे गोंधळ होतो. प्रयत्न टाळले, तर प्रगती थांबते. संयम टाळला, तर थकवा येतो.

कल्पना करा, एखाद्याजवळ अशी कल्पना आहे जी त्याला मनापासून महत्त्वाची वाटते, पण पुढचा प्रवास किती मोठा आहे यामुळे तो गोंधळलेला वाटतो. सगळं परिपूर्ण वाटेपर्यंत थांबण्याऐवजी तो एक छोटं पाऊल टाकतो. तो काहीतरी नवीन शिकतो, एखादा छोटा निर्णय घेतो किंवा आपल्या कल्पनेची साधी चाचणी करतो. हे पाऊल सगळं बदलत नाही, पण काहीतरी महत्त्वाचं बदलतं. ते उद्देशाला हालचाल देतं. प्रत्येक पावलागणिक स्पष्टता वाढते. आत्मविश्वास हळूहळू शंकेची जागा घेतो–मार्ग सोपा होतो म्हणून नव्हे, तर पुढे जाणं शक्य आहे याचा अनुभव मिळतो म्हणून.

आणखी एक महत्त्वाची गोष्ट अनेकदा दुर्लक्षित राहते: तुम्ही आधीच टाकलेलं प्रत्येक पाऊल तुम्हाला कधीच सुरुवात न केलेल्यांपेक्षा पुढे नेऊन ठेवतं. प्रगती संथ वाटली तरी ती प्रगतीच असते. स्थिर राहणं सुरक्षित वाटतं, पण त्यातून काही शिकायला मिळत नाही. कृती–अगदी अपूर्ण कृतीसुद्धा–असे धडे शिकवते, जे केवळ विचार करून कधीच समजत नाहीत. तुम्ही कोणतंही पाऊल टाका, त्यातून तुम्हाला सुधारणा, जुळवून घेणं आणि दिशा बदलणं नेहमी शक्य असतं. हालचाल पर्याय निर्माण करते; स्थिरता करत नाही.

प्रत्येक छोटं पाऊल तुम्हाला तुमच्या ध्येयाजवळ नेतं, जरी प्रवासात ध्येय बदलत राहिलं तरी. प्रगती नेहमी सरळ रेषेत होत नाही. काही पावलं तुम्हाला वेगाने पुढे नेतात, तर काही काय काम करत नाही हे शिकवतात. दोन्ही तितकीच मौल्यवान असतात. महत्त्वाची गोष्ट म्हणजे पुढे चालत राहण्याची तयारी. प्रगती वेगवान किंवा दिसणारीच असावी हा समज

अनेकांना अनावश्यकपणे निरुत्साही करतो. प्रत्यक्षात, स्थिर आणि सातत्यपूर्ण पावलं अधिक खोल आणि टिकाऊ बदल घडवतात.

अनेक लोक छोट्या कृतींची ताकद कमी लेखतात, कारण ते त्यांची तुलना मोठ्या परिणामांशी करतात. ते विसरतात की प्रत्येक मोठा परिणाम छोट्या निर्णयांच्या आणि सातत्यपूर्ण प्रयत्नांच्या मालिकेतून तयार होतो. जेव्हा तुम्ही छोट्या पावलांचा आदर करता, तेव्हा दबाव कमी होतो आणि गती वाढते. तुम्ही आत्मविश्वासाची वाट पाहणं थांबवता आणि अनुभवातून तो घडवायला सुरुवात करता.

शिकणं आणि कृती एकमेकांशी जोडलेले असतात. तुम्ही करून शिकता आणि शिकून अधिक चांगलं करता. हा चक्र प्रत्येक टप्प्यावर चालूच राहतो. तयारी कृतीपूर्वी येत नाही; ती कृतीतूनच निर्माण होते. प्रत्येक पाऊल जाणीव वाढवतं, कौशल्यं मजबूत करतं आणि लवचिकता घडवतं. कालांतराने जे आधी गुंतागुंतीचं वाटत होतं, ते परिचित वाटू लागतं.

लवचिकता ठेवणंही तितकंच महत्त्वाचं आहे. पावलं टाकणं म्हणजे एका दिशेला आंधळेपणाने बांधिल राहणं नव्हे; ते वाढीसाठी बांधिल राहणं आहे. तुम्ही शिकलेल्या गोष्टींनुसार दिशा बदलू शकता, सुधारणा करू शकता किंवा नव्याने ठरवू शकता. महत्त्वाचं म्हणजे प्रक्रियेत सक्रिय राहणं–तिच्यापासून दूर जाणं नव्हे.

प्रत्येक प्रवास अशा पावलांनी बनतो, जी अनेकदा इतरांना दिसत नाहीत. लोकांना अनेकदा फक्त परिणाम दिसतात, त्या मागची असंख्य छोटी मेहनत दिसत नाही. जेव्हा तुम्ही प्रत्येक पावलाचं महत्त्व ओळखता, तेव्हा बाह्य मान्यतेचा शोध थांबतो आणि तुम्ही स्वतःच्या प्रगतीवर विश्वास ठेवू लागता. हा विश्वास अनिश्चिततेतही तुम्हाला आधार देणारी शांत ताकद बनतो.

शेवटी, कल्पना अपयशी ठरतात कारण त्या कमकुवत असतात म्हणून नव्हे; बहुतेक वेळा त्या कृतीतून वाढण्याची संधीच मिळत नाही म्हणून. विचाराला त्याचं स्थान आहे, पण शक्यतांना वास्तवात बदलणारी गोष्ट म्हणजे हालचाल. प्रत्येक पाऊल महत्त्वाचं आहे हे मान्य केलं, की एकाच वेळी सगळं करण्याचा दबाव कमी होतो. मग लक्ष पुढचं योग्य पाऊल टाकण्यावर राहतं.

पुढचा प्रवास मोठ्या झेपांवरच अवलंबून नसतो.; तो स्थिर पावलांनी तयार होतो. प्रत्येक पाऊल – अगदी छोटं असलं तरी–अर्थपूर्ण असतं. तुम्ही सतत पुढे जात, शिकत आणि जुळवून घेत राहिलात, तर प्रगती अटळ होते. आणि कालांतराने ही छोटी पावलं शांतपणे असा मार्ग तयार करतात, जो तुम्हाला तुमच्या ध्येयाजवळ घेऊन जातो–एकावेळी एक पाऊल.

## तुमचा उद्देश काय आहे

***माणसाला उद्देशाची जाणीव ही एक देणगी आहे. तो आपल्या पसंतीचा कोणताही उद्देश निवडू शकतो. ही संधी इतर कोणत्याही सजीवाला मिळालेली नाही.***

बहुतेक लोक आयुष्यात एक न बोललेला प्रश्न मनात घेऊन पुढे जात असतात, जरी ते थांबून तो स्पष्टपणे विचारत नसले तरी. ते उठतात, दिनक्रम पाळतात, जबाबदाऱ्या पूर्ण करतात आणि आयुष्याच्या एका टप्प्यातून दुसऱ्यात जात राहतात; तरीही या सगळ्या हालचालींच्या मागे कुठेतरी जीवनाच्या अर्थाबद्दलची एक शांत उत्सुकता दडलेली असते. तो म्हणजे उद्देशाचा प्रश्न. उद्देश नसला, तर आयुष्य व्यस्त वाटतं; पण आतून रिकामं वाटतं. उद्देश असला, तर साधे दिवसही जिवंत वाटू लागतात. म्हणूनच स्वतःचा उद्देश समजून घेणं ही चैनीची गोष्ट नाही; पूर्णपणे जगण्यासाठी ती गरज आहे.

कधी कल्पना केली आहे का–एखादा वाघ सकाळी उठून नोकरीसाठी तयार होत आहे, शिकार करण्यासाठी? किंवा एखादा हत्ती शिकवण्यासाठी शाळेत जात आहे, घोडे शिकण्यासाठी जात आहेत, किंवा मांजरी सौंदर्यसाधनांसाठी पार्लरमध्ये जात आहेत? हे विचित्र आणि मजेशीर वाटतं, कारण प्राणी असं जगत नाहीत. ते त्यांच्या दिशेबद्दल प्रश्न विचारत नाहीत किंवा अर्थाबद्दल चिंतित होत नाहीत. प्राण्यांचा ठरवलेला वैयक्तिक उद्देश नसतो; ते फक्त आपल्या नैसर्गिक प्रवृत्तीनुसार वागतात. त्यांची कृती जगणं आणि निसर्ग यांच्या मार्गदर्शनाखाली असते, जाणीवपूर्वक निवडीखाली नव्हे.

पण आपण माणसं वेगळी आहोत. आपल्याला वेगळं ठरवते ती म्हणजे आपली जाणीव. आपल्यात विचार करण्याची, प्रश्न विचारण्याची आणि

निवड करण्याची क्षमता आहे. आपण फक्त प्रवृत्तीपुरते मर्यादित नाही. आपण कसं जगायचं आणि आपलं आयुष्य कशासाठी उभं राहील हे ठरवू शकतो. आपल्या क्षमता, अनुभव आणि आत्मजाणीव यांवर आधारलेला उद्देश आपण निवडू शकतो. ही निवड एक देणगीही आहे आणि जबाबदारीही. उद्देश आपोआप मिळत नाही; तो लक्ष आणि प्रयत्नांतून सापडतो.

तुम्हाला आयुष्यातून काय हवं आहे हे तुम्हीच ठरवू शकता. हा निर्णय नाट्यमय किंवा परिपूर्ण असण्याची गरज नाही; तो फक्त प्रामाणिक असणं आवश्यक आहे. उद्देश अत्यंत वैयक्तिक असतो. काहींसाठी तो काहीतरी अर्थपूर्ण उभारण्यात असू शकतो; तर काहींसाठी लोकांना साथ देण्यात, कला निर्माण करण्यात, ज्ञान वाटण्यात किंवा फक्त प्रामाणिकपणे आणि समतोलाने जगण्यात असू शकतो. सगळ्यांसाठी लागू होईल असा एकच योग्य उद्देश नसतो. महत्त्वाचं इतकंच–तो तुम्हाला खरा वाटला पाहिजे.

कोणत्याही उद्देशाशिवाय आयुष्य जगू नका. उद्देश नसलेलं आयुष्य बाहेरून यशस्वी दिसलं, तरी अनेकदा दिशाहीन वाटतं. तुम्ही ध्येयं साध्य करू शकता, मान्यता मिळवू शकता किंवा अपेक्षा पूर्ण करू शकता– तरीही आतून तुटलेपण जाणवू शकतं. उद्देश प्रयत्नांना दिशा देतो. तो तुम्ही जे करता त्यामागचं “का” स्पष्ट करतो. जेव्हा प्रयत्न उद्देशाने मार्गदर्शित असतात, तेव्हा काम कठीण असलं तरी ते हलकं आणि समाधानकारक वाटतं.

आयुष्य ही अशी देणगी आहे जी वेगवेगळ्या टप्प्यांवर वेगवेगळे उद्देश पूर्ण करण्यासाठी असते. उद्देश कायमस्वरूपी ठरलेला नसतो; तुम्ही वाढता, शिकता आणि बदलता तसे तोही बदलत जातो. आयुष्याच्या एका टप्प्यावर अर्थपूर्ण वाटलेली गोष्ट पुढे जाऊन तितकी सुसंगत वाटेलच असं नाही–आणि ते स्वाभाविक आहे. वाढीसाठी बदल आवश्यक असतो. जे तुमच्या उद्देशाशी जुळत नाही, ते ओळखणं ही जाणीवेची खूण आहे, अपयशाची नव्हे.

तुमचा उद्देश शोधण्यासाठी प्रयत्न करा. याचा अर्थ शांत बसून स्पष्टता आपोआप येण्याची वाट पाहणं नाही. उद्देश अनेकदा कृतीतूनच उलगडतो. तुम्ही प्रयत्न करता, शोधता आणि आयुष्याशी सक्रियपणे जोडता तेव्हा तो दिसू लागतो. जास्त विचार करण्यापेक्षा कृतीतून तुम्ही स्वतःला अधिक ओळखता. प्रयत्न स्पष्टता देतात; कृतीशिवायची शांतता अनेकदा गोंधळ वाढवते.

कल्पना करा, एखाद्याला वाटतं की त्याला अजून स्वतःचा उद्देश सापडलेला नाही म्हणून तो हरवलेला आहे. तो थांबून राहतो–एखादा ठोस क्षण येईल आणि सगळं स्पष्ट होईल, अशी अपेक्षा करत. पण एक दिवस तो थांबणं सोडून कृती करायचं ठरवतो. तो नोकरी घेतो, छोटा प्रकल्प सुरू करतो, अतिरिक्त काम सुरू करतो किंवा त्याच्यासाठी अर्थपूर्ण असलेलं काही लिहायला सुरुवात करतो. सुरुवातीला सगळं अनिश्चित वाटतं. पण काम करताना, शिकताना आणि विचार करताना हळूहळू स्पष्टता निर्माण होऊ लागते. जे आधी गोंधळ वाटत होतं, ते दिशा बनू लागतं. उद्देश कृतीपूर्वी सापडत नाही; तो कृतीतूनच सापडतो.

तुमच्या आयुष्यात काहीतरी तुमच्या उद्देशाशी जुळत नसेल, तर दिशा बदलण्याची परवानगी स्वतःला द्या. बदल म्हणजे आयुष्य सोडणं नव्हे; ते अधिक स्पष्ट करणं आहे. केवळ सवयीचं आहे म्हणून थकवणाऱ्या परिस्थितीत राहिलात, तर तुम्ही तुमच्या क्षमतेपासून दूर राहता. बदलासाठी धैर्य लागतं, पण तो नवसंजीवनीही देतो. सुसंगततेकडे टाकलेलं प्रत्येक पाऊल तुमची स्वतःची जाणीव अधिक मजबूत करतं.

तुम्हाला शिकायचं किंवा योगदान द्यायचं आहे त्याशी जुळत असेल, तर ती नोकरी घ्या. तुमच्या मूल्यांशी आणि दृष्टिकोनाशी जुळत असेल, तर तो व्यवसाय सुरू करा. तुमची सर्जनशीलता किंवा स्वातंत्र्य शोधायला मदत करत असेल, तर ते अतिरिक्त काम सुरू करा. एखादी कथा किंवा संदेश व्यक्त करायची इच्छा असेल, तर ते पुस्तक लिहायला सुरुवात करा. या

कृती यशाची हमी देत नाहीत; पण त्या वाढीसाठी आमंत्रण देतात. त्यातून तुम्हाला अनुभव, समज आणि आत्मविश्वास मिळतो.

कृती करत राहिलात, की आयुष्यात पुढे जाण्यासाठी तुमचा उद्देश सापडतो. उद्देश अनेकदा हळूहळू उलगडतो–एकदम नाही. तुम्हाला काय ऊर्जा देतं, कोणत्या आव्हानांत अर्थ सापडतो आणि कोणत्या गोष्टी तुम्हाला उपयुक्त आणि जिवंत वाटायला लावतात, हे लक्षात येत गेलं की तो अधिक स्पष्ट होत जातो. उद्देशाने जगणं म्हणजे आयुष्य सोपं होईल असं नाही; पण अडचणींनाही अर्थ मिळतो.

उद्देशाने जगणं जबाबदारीही घेऊन येतं. काय महत्त्वाचं आहे हे कळलं, की तुमच्या निवडी अधिक जाणीवपूर्वक होतात. लक्ष विचलित करणाऱ्या गोष्टींना "नाही" आणि तुमच्या मार्गाशी सुसंगत असलेल्या गोष्टींना "हो" म्हणायला तुम्ही शिकता. ही स्पष्टता निर्णय घेणं सोपं करते आणि शिस्त मजबूत करते. बाहेरून मार्गदर्शन गोंधळात टाकणारं किंवा अनुपस्थित असलं, तरी उद्देश अंतर्गत मार्गदर्शक बनतो.

हेही लक्षात ठेवा की उद्देश इतरांना प्रभावित करायलाच हवा असं नाही. शांत आणि साधा उद्देशही तितकाच प्रभावी असू शकतो. तुलना अनेकदा उद्देश विकृत करते. इतरांच्या मार्गाशी तुलना केली, की तुम्ही तुमच्यासाठी खरंच महत्त्वाचं असलेलं सोडू शकता. तुमचा उद्देश योग्य आहे, कारण तो तुमचा आहे – तो इतरांच्या अपेक्षांबरोबर जुळतो म्हणून नव्हे.

उद्देश नसल्यासारखं जगू नका. जरी तुम्ही तो अजून स्पष्टपणे ठरवला नसेल, तरी शोधण्याची, कृती करण्याची आणि विचार करण्याची तुमची तयारीच आयुष्याला दिशा देते. उद्देश म्हणजे सगळ्या उत्तरांची खात्री नव्हे; तो जाणीवपूर्वक, हेतूपूर्वक आणि प्रयत्नाने जगण्याची निवड आहे.

शेवटी, उद्देश आयुष्याला गहिरेपणा देतो; तो दिनक्रमाला अर्थ देतो आणि प्रयत्नांना योगदानात बदलतो. उद्देशाने जगलात, की तुम्ही वेळेत

भरकटत नाही; तुम्ही जाणीवेने पुढे जाता – तुमच्यासाठी खरोखर महत्त्वाच्या गोष्टींनी मार्गदर्शित होत. आणि मार्ग बदलला, तरी उद्देशाने जगण्याची वृत्ती तुम्हाला स्थिर, प्रेरित आणि जिवंत ठेवते.

## आता

***गोष्ट पुढे ढकलू नका. प्राधान्यक्रम ठरवत राहा आणि काम करत राहा.***

बहुतेक आयुष्ये क्षमतेअभावी नव्हे, तर विलंबामुळे आकार घेतात. स्वप्नं एका रात्रीत नाहीशी होत नाहीत; ती पुन्हा पुन्हा कृती पुढे ढकलल्यामुळे हळूहळू फिकी पडतात. अनेक लोकांच्या मनात ठाम हेतू, अर्थपूर्ण ध्येयं आणि खऱ्या अर्थाने कौशल्य असतं; तरीही ते "योग्य वेळेची" वाट पाहत अडकून राहतात. ही वाट पाहणं शांतपणे वर्षं, ऊर्जा आणि संधी हिरावून घेतं. जे संयम वाटतं, ते अनेकदा टाळाटाळ ठरतं; आणि जे नियोजन वाटतं, ते हळूहळू पुढे ढकलणं बनतं. सत्य साधं पण अस्वस्थ करणारं आहे: आयुष्य उद्यासाठी ठेवलेल्या योजनांना नव्हे, तर आत्ताच घेतलेल्या कृतींना बक्षीस देतं.

कधी विचार केला आहे का–जर तुम्ही आवश्यक कृती पुढे ढकलण्याऐवजी ती वेळेवर सुरू केली असती, तर आयुष्यात किती मोठ्या गोष्टी साध्य करू शकला असता? हा विचार अस्वस्थ करू शकतो, पण तो प्रेरणादायीही ठरतो. तो आठवण करून देतो की भविष्य फक्त हेतूंनी तयार होत नाही; ते वर्तमानातील निर्णयांनी घडतं. प्रत्येक अर्थपूर्ण परिणाम आजच्या कृतींवरच अवलंबून असतो, उद्यावर नाही.

आपण अनेकदा स्वतःलाच पटवून देतो की आपण उद्यापासून किंवा लवकरच सुरू करू. आपण म्हणतो–जेव्हा तयार वाटेल, परिस्थिती सुधारेल किंवा सर्व साधनं मिळतील तेव्हा कृती करू. हा विचार योग्य वाटतो, पण तो बहुतेक वेळा खरा नसतो. तयारी अचानक मिळत नाही; ती कृतीतून तयार होते. साधनं आधी जमा होत नाहीत; ती प्रवासात निर्माण होतात. परिपूर्ण परिस्थितीची वाट पाहणं प्रगती उशिरा करते.

याचा परिणाम असा होतो की आपण आज सोप्या आणि आरामदायक वाटणाऱ्या गोष्टींना प्राधान्य देतो, त्या गोष्टींऐवजी ज्या खरंच करायच्या असतात. आपण प्रगतीपेक्षा ओळखीच्या गोष्टी निवडतो. आपण दीर्घकालीन समाधानापेक्षा अल्पकालीन सोयीची निवड करतो. आज पैसे देणारी पण न आवडणारी नोकरी करणं सोपं वाटतं; भविष्यासाठी कौशल्यं विकसित करणं अनिश्चित वाटतं. तात्काळ मिळणारा लाभ दिलासा देतो, तर दीर्घकालीन गुंतवणूक अस्थिर वाटते. कालांतराने ही निवड शांतपणे तुमच्या आयुष्याची दिशा ठरवत जाते.

नवीन गोष्टी शिकण्यासाठी कृती करण्यापेक्षा आपल्या आरामाच्या चौकटीत राहणंही सोपं वाटतं–ज्या गोष्टी तुमच्या आयुष्याची दिशा पूर्णपणे बदलू शकतात. आरामाची चौकट सुरक्षित वाटते, कारण ती ओळखीची आणि अंदाज बांधता येण्यासारखी असते. ती तुम्हाला अपयश, टीका आणि अस्वस्थतेपासून वाचवते; पण ती प्रगतीपासूनही दूर ठेवते. आरामाच्या चौकटीत खऱ्या अर्थाने काही नवीन घडत नाही. प्रगतीसाठी प्रयत्न, अनिश्चितता आणि काही काळ अस्वस्थ राहण्याची तयारी लागते.

आपण अनेकदा लक्षात घेत नाही की आपण स्वप्नात पाहिलेलं भविष्य आपोआप वास्तवात बदलत नाही. कृतीशिवाय स्वप्नं नाजूक असतात. त्यांना लक्ष, शिस्त आणि सातत्यपूर्ण प्रयत्नांची गरज असते. तुम्ही कल्पना केलेलं आयुष्य एका मोठ्या क्षणात घडत नाही; ते रोज घेतलेल्या छोट्या निर्णयांतून तयार होतं. चांगला उद्या घडवण्यासाठी आजवर काम करावं लागतं. हा एकदाच घेतलेला निर्णय नसतो; तो दररोज बांधिलकी मागणारी सततची प्रक्रिया असते.

कल्पना करा, एखादा व्यक्ती त्याला मनापासून महत्त्वाच्या ध्येयाला सतत पुढे ढकलत राहतो. तो स्वतःला सांगतो–अधिक वेळ, अधिक पैसे किंवा अधिक आत्मविश्वास मिळाला की सुरू करेन. दिवस आठवड्यांत, आठवडे वर्षांत बदलतात. आणि मग एक दिवस तो छोटं पाऊल टाकतो–एखादं कौशल्य शिकतो, वेळ बाजूला ठेवतो किंवा अपूर्णपणे का होईना काहीतरी

करून पाहतो. ते एक पाऊल सगळं एका रात्रीत बदलत नाही; पण एक महत्त्वाची गोष्ट बदलतं–टाळाटाळीचा पॅटर्न तुटतो. त्या क्षणापासून गती तयार होऊ लागते आणि भविष्य हळूहळू हेतूपेक्षा कृतीला प्रतिसाद देऊ लागतं.

टाळाटाळ अनेकदा तर्काच्या रूपात समोर येते. ती हळूच सांगते–थांबणं शहाणपणाचं आहे, सावधगिरी म्हणजे परिपक्वता आहे, आणि विलंब म्हणजे तयारी आहे. नियोजन महत्त्वाचं असलं तरी अति विलंब अनेकदा शहाणपणापेक्षा भीतीचं लक्षण असतं. अपयशाची भीती, टीकेची भीती किंवा स्वतःच्या मर्यादा कळण्याची भीती–या कारणांमुळे अनेक लोक निष्क्रिय राहतात. अपूर्ण असली तरी कृती, अखंड विचारांपेक्षा अधिक शिकवते.

लोक विलंब करतात त्यामागचं आणखी एक कारण म्हणजे उद्या हमखास मिळेल हा भ्रम. आपण उद्याबद्दल अशा पद्धतीने बोलतो, जणू तो नक्कीच मिळणार आहे आणि आपण तयार झाल्यावरच येणार आहे. पण उद्या आपल्याकडे असलेली गोष्ट नाही. खरा वेळ फक्त आत्ताच आहे. उद्या हा मनाने तयार केलेला एक विचार आहे. त्यावर जास्त अवलंबून राहिलात, तर वर्तमानात कृती करण्याची ताकद कमी होते.

लक्षात ठेवा–उद्या कधीच खरं येत नाही. तुम्ही ज्या क्षणात आहात, तोच तुमच्याकडे असलेला खरा वेळ आहे. हा क्षण परिपूर्ण वाटणार नाही; पण तो खरा आहे. यात संधी, शक्यता आणि निवड आहे. त्याचा योग्य उपयोग करणं म्हणजे स्वतःला थकवणं किंवा विश्रांती टाळणं नव्हे; तर जाणीवपूर्वक जगणं आहे. म्हणजे आज किमान एक तरी अशी गोष्ट करणं, जी तुम्हाला तुमच्या ध्येयाजवळ नेईल.

वर्तमानाचा आनंद घ्या, पण आनंदाला टाळाटाळ समजू नका. खरा आनंद जबाबदारीपासून पळण्यात नसून जाणीवपूर्वक जगण्यात असतो. जेव्हा आनंद आणि प्रगती यांचा मेळ बसतो, तेव्हा आयुष्य अधिक समृद्ध

आणि अर्थपूर्ण वाटतं. आवश्यक कृती पुढे ढकलली, तर आनंद कालांतराने पश्चात्तापात बदलतो.

आजची कामं पुढे ढकलणं म्हणजे यश फक्त उशिरा करणं. यश एका दिवशी अचानक येत नाही; ते सातत्यपूर्ण प्रयत्नांतून शांतपणे वाढतं. प्रत्येक उशीर तुम्हाला ध्येयापासून दूर नेतो, आणि प्रत्येक कृती ती दरी कमी करते –प्रगती छोटी वाटली तरी.

आत्ताच सुरू करणं म्हणजे सगळं माहित असणं नाही, किंवा सर्व उत्तरं असणं नाही. त्याचा अर्थ फक्त एवढाच–महत्त्वाच्या गोष्टी पुढे न ढकलणं. म्हणजे प्रगती अपूर्ण असते हे स्वीकारणं, चुका करून शिकणं आणि हालचालीतून स्पष्टता मिळवणं. तुम्ही सुरू करता तेव्हा स्वतःला सुधारण्याची, जुळवून घेण्याची आणि बदलण्याची संधी देता.

आयुष्य तुम्ही पूर्णपणे तयार होण्याची वाट पाहत नाही. तुमच्याकडे असलेल्या वेळेचा तुम्ही काय उपयोग करता, त्याला ते प्रतिसाद देतं. आज कृती केली, तर तुम्ही स्वतःलाच सांगता की तुमची ध्येयं महत्त्वाची आहेत. हा संदेश आत्मविश्वास, शिस्त आणि आत्मविश्वासाला बळ देतो. कालांतराने हे गुण तुमची ओळख घडवतात.

आत्ताच सुरू करण्याची सवय आयुष्याच्या प्रत्येक क्षेत्राला बळ देते. ती चिंता कमी करते, कारण कृती अनिश्चिततेची जागा घेते. ती जिद्द वाढवते, कारण प्रयत्न अनुभव देतात. ती लक्ष केंद्रीत करते, कारण सहभागातून उद्देश स्पष्ट होतो. सर्वात महत्त्वाचं म्हणजे, ती आठवण करून देते की तुमचं भविष्य घडवण्यात तुम्ही असहाय्य नाही.

शेवटी, समाधानाने जगणारे आणि पश्चात्तापाने जगणारे यांच्यातला फरक बहुतेक वेळा कौशल्य किंवा संधी नसतो, तर कृतीच्या वेळेचा असतो. समाधानाचं आयुष्य तेच जगतात जे योग्य वेळी कृती करतात, सोपं वाटेल

तेव्हा नव्हे. त्यांना ठाऊक असतं – आत्ता हा फक्त क्षण नाही, तर बदलाचं दार आहे.

हा क्षण जपून वापरा. आजचा दिवस महत्त्वाचा समजा. जिथे आहात, जसं आहे, तसं जे शक्य आहे ते करा. टाळाटाळ थांबवून आत्ताच कृती केली, की दूर वाटणारं भविष्यही साध्य वाटू लागतं – एकावेळी एक जाणीवपूर्वक पाऊल टाकत.

# वेगळी वाट

### *वेगळी वाट निवडण्यात काहीच चूक नाही.*

आपण स्वतःची जाणीव होऊ लागल्यापासूनच आपल्या आयुष्याची तुलना आजूबाजूच्या लोकांशी करू लागतो. इतर कसे विचार करतात, कसे वागतात, कसे यश मिळवतात आणि दिशा कशी निवडतात हे आपण पाहतो–आणि अनेकदा त्यांचा मार्गच योग्य असावा असं गृहित धरतो. ही सवय नकळत आपल्या निर्णयांवर परिणाम करते, कधी कधी आपल्या नकळतही. पण या सगळ्या तुलनांच्या मागे एक साधं सत्य आहे, जे लक्षात ठेवणं सोपं पण पूर्णपणे स्वीकारणं कठीण आहे: दोन माणसं सारखी नसतात आणि दोन वाटाही सारख्या नसतात.

प्रत्येक व्यक्ती वेगळी असते. आपला स्वभाव आपल्या विचारसरणीने आणि आपण ज्या वातावरणात वाढतो त्याने घडतो. आपण घेतलेले अनुभव, समोर आलेल्या अडचणी, भेटलेली माणसं आणि केलेले निर्णय–हे सगळं आपल्या व्यक्तिमत्त्वावर ठसा उमटवतं. कालांतराने हे घटक आपले विचार, मूल्यं आणि आयुष्याकडे पाहण्याचा दृष्टिकोन घडवतात. शेवटी सगळं येऊन ठरतं ते आपल्या आत्मजाणीवेवर–आपण स्वतःला किती ओळखतो, कोणत्या मूल्यांना प्राधान्य देतो आणि आयुष्याकडे कसं पाहतो.

आपली वाट घडवण्यात आत्मजाणीवेची मोठी भूमिका असते. तुम्ही स्वतःला स्पष्टपणे समजू लागलात की काय तुम्हाला ऊर्जा देतं आणि काय थकवतं, काय उत्साह देतं आणि काय जबरदस्तीचं वाटतं–हे लक्षात येऊ लागतं. ही जाणीव तुम्हाला तुमच्या खऱ्या स्वभावाशी जुळणारे निर्णय घेण्यास मदत करते, अपेक्षांशी नव्हे. आत्मजाणीव नसली, तर सुरक्षित किंवा लोकप्रिय वाटणाऱ्या पण आतून रिकाम्या वाटणाऱ्या वाटांवर चालणं सोपं होतं.

प्रत्येकाला तुमचे विचार, आयुष्याकडे पाहण्याची तुमची दृष्टी, तुमच्या खऱ्या इच्छा किंवा तुम्हाला कसं जगायचं आहे–हे सगळं पूर्णपणे समजेलच असं नाही. तुमच्यासाठी महत्त्वाच्या असलेल्या अनेक गोष्टी शांतपणे तुमच्या मनातच असतात. लोक तुमच्या कृती पाहू शकतात; पण तुमच्या आतल्या प्रेरणा, भीती आणि स्वप्नं पूर्णपणे समजू शकत नाहीत. या अंतरामुळे अनेकदा चांगल्या हेतूने दिलेला सल्ला तुमच्यासाठी पूर्णपणे योग्य ठरत नाही.

तुम्हाला ओळखणारे किंवा तुमची काळजी करणारे लोक सहसा तुमच्यासाठी चांगलंच इच्छितात. त्यांचे हेतू बहुतेकदा काळजी, प्रेम आणि तुम्हाला वेदना किंवा अपयशापासून वाचवण्याच्या भावनेतून येतात. म्हणूनच ते सुरक्षित, ओळखीचे आणि सर्वमान्य वाटणारे पर्याय सुचवतात. बहुतेक लोक चालतात त्या वाटाच ते सुचवतात, कारण त्या वाटा स्थैर्य आणि सुरक्षितता देतात असं त्यांना वाटतं. अशा सल्ल्यामागचा हेतू सहसा चुकीचा नसतो; पण तो नेहमीच तुमच्या आतल्या हाकेशी जुळेल असं नाही.

अनेकांना हे लक्षात येत नाही की सगळे सारखे नसतात, आणि सगळे एकाच वाटेने चालून एकाच ठिकाणी पोहोचत नाहीत. जी वाट एका व्यक्तीला समाधान देते, ती दुसऱ्याला निराशा देऊ शकते. जो मार्ग एखाद्यासाठी अगदी योग्य वाटतो, तो तुम्हाला कृत्रिम वाटू शकतो. एकाच वाटेने सगळ्यांना सारखे परिणाम मिळतील अशी अपेक्षा करणं म्हणजे व्यक्तीगत फरकांकडे दुर्लक्ष करणं होय.

काही लोकांना शांतपणे वाचन करत, विचार करत कल्पना समजून घ्यायला आवडतं; तर काहींना हालचालीतून शिकणं, खेळणं आणि जगाशी सक्रियपणे जोडून राहणं आवडतं. काहींना ताकद आणि सहनशक्तीची कसोटी पाहणाऱ्या शारीरिक गोष्टी आवडतात; तर काहींना समस्या सोडवणं, रणनीती आखणं आणि निर्णय घेणं यांसारख्या बौद्धिक आव्हानांत रस असतो. या आवडी-निवडी श्रेष्ठत्व किंवा कमकुवतपणाची चिन्हं नाहीत; त्या फक्त व्यक्तिमत्त्वाच्या वेगळेपणाच्या अभिव्यक्ती आहेत.

या फरकांमुळे तुम्ही निवडलेल्या सगळ्याच वाटा चुकीच्या असतील असं नाही. कधी कधी एखादी वाट चुकीची वाटते, कारण ती इतरांच्या अपेक्षांशी जुळत नाही. ती फक्त बहुतेक लोक निवडतात त्या वाटेपेक्षा वेगळी असते. वेगळं म्हणजे कमी नाही; अनेकदा ते तुमच्यासाठी अधिक योग्य असतं.

कल्पना करा, एखाद्या व्यक्तीवर सगळ्यांना सुरक्षित वाटणारी पारंपरिक वाट निवडण्याचा दबाव असतो. तो ती वाट चालण्याचा प्रयत्न करतो, पण प्रत्येक पाऊल जड आणि प्रेरणाहीन वाटतं. कालांतराने तो स्वतःच्या आवडींशी जुळणारी दिशा शोधू लागतो, जरी ती इतरांना अनिश्चित वाटत असली तरी. पुढे जाताना तो अधिक गुंतलेला, प्रेरित आणि जिवंत वाटू लागतो. ती वाट सोपी नसते, पण अर्थपूर्ण वाटते. हाच अर्थ त्याची ऊर्जा बनतो आणि सिद्ध करतो की योग्य वाट नेहमीच सर्वसामान्य नसते.

वेगळी वाट निवडण्यासाठी धैर्य लागतं. मान्यता नसतानाही स्वतःवर विश्वास ठेवण्याची तयारी लागते. आधी गैरसमज आणि नंतर स्वीकार–हे मान्य करावं लागतं. लोक तुमच्या निवडींवर प्रश्न विचारू शकतात; कारण तुम्ही चुकीचे आहात म्हणून नव्हे, तर त्यांना तुमचा दृष्टिकोन पूर्णपणे समजत नाही म्हणून. निर्णयांवर ठाम राहूनही शिकण्यास खुले राहणं–हा नाजूक पण शक्तिशाली समतोल आहे.

हेही लक्षात ठेवणं महत्त्वाचं आहे की वेगळी वाट म्हणजे कायम एकच वाट नाही. तुम्ही वाढत जाल तसं वाटाही बदलतात. आज योग्य वाटणारी गोष्ट उद्या बदलू शकते. स्वतःची वाट चालणं म्हणजे मार्गदर्शन नाकारणं नव्हे; तर सल्ला आत्मजाणीवेच्या आधारावर छाननी करून आपल्या मूल्यांशी जुळणारं निवडणं होय.

तुलना अनेकदा निर्णयक्षमतेवर पडदा टाकते. तुम्ही सतत तुमची प्रगती इतरांशी मोजत राहिलात, तर पुढे जात असूनही मागे पडल्यासारखं वाटू शकतं. प्रत्येक प्रवासाची स्वतःची वेळ असते. काही वाटा संथ वाटतात, कारण त्या मजबूत पाया घडवत असतात; तर काही वाटा वेगाने पुढे जातात, पण नंतर बदलांची गरज भासते. आपल्या गतीवर विश्वास ठेवला, तर स्पर्धेपेक्षा प्रगतीवर लक्ष देता येतं.

तुमच्या वाटेत अनिश्चितता असणारच. शंका, थांबे आणि दिशा बदलण्याचे क्षण येतील. हे क्षण अपयशाचे लक्षण नसतात; ते शिकण्याच्या प्रक्रियेचा भाग असतात. प्रत्येक पाऊल—गोंधळलेलं असलं तरी—तुम्हाला स्वतःबद्दल आणि तुमच्या दिशेबद्दल काहीतरी महत्त्वाचं शिकवतं. प्रगती सरळ रेषेत क्वचितच घडते.

वेगळी वाट चालणं आत्मसन्मानही वाढवतं. जेव्हा तुमच्या कृती तुमच्या मूल्यांशी जुळतात, तेव्हा तुम्ही स्वतःवर अधिक विश्वास ठेवू लागता. हा विश्वास कठीण काळात आतल्या स्थैर्याचा आधार बनतो. मग निर्णयांबद्दल आत्मविश्वास वाटण्यासाठी तुम्ही पूर्णपणे बाह्य मान्यतेवर अवलंबून राहत नाही.

जग अनेकदा दिसणारं यश साजरं करतं; पण त्यामागे असलेल्या शांत आत्मशोधाच्या प्रवासाकडे दुर्लक्ष करतं. स्वतःला साजेशी वाट निवडली, तर लगेच ओळख मिळेलच असं नाही; पण त्यापेक्षा टिकाऊ अशी गोष्ट मिळते — सुसंगती. सुसंगतीमुळे सातत्य, जिद्द आणि दीर्घकालीन समाधान मिळतं.

शेवटी, आयुष्य एका मार्गाने ध्येयापर्यंत पोहोचण्याची शर्यत नाही, तर जाणीव, निवड आणि प्रयत्नांनी घडलेला वैयक्तिक प्रवास आहे. तुमची वाट वेगळी दिसू शकते हे स्वीकारलं, की अनावश्यक दबाव कमी होतो. मग तुम्ही अधिक प्रामाणिकपणे जगू लागता — तुमच्यासाठी खरंच महत्त्वाच्या गोष्टींच्या मार्गदर्शनाखाली.

सर्व वाटा गर्दीने भरलेल्या असाव्यात असं नाही. काही वाटा शांत, कमी दिसणाऱ्या आणि अतिशय वैयक्तिक असतात. त्या चालण्यासाठी विश्वास, संयम आणि आत्मविश्वास लागतो. पण जेव्हा ती वाट तुमची असते, तेव्हा प्रत्येक पाऊल अर्थपूर्ण वाटतं. आणि कालांतराने लक्षात येतं — वेगळी वाट निवडणं चूक नव्हतं; ती तुमच्या खऱ्या स्वभावाचीच ओळख होती.

## पूर्ण क्षमता

***फक्त तुमची पूर्ण क्षमता वापरल्यावरच तुम्हाला तुमच्यात काय सामर्थ्य आहे हे कळेल.***

अनेक लोकांच्या मनात शांतपणे अशी भावना असते की त्यांच्या आयुष्यात काहीतरी कमी आहे. वरून सगळं ठीक दिसतं—काम होत असतं, जबाबदाऱ्या पूर्ण होत असतात आणि दिवस पुढे जात असतात—पण आतून कुठेतरी न वापरलेली ऊर्जा जाणवत राहते. ही भावना बहुतेकदा तेव्हा येते, जेव्हा तुम्हाला जाणवतं की तुम्ही आयुष्य पूर्णपणे जगत नाही आहात. अनेकदा याचं कारण असतं—तुम्ही तुमची पूर्ण क्षमता वापरत नाही. ही जाणीव अस्वस्थ करू शकते; पण ती शक्तिशालीही असते, कारण ती सांगते की तुमच्यात अजून बरंच काही व्यक्त होण्याची वाट पाहत आहे.

पूर्ण क्षमता म्हणजे एखाद्या मोठ्या प्रयत्नाचा क्षण किंवा थोड्या काळाचा उत्साह नव्हे. एकदाच सगळं देऊन लगेच बदल घडेल अशी अपेक्षा करणंही नव्हे. पूर्ण क्षमता म्हणजे सातत्य. म्हणजे दीर्घकाळ पुन्हा पुन्हा हजर राहणं. म्हणजे वर्तमान क्षणात सर्वोत्तम देत राहणं आणि महिनोन्‌महिने, वर्षानुवर्षे प्रक्रियेशी बांधिल राहणं. यासाठी तुम्ही दीर्घकाळ स्वतःवर काम करत राहता, स्वतःला सतत नव्याने घडवत राहता आणि गोष्टी संथ वाटल्या तरी हार न मानता आपल्या कल्पना पुन्हा तपासत राहता.

अनेक लोक प्रगतीचा अर्थ चुकीचा समजतात आणि झटपट परिणामांची अपेक्षा करतात. ते काही दिवस किंवा आठवडे एखादी गोष्ट करून पाहतात; अपेक्षित परिणाम दिसला नाही, की ते सोडून देतात. त्यांना वाटतं–आपण जे शक्य आहे ते सगळं करून झालं. प्रत्यक्षात, त्यांनी तर आत्ताच सुरुवात केलेली असते. प्रगती अनेकदा दिसण्यापूर्वी शांतपणे घडत असते.

आज केलेला प्रयत्न लगेच फल देईलच असं नाही; पण तो पुढच्या टप्प्याचा पाया घडवत असतो.

पूर्ण क्षमतेपर्यंत पोहोचण्यासाठी सतत शिकण्याची वृत्ती विकसित करणंही तितकंच महत्त्वाचं आहे. एखादं कौशल्य मिळालं किंवा एखादा टप्पा गाठला म्हणून शिकणं थांबत नाही; ते अधिक सुधारणा, जुळवून घेणं आणि प्रगती करत राहणं यातून पुढे चालूच राहतं. सतत शिकण्याची दृष्टी तुम्हाला लवचिक ठेवते आणि बदलांसाठी खुले बनवते. एखादी गोष्ट चालत नाही हे ओळखून त्यानुसार बदल करण्याची क्षमता यातून तयार होते. आयुष्य ठरलेल्या आराखड्यानुसार चालत नाही; दिशा न गमावता जुळवून घेण्याची क्षमता अत्यावश्यक असते.

योग्य गोष्टी शिकणंही तितकंच गरजेचं आहे. प्रत्येक प्रयत्न प्रगती घडवत नाही. काम पूर्ण करण्यासाठी खरोखर आवश्यक असलेल्या कौशल्यांवर आणि कृतींवर लक्ष केंद्रित करायला स्वतःला तयार करावं लागतं. कधी कधी यासाठी उत्पादक वाटणाऱ्या पण पुढे न नेणाऱ्या सवयी सोडाव्या लागतात. कधी कधी आपल्या क्षमतेला आव्हान देणाऱ्या कठीण शिकण्याच्या वाटाही निवडाव्या लागतात. प्रगती सुरुवातीला अस्वस्थ वाटते; पण नंतर समाधान देऊ लागते.

कल्पना करा, एखादी व्यक्ती रोज खूप मेहनत करूनही अडकलेली वाटते. ती व्यस्त असते; पण हवी तशी प्रगती होत नाही. एके दिवशी ती थांबून प्रामाणिकपणे परिस्थितीचा आढावा घेते. तिला जाणवतं की प्रयत्न असूनही ती आवश्यक कौशल्यं विकसित करत नाही. सोडून देण्याऐवजी ती शिकणं, सराव करणं आणि ती कौशल्यं सुधारण्यात वेळ गुंतवण्याचा निर्णय घेते. सुरुवातीला प्रगती संथ असते; पण हळूहळू आत्मविश्वास वाढतो, कौशल्यं धारदार होतात आणि संधी दिसू लागतात. बदललेलं एकच होतं– तिची दीर्घकालीन सुधारण्याची बांधिलकी.

पूर्ण क्षमतेपर्यंत पोहोचण्यासाठी आत्मजाणीवेची महत्त्वाची भूमिका असते. तुमची ताकद, मर्यादा आणि नैसर्गिक प्रवृत्ती तुम्हाला समजून घ्यावी लागते. आत्मजाणीव म्हणजे स्वतःवर कठोर टीका करणं नव्हे; तर स्वतःला स्पष्टपणे पाहणं आहे. तुम्ही कुठे आहात हे कळलं, की अधिक परिणामकारकपणे काम करता येतं. मग तुम्ही इतरांसारखं होण्याचा प्रयत्न सोडून स्वतःचं सर्वोत्तम रूप घडवू लागता.

जाणीव जितकी महत्त्वाची, तितकीच तयारीही महत्त्वाची आहे. तुमच्या क्षमता माहित असूनही त्यावर काम करण्याची तयारी नसेल, तर त्याचा उपयोग होत नाही. प्रगतीसाठी दीर्घकाळ सातत्याने प्रयत्न करावे लागतात. काही दिवस प्रेरणा कमी असते आणि प्रगती दिसत नाही; अशा वेळी प्रेरणेपेक्षा तयारी महत्त्वाची ठरते. साधे वाटणारे सातत्यपूर्ण प्रयत्नच क्षमतेला कौशल्यात रूपांतरित करतात.

पूर्ण क्षमतेपर्यंत पोहोचण्यासाठी जिद्दही आवश्यक असते. चुका होतील, काही कल्पना चालणार नाहीत आणि कधी कधी अनिश्चितता जाणवेल. हे अपयशाची चिन्हं नसून शिकण्याच्या प्रक्रियेचा भाग आहेत. प्रत्येक अडथळा काहीतरी शिकवतो; विचार करून पुढे गेलात, तर तेच अडथळे पायऱ्या बनतात.

तुमच्या कौशल्यांवर सतत काम करत राहा आणि शक्य तितकी सुधारणा करत राहा. छोट्या सुधारणा सातत्याने केल्या, तर मोठे परिणाम घडतात. तुम्हाला मिळणारी धार एकदाच मोठं काही करून येत नाही; ती अर्थपूर्ण गोष्टी पुन्हा पुन्हा केल्याने येते. ही स्थिर प्रगती अनुभवावर आधारित आत्मविश्वास तयार करते.

पूर्ण क्षमता जगताना असा समाधान मिळतं, जे फक्त बाह्य यशाने मिळत नाही. तुमच्या कृती तुमच्या हेतूंशी जुळू लागतात. आयुष्य कठीण असलं तरी तुम्ही स्वतःला वाढण्यासाठी योग्य संधी देत आहात, याची जाणीव राहते. ही सुसंगती शांतता आणि प्रेरणा दोन्ही देते.

शेवटी, पूर्ण क्षमतेपर्यंत पोहोचणं म्हणजे तुलना नव्हे. ते इतरांपेक्षा चांगलं होण्याबद्दल नाही; तर कालच्या स्वतःपेक्षा आज चांगलं होण्याबद्दल आहे. शिकण्याची, सुधारण्याची आणि सातत्य ठेवण्याची बांधिलकी घेतली, की तुम्ही तुमच्या खरी क्षमतेपर्यंत पोहोचण्यासाठी स्वतःलाच सर्वोत्तम संधी देता.

## टीकेच्या पलीकडे जगा

***आयुष्य जगण्यासाठी आहे, इतरांची टीका करण्यासाठी नाही.***

टीका आपल्या आयुष्यात नकळत येते - आपल्याला तिची किंमत समजण्याच्या आधीच. आपण स्वतःची तुलना इतरांशी करतो तेव्हा, आपल्या प्रगतीची मोजमाप इतरांच्या प्रवासाशी करतो तेव्हा, आणि पूर्ण समजून न घेता कोण आपल्यापेक्षा चांगलं किंवा कमी करतंय हे ठरवतो तेव्हा ती आपल्या विचारांत शिरते. लोकांची टीका केल्याने आयुष्य सुधारत नाही; उलट आयुष्याचा आनंद घेण्याची क्षमता हळूहळू कमी होते. ज्या क्षणी आपण स्वतःला इतरांच्या मापाने मोजायला लागतो, त्या क्षणी मुक्तपणे जगणं थांबतं आणि अटींवर जगणं सुरू होतं.

आपण अनेकदा आपल्या आयुष्याची तुलना आजूबाजूच्या लोकांशी करतो. आपण कोणापेक्षा चांगलं करत आहोत असं वाटलं की आनंद होतो, आणि इतर आपल्यापेक्षा पुढे आहेत असं वाटलं की खचतो. ही सततची तुलना एक अदृश्य स्पर्धा निर्माण करते, जी कधीच संपत नाही. आपण लोकांची टीका त्यांच्या दिसण्यावर, खाण्यावर, जगण्याच्या पद्धतीवर, राहण्याच्या ठिकाणी, विचारांवर आणि अजून कितीतरी गोष्टींवर करतो. बहुतेक वेळा ही टीका पूर्ण चित्र न पाहताच केली जाते. त्यांच्या आयुष्याचे फक्त काही तुकडे दिसतात, तरी आपण संपूर्ण निष्कर्ष काढतो.

आपण अनेकदा विसरतो की इतरांचं आयुष्य आपल्याशी थेट संबंधित नसतं. त्यांचे निर्णय, वेळापत्रक आणि परिणाम अशा परिस्थितींनी घडतात, ज्या आपल्याला पूर्णपणे समजणारही नाहीत. आपल्या आयुष्यात जे घडतं, त्याची जबाबदारी आपलीच असते. कधी कधी इतरांच्या कृतींचा परिणाम आपल्यावर होऊ शकतो; पण त्या कृतींना आपण कसं प्रतिसाद देतो, हे

पूर्णपणे आपल्या हातात असतं. आपण टीकेवर ऊर्जा खर्च केली, की आपल्या शांततेवरचं नियंत्रण आपण गमावतो.

इतरांची टीका करणं आपल्याला स्वतःवर काम करण्यापासून दूर नेतं. ते आपलं लक्ष आत वळवण्याऐवजी बाहेर वळवतं. आपल्या कौशल्यांना धार लावणं, काम अधिक चांगलं करणं आणि स्वतःचं उत्तम रूप घडवणं याऐवजी आपण आपल्या नसलेल्या आयुष्यांचा विचार करण्यात वेळ घालवतो. खरी प्रगती तेव्हाच सुरू होते, जेव्हा ही ऊर्जा परत योग्य ठिकाणी –आपल्या प्रयत्नांवर, आपल्या शिकण्यावर आणि आपल्या प्रगतीवर–वळते.

इतरांची टीका करणं म्हणजे आपल्या मनात त्यांचं एक चित्र रंगवण्यासारखं आहे. ते चित्र अंदाज, अपुरी माहिती आणि वैयक्तिक पूर्वग्रहांवर तयार होतं. त्याचा वास्तवाशी फारसा संबंध नसतो आणि आपल्या आयुष्याच्या कॅनव्हासवर त्याने काही अर्थपूर्ण भर पडत नाही. मनातलं ते चित्र कितीही स्पष्ट झालं, तरी ते आपल्याला चांगलं बनवत नाही किंवा आपल्याला पुढे नेत नाही.

आधुनिक जगात ही प्रवृत्ती आणखी वाढली आहे. आज अनेक लोक आशयापेक्षा दिसण्यावर जास्त लक्ष देतात. सामाजिक माध्यमं अनेकदा लोकांना खऱ्या प्रयत्नांपेक्षा सजवलेल्या प्रतिमांमधून लक्ष वेधायला प्रवृत्त करतात. असं वाटतं, जणू अनेक जण तिथे पोहोचण्याआधीच पोहोचल्याचं दाखवू पाहतात. आपण या बाह्य गोष्टींवरून टीका केली, की खरी प्रगती अनेकदा शांतपणे–सार्वजनिक नजरेपासून दूर–घडते हे विसरतो.

कल्पना करा, एखादी व्यक्ती इतरांच्या आयुष्यातील क्षण पाहत राहते आणि हळूहळू स्वतःला कमी समजू लागते. तिला वाटू लागतं – सगळेच पुढे आहेत, जास्त आनंदी आहेत, अधिक यशस्वी आहेत. नकळत ती स्वतःवरही तितकीच कठोर टीका करू लागते. एके दिवशी ती थांबते आणि या सवयीवर प्रश्न विचारते. तिला कळतं की तिला दिसतं ते अपूर्ण आहे आणि त्या तुकड्यांची आपल्या पूर्ण वास्तवाशी तुलना करणं योग्य नाही. ती जाणीव वळणबिंदू ठरते. ती स्वतःच्या प्रयत्नांवर, स्वतःच्या प्रगतीवर आणि स्वतःच्या

वाटेवर लक्ष केंद्रित करते. हळूहळू आवाज कमी होतो आणि तुलना नाहीशी होऊन स्पष्टता येते.

टीकेच्या पलीकडे जगणं म्हणजे इतरांकडे दुर्लक्ष करणं किंवा स्वतःला वेगळं ठेवणं नव्हे. त्याचा अर्थ एवढाच-प्रत्येकजण आपल्या वेगळ्या अनुभवां, मर्यादा आणि ताकदींनी घडलेल्या वाटेवर चालत असतो हे समजून घेणं. सगळे एकाच ठिकाणाहून सुरू करत नाहीत आणि सगळे एकाच ध्येयाकडे जात नाहीत. हे स्वीकारलं, की टीकेची ताकद आपोआप कमी होते.

तितकंच महत्त्वाचं म्हणजे इतरांच्या टीकेची भीती सोडून देणं. अनेक लोक इतर काय म्हणतील या विचाराने स्वतःला मर्यादित ठेवतात. काहीतरी नवीन सुरू करायला, दिशा बदलायला किंवा स्वतःला प्रामाणिकपणे व्यक्त करायला ते कचरतात. सत्य इतकंच आहे-लोकांना तुमच्या आयुष्याचा संपूर्ण संदर्भ माहित नसतो. ते जे पाहतात त्यावरून मत बनवतात, तुम्ही जे अनुभवलं आहे त्यावरून नव्हे. जसं तुम्ही त्यांचा प्रवास पूर्णपणे समजू शकत नाही, तसंच तेही तुमचा प्रवास पूर्णपणे समजू शकत नाहीत.

जेव्हा तुम्ही बाह्य मान्यतेसाठी जगणं थांबवता, तेव्हा तुम्ही हेतूपूर्वक जगायला लागता. तुमचे निर्णय अपेक्षांपेक्षा तुमच्या मूल्यांशी जुळू लागतात. मान्यतेऐवजी अर्थपूर्ण कामावर लक्ष केंद्रित होतं. हा बदल अशी शांत आत्मविश्वास देतो, जो स्तुती किंवा ओळखीवर अवलंबून नसतो.

टीकेच्या पलीकडे जगणं करुणाही वाढवतं. इतरांची टीका करणं थांबलं, की त्यांना समजून घेण्यासाठी जागा निर्माण होते. तुम्ही अधिक ऐकता, कमी गृहीत धरता आणि प्रतिक्रियेऐवजी सहानुभूतीने प्रतिसाद देता. यामुळे नातेसंबंध सुधारतातच, शिवाय स्वतःची समजही अधिक सखोल होते.

टीकेपासून मुक्त आयुष्य बेफिकीर नसतं; ते जाणीवपूर्वक जगलेलं असतं. अशा आयुष्यात ऊर्जा तुलना करण्याऐवजी प्रगतीत, लेबल

लावण्याऐवजी शिकण्यात आणि मतांऐवजी कृतीत गुंतवली जाते. अनावश्यक टीकेचं ओझं सोडलं, की प्रत्येक दिवस हलका वाटतो.

तुमचं आयुष्य पूर्णपणे जगा–इतरांची टीका न करता आणि इतर काय म्हणतील याची भीती न बाळगता. तुमच्या कामावर, तुमच्या मूल्यांवर आणि तुमच्या प्रगतीवर लक्ष द्या. जितकी कमी टीका कराल, तितकी तुमची वाट अधिक स्पष्ट दिसेल. आणि जेव्हा तुम्ही दिलेल्या व घेतलेल्या टीकेच्या पलीकडे जाता, तेव्हा प्रामाणिकपणे जगण्याचं, सखोल वाढण्याचं आणि हेतूपूर्वक पुढे जाण्याचं स्वातंत्र्य परत मिळतं.

# प्रभाव पाडण्यापेक्षा व्यक्त व्हा

## *स्वतःला व्यक्त करा— इतरांना प्रभावित करण्यापेक्षा ते अधिक महत्त्वाचे आहे.*

बहुतेक लोक आपल्या आयुष्यातील मोठा भाग इतरांना प्रभावित करण्याच्या प्रयत्नात घालवतात, आणि या प्रक्रियेत ते हळूहळू स्वतःचाच किती भाग हरवतात, हे त्यांना अनेकदा कळतही नाही. आजच्या जगात प्रत्येकजण इतरांवर छाप पाडू इच्छितो–आपल्याकडे काय आहे, आपण काय साध्य केले आहे, जीवनात कसे पुढे गेलो, आपण कोणती जीवनशैली जगतो, आणि यशाची इतर अनेक बाह्य चिन्हे यांद्वारे. सामाजिक वर्तुळापासून व्यावसायिक क्षेत्रापर्यंत, यशस्वी, आत्मविश्वासपूर्ण आणि सगळं व्यवस्थित असल्यासारखं दिसण्याचा दबाव सर्वत्र जाणवतो. हळूहळू, इतरांना प्रभावित करण्याची ही सततची गरज सवय बनते, आणि नकळत आयुष्य एक प्रामाणिक अनुभव न राहता केवळ एक सादरीकरण बनून जाते.

पण जेव्हा तुम्ही इतरांना प्रभावित करण्यासाठी इतका प्रयत्न करता आणि तरीही अपेक्षित लक्ष मिळत नाही, तेव्हा काय होते? मनाला वाईट वाटते. हळूहळू असे वाटू लागते की आपण पुरेसे नाही, किंवा समाजाने ठरवलेल्या निकषांपर्यंत आपण पोहोचत नाही. त्या निकषांवर प्रश्न विचारण्याऐवजी आपण स्वतःलाच प्रश्न विचारायला लागतो. आपण दुप्पट प्रयत्न करतो–आपण नसलेली व्यक्ती बनण्याचा प्रयत्न करतो, किंवा फक्त इतरांमध्ये मिसळण्यासाठी आपल्याला आवडत नाहीत अशा गोष्टी करतो. हळूहळू हे एका न संपणाऱ्या शर्यतीत रूपांतरित होते–अशा गर्दीचा भाग होण्याची, जी कदाचित आपल्याला खरं प्रतिनिधित्वही करत नाही. लोक अनेकदा त्यांना न आवडणाऱ्या गोष्टी करतात, न पटणारे मार्ग निवडतात,

आणि मनाला न पटणारे जीवन जगतात–फक्त एका विशिष्ट गटाचा भाग असल्याचे दाखवण्यासाठी.

आपण सगळे वेगवेगळ्या गुण-क्षमता आणि मर्यादा असलेली माणसं नाही का? प्रत्येक व्यक्तीची विचार करण्याची, शिकण्याची, अनुभवण्याची आणि वाढण्याची पद्धत वेगळी असते. पण जेव्हा आपण सतत इतर काय करत आहेत याकडे लक्ष देतो, तेव्हा हळूहळू आपण स्वतःपासून दूर जाऊ लागतो. आपण आपल्या आतल्या आवाजाकडे दुर्लक्ष करतो आणि स्वतःची किंमत इतरांशी तुलना करून मोजायला लागतो. अशा वेळी आपण स्वतःला खऱ्या अर्थाने ओळखू शकत नाही, किंवा आपल्या वेगळेपणाचा सन्मान करू शकत नाही. प्रत्येकाची मते, दृष्टिकोन आणि विचारसरणी वेगळी असते, तरीही 'सगळ्यांसारखं होण्याचा' दबाव आपल्याला पटवतो की वेगळं असणं धोकादायक, अस्वस्थ किंवा चुकीचं आहे.

जोपर्यंत प्रत्येकजण स्वतःचा खरा स्वभाव व्यक्त करायला सुरुवात करत नाही, तोपर्यंत आपल्याला लोक खरेतर कोण आहेत हे कधीच कळणार नाही. आणि जोपर्यंत तुम्ही तुमचा खरा स्वभाव व्यक्त करत नाही, तोपर्यंत तुम्ही नेहमीच गर्दीतल्या एका व्यक्तीसारखेच राहाल. व्यक्त होणे म्हणजे मोठ्याने बोलणे किंवा मान्यता मिळवण्याचा प्रयत्न करणे नव्हे; तर ते प्रामाणिक असण्याबद्दल आहे. ते म्हणजे आपल्या विचारांना, मूल्यांना आणि कृतींना आपल्या खऱ्या स्वभावाशी जुळू देणे. जेव्हा तुम्ही स्वतःला व्यक्त करता, तेव्हा तुम्ही सतत मान्यता शोधण्याशिवाय अस्तित्वात राहण्याची स्वतःलाच परवानगी देता. तुम्ही अपेक्षांना जुळवून घेण्यासाठी स्वतःला जबरदस्तीने घडवण्याऐवजी नैसर्गिकपणे वाढू देता.

कल्पना करा, एखादी व्यक्ती सर्जनशीलता, नवीन कल्पना आणि शोध यांना आवडते; पण फक्त इतरांवर प्रभाव पडावा म्हणून वेगळा मार्ग निवडते. बाहेरून ती व्यक्ती यशस्वी आणि प्रशंसनीय दिसते, पण आतून सतत थकवा, गोंधळ आणि रिक्ततेची भावना असते. आता त्याच व्यक्तीने आपले खरे आवडी-निवडी व्यक्त करण्याचा मार्ग निवडला, जरी कमी

लोकांना ते समजले किंवा त्याचे कौतुक केले तरी. सुरुवातीला हा मार्ग अनिश्चित वाटू शकतो, पण तो अधिक हलका, अर्थपूर्ण आणि समाधान देणारा वाटतो. कालांतराने ही प्रामाणिकता असा आत्मविश्वास आणि स्पष्टता देते, जी कोणतीही बाह्य मान्यता देऊ शकत नाही.

जेव्हा तुम्ही तुमचा खरा स्वभाव व्यक्त करता, तेव्हा तुम्ही भीती किंवा कोणताही मुखवटा न ठेवता खऱ्या अर्थाने स्वतःसारखे राहू शकता. स्वीकारले जाण्यासाठी स्वतःचे काही भाग लपवणे थांबवता. स्वतःला व्यक्त करणे म्हणजे वाढ किंवा महत्त्वाकांक्षा नाकारणे नव्हे; तर आपल्या मूल्यांशी सुसंगत अशी वाढ निवडणे होय. म्हणजेच कौशल्ये सुधारत राहणे, सतत शिकत राहणे आणि पुढे जाताना स्वतःची ओळख न हरवणे. जेव्हा तुमच्या कृती 'प्रभाव पाडण्याऐवजी' 'अभिव्यक्तीतून' येतात, तेव्हा तुमची प्रगती टिकाऊ आणि खऱ्या अर्थाने समाधानकारक ठरते.

इतरांना तुमचे विचार किंवा तुम्ही स्वतः आवडलात की नाही, याची पर्वा न करता स्वतःला व्यक्त करा. इतरांची मान्यता कधी मिळेल, कधी नाही–हे अनिश्चित असते; पण आत्मसन्मान कायम स्थिर असतो. इतरांना प्रभावित करण्याची गरज अनेकदा भीतीतून येते–लोक काय म्हणतील याची भीती, मागे पडण्याची भीती, आपण पुरेसे नाही अशी भीती. पण स्वतःला व्यक्त करणे हे आत्मजाणीव आणि धैर्य यातून येते. ते तुम्हाला असे म्हणण्याची ताकद देते, "आज मी असा आहे, आणि इथून पुढे सुधारायला तयार आहे." ही विचारसरणीच तुमच्यात लवचिकता आणि आतली ताकद निर्माण करते.

जेव्हा तुम्ही इम्प्रेस करण्याचा प्रयत्न थांबवता, तेव्हा तुमची ऊर्जा तुमच्या कामावर, कौशल्यांवर आणि स्वतःच्या वाढीवर केंद्रित होते. तुम्ही सिद्ध करण्यापेक्षा शिकण्यावर अधिक लक्ष देता. प्रत्यक्षात काही साध्य होण्याआधीच जगाला दाखवण्याची घाई तुम्ही सोडून देता. त्याऐवजी, शांतपणे, सातत्याने आणि प्रामाणिकपणे प्रयत्न करता. कालांतराने हे प्रयत्नच कोणत्याही बाह्य दिखाव्यापेक्षा अधिक प्रभावी ठरतात.

तुमचा जन्म कोणाला प्रभावित करण्यासाठी झाला नाही. तुम्ही स्वतःला ओळखण्यासाठी, स्वतःला व्यक्त करण्यासाठी आणि कोणीही पाहत नसतानाही खरे वाटेल असे जीवन घडवण्यासाठी जन्माला आला आहात. अभिव्यक्तीतून जगलेले जीवन शांतता, स्पष्टता आणि उद्देश देते. जेव्हा तुम्ही इम्प्रेस करण्याऐवजी एक्सप्रेस करता, तेव्हा तुम्ही जगासाठी अभिनय करणे थांबवता आणि स्वतःसाठी जगायला सुरुवात करता – आणि इथूनच खऱ्या समाधानाची सुरुवात होते.

# दिनक्रम

## *माणूस कसा आहे, हे त्याच्या दिनक्रमावर ठरते*

कधी विचार केला आहे का–काही लोक शांत, एकाग्र आणि सातत्यपूर्ण दिसतात, तर काहीजण कायम व्यस्त असूनही पुढे जाऊ शकत नाहीत? अनेकदा फरक हा टॅलेंट किंवा बुद्धिमत्तेमुळे नसतो, तर रोज शांतपणे काम करणाऱ्या एका चांगल्या दिनक्रमाच्या शक्तीमुळे असतो.

कधी कल्पना केली आहे का–फक्त एक चांगली योजना आणि योग्य प्रणाली  तयार करून तुम्ही किती जास्त काम करू शकता? प्रत्येक गोष्टीला आणि प्रत्येक व्यक्तीला योग्य वेळ दिलात, तर तुम्ही अधिक उत्पादक आणि कार्यक्षम होऊ शकता. चांगली प्रणाली कशी तयार करायची? तुम्हाला काय हवं आहे, ते कसं हवं आहे, आणि ते साध्य करायला किती वेळ लागेल–याची स्पष्टता असणे गरजेचे आहे. एकदा चांगले परिणाम देणारी प्रणाली तयार झाली की, तिला दिनक्रमाचा भाग बनवा. दिनक्रम म्हणजे नियमितपणे पाळला जाणारा कृतींचा क्रम. योग्य पद्धतीने आणि सातत्याने बराच काळ पाळलेला चांगला दिनक्रम तुमच्यासाठी अशी प्रणाली तयार करतो जी तुम्हाला तुमचे उद्दिष्ट साध्य करण्यात मदत करते.

अनेक लोक दिनक्रमाचे महत्त्व कमी लेखतात, कारण तो उत्साहवर्धक वाटत नाही. त्यातून लगेच परिणाम किंवा दिसणारे बक्षीस मिळत नाही. तो साधा आणि पुन्हा-पुन्हा करणारा वाटतो. पण ह्याच पुनरावृत्तीमुळे हळूहळू गती तयार होते. दिनक्रम गोंधळ कमी करतो आणि रोज तेच निर्णय पुन्हा घेण्याची गरज कमी करतो, त्यामुळे तुमची ऊर्जा योजना बनवण्याऐवजी प्रत्यक्ष कामावर खर्च होते.

दिनक्रम नसला की प्रत्येक दिवस जणू नव्याने सुरू करावा लागतो. काय करायचं, कधी करायचं आणि कसं करायचं–हे सगळं पुन्हा ठरवावं लागतं. पण दिनक्रम असला की हे निर्णय आधीच घेतलेले असतात. तुम्ही फक्त उपस्थित राहता आणि काम करता. कालांतराने ही सातत्यपूर्ण सवय आत्मविश्वास आणि स्पष्टता निर्माण करते, आणि कोणताही जबरदस्तीचा प्रयत्न न करता प्रगती दिसू लागते.

दिनक्रम म्हणजे दिवसातील प्रत्येक मिनिट नियंत्रित करणे नाही. दिनक्रम म्हणजे अशी रचना तयार करणे, जी तुमच्यासाठी खरोखर महत्त्वाच्या गोष्टींना आधार देते. तो तुमच्या प्राधान्यांना विचलनांपासून जपतो आणि महत्त्वाच्या कामांना तुमच्या दिवसात एक ठरलेली वेळ देतो. एखाद्या गोष्टीला ठरलेली वेळ असेल, तर ती होण्याची शक्यता जास्त असते.

अनेक लोक सुरुवात करण्याआधी प्रेरणेची वाट पाहतात, पण दिनक्रम वेगळ्या प्रकारे काम करतो. दिनक्रम कृती निर्माण करतो, आणि कृतीतून प्रेरणा तयार होते. ज्या दिवशी तुम्हाला उत्साह वाटतो, त्या दिवशी दिनक्रम तुम्हाला स्थिर ठेवतो. आणि ज्या दिवशी तुम्ही थकलेले असता, त्या दिवशी दिनक्रम तुम्हाला भावनांवर अवलंबून न राहता पुढे जाण्यास मदत करतो.

कल्पना करा, एखादी व्यक्ती आपले शारीरिक आरोग्य सुधारू इच्छिते. फक्त उत्साह आला तेव्हाच व्यायाम करण्याऐवजी ती एक साधा दिनक्रम निवडते. ती दररोज सकाळी एक ठरलेली वेळ ठरवते आणि थोडा वेळ शरीराला हालचाल देण्याचा निर्धार करते. काही दिवस सोपे वाटतात, काही कठीण. पण दिनक्रम आधीच ठरलेला असल्यामुळे ती व्यक्ती नियमितपणे ते करते. हळूहळू शरीर जुळवून घेते, मन अधिक मजबूत होते, आणि प्रगती नैसर्गिकपणे दिसू लागते.

हेच तत्त्व काम, शिक्षण, नातेसंबंध आणि वैयक्तिक वाढ यांनाही लागू होते. वाचनाचा दिनक्रम मन अधिक तीक्ष्ण करतो. शिकण्याचा दिनक्रम कौशल्य वाढवतो. चिंतनाचा दिनक्रम आत्मजाणीव वाढवतो. दररोज

केलेल्या छोट्या कृती, कधीतरी केलेल्या मोठ्या प्रयत्नांपेक्षा तुमच्या आयुष्याची दिशा अधिक प्रभावीपणे घडवतात.

दिनक्रम तुमच्यासाठी उपयोगी असावा, मर्यादा घालणारा नव्हे. चांगला दिनक्रम तुमच्या उद्दिष्टांनुसार बदलत राहतो. तुम्ही तो सुधारू शकता, साधा करू शकता किंवा तुमच्या आयुष्याच्या सध्याच्या टप्प्यानुसार त्यात बदल करू शकता. महत्त्वाचं म्हणजे परिपूर्णता नाही, तर सातत्य.

अनेक लोक एक दिवस चुकला की दिनक्रम सोडून देतात. त्यांना वाटतं की अपयश म्हणजे पुन्हा सुरुवात करावी लागते. पण प्रत्यक्षात दिनक्रम म्हणजे परत येणे. एक दिवस चुकला म्हणून प्रगती मिटत नाही; सोडून दिल्यावरच ती थांबते.

दिनक्रम तुमचा स्वतःवरचा विश्वासही वाढवतो. प्रत्येक वेळी तुम्ही ठरवलेली गोष्ट पूर्ण करता, तेव्हा तुमचा स्वतःवरील विश्वास अधिक मजबूत होतो. कालांतराने हा आत्मविश्वास शांतपणे पण ठामपणे तुमच्यात रुजतो.

गोंधळ आणि विचलनांनी भरलेल्या या जगात, दिनक्रम स्थिरता देतो. परिस्थिती बदलत असली तरी तुमचा दिनक्रम एक स्थिर आधार राहतो. तो तुमच्या दिवसाला लय देतो आणि आयुष्याला दिशा देतो.

असा दिनक्रम तयार करा जो तुमच्या उद्दिष्टांचा आदर करेल, तुमच्या वेळेची कदर करेल आणि तुम्हाला हवे असलेले आयुष्य घडवण्यास मदत करेल. तो रोज पाळा – जरी तो साधा वाटत असला तरी - कारण ह्याच साधेपणात खऱ्या आणि टिकाऊ प्रगतीची सुरुवात होते.

## काहीच करू शकत नाही?

***“मी काहीच करू शकत नाही”  हा विचार थोडासा स्वकेंद्रित असू शकतो. आपण हळूहळू आणि सातत्याने आपलं जीवन सुधारू शकतो, आणि त्यामुळे पुढच्या पिढ्यांनाही आनंदाने जगायला मदत करू शकतो.***

आयुष्यात एक असा क्षण येतो, जेव्हा शांतता ही आवाजापेक्षा जड वाटते, आणि मन स्वतःलाच पटवून देते की आता काहीच करता येणार नाही. अशा क्षणांत वाढ बाहेर कुठेतरी नसते, तर ती शांतपणे आपल्या आतच वाट पाहत असते. आपण अडकलो आहोत ही भावना अनेकदा परिस्थितीपेक्षा जास्त मर्यादा घालते. कृतीत बदल दिसण्यापूर्वी, तो आधी विचारांमध्ये बदल मागतो.

जर तुम्ही तुमचे विचार फक्त स्वतःपुरते आणि तुमच्या सध्याच्या क्षमतांपुरते मर्यादित ठेवले, तर तुम्ही स्वतःपलीकडे कधीच जाऊ शकणार नाही. मर्यादा तिथूनच सुरू होते, जिथे आपण आपली सध्याची स्थिती हीच अंतिम ध्येय  आहे असे मानतो. प्रगती म्हणजे फक्त आपण आज कोण आहोत हे पाहणे नाही, तर आपण कोण बनत आहोत हेही ओळखणे. जर तुम्ही स्वतःला फक्त आज काय करू शकता यावर मोजलंत, तर नकळत तुम्ही उद्या काय शिकू शकता याचे दरवाजे बंद करता.

जेव्हा तुम्हाला वाटतं की “मी काहीच करू शकत नाही” , तेव्हा हे लक्षात ठेवा–तुम्ही नेहमी काहीतरी करू शकता. अगदी छोटासा कृतीही स्थिरता तोडतो. कृती मोठी किंवा इतरांना दिसणारी असण्याची गरज नाही; ती फक्त जाणीवपूर्वक असावी लागते. कितीही छोटं का असेना, काहीतरी करणं तुम्हाला प्रगतीशी जोडून ठेवतं.

तुम्ही वाचू शकता, लिहू शकता आणि स्वतःला शिकवून तुमची कौशल्ये सुधारू शकता. ज्ञान ही अशी काही मोजकी साधनांपैकी एक गोष्ट आहे, जी वाटल्याने वाढते आणि वापरल्याने अनेक पटींनी वाढते. शिकणे हे कोणत्याही विशिष्ट वय, पार्श्वभूमी किंवा परिस्थितीपुरते मर्यादित नसते. जोपर्यंत जिज्ञासा जिवंत आहे, तोपर्यंत प्रगती शक्य आहे. शिक्षण म्हणजे फक्त औपचारिक प्रणाली नव्हे; ते स्वतःमध्ये केलेली गुंतवणूक आहे.

तुम्ही तुमचे आणि तुमच्या आसपासच्या लोकांचे जीवन बदलू शकता– फक्त "मी अनेक गोष्टी करू शकतो" या विश्वासाने कृती केली, तरी. विश्वास संसर्गासारखा पसरतो. जेव्हा तुम्ही स्वतःच्या वाढीच्या क्षमतेवर विश्वास ठेवायला लागता, तेव्हा तुम्ही इतरांनाही तसंच करण्यासाठी प्रेरित करता–कधी कधी एक शब्दही न बोलता. प्रगती आधी बाहेर पसरते, आणि मग आत जाणवते.

तुमच्या नियंत्रणात असलेल्या गोष्टींवर लक्ष केंद्रित करा–ज्या गोष्टींवर तुम्ही लगेच कृती करू शकता. नियंत्रणाबाहेरील गोष्टींवर खर्च केलेली ऊर्जा स्पष्टता कमी करते; तर नियंत्रणात असलेल्या कृतींमध्ये गुंतवलेली ऊर्जा गती निर्माण करते. नियंत्रण म्हणजे खात्री नव्हे; तर जबाबदारी. जेव्हा तुम्ही तुमच्या हातात असलेल्या गोष्टींवर लक्ष देता, तेव्हा तुम्ही तुमच्या दिशेवर पुन्हा नियंत्रण मिळवता.

कोणतीही मोठी गोष्ट साध्य करायला वेळ आणि प्रयत्न लागतात. प्रगती लगेच दिसत नाही. वाढ शांतपणे साचत जाते. वेळ आणि प्रयत्न हे अडथळे नाहीत; ते बदलाची किंमत आहेत. जे लोक हे समजतात, ते परिणामांच्या घाईत न पडता प्रक्रियेचा आदर करायला शिकतात.

जोपर्यंत तुम्ही जिवंत आहात, तोपर्यंत तुम्ही शिकू शकता आणि वेळोवेळी स्वतःला पुन्हा घडवू शकता. स्वतःला नव्याने घडवणे म्हणजे अपयश नाही; ती एक उत्क्रांती आहे. आयुष्याच्या प्रत्येक टप्प्यावर पुन्हा उभं राहण्याची संधी असते–कधी अधिक मजबूत, कधी अधिक शहाणे, पण

नेहमी अधिक जागरूक. स्वतःला पुन्हा घडवण्याची क्षमता ही माणसाची सर्वात मोठी ताकद आहे.

वाढ तेव्हाच खोलवर जाते, जेव्हा ती केवळ विचारांपुरती न राहता कृतीत उतरते. कल्पना अपूर्णच राहतात, जोपर्यंत कृती त्यांना आकार देत नाही. अनुभव समज अधिक परिपक्व करतो–जसं केवळ विचारांनी कधीच शक्य होत नाही.

प्रत्यक्ष करून तुम्ही अधिक शिकता. सरावामुळे उणिवा दिसतात, निर्णयक्षमता सुधारते आणि आत्मविश्वास वाढतो. कृतीतून शिकलेले धडे जास्त काळ टिकतात आणि व्यक्तिमत्त्वाला अधिक खोलवर घडवतात.

इतरांना मदत केल्याने तुम्हाला लोकांना भेडसावणाऱ्या समस्यांबद्दल शिकायला मिळतं. सेवा म्हणजे एक आरसा आहे. जेव्हा तुम्ही इतरांना मदत करता, तेव्हा मानवी जिद्द, संघर्ष आणि ताकद यांची खरी जाणीव होते. सहानुभूती तुम्ही पुस्तकांमधून नाही, तर अनुभवातून शिकता.

जेव्हा तुम्ही समस्यांना शिकण्याच्या, प्रगती करण्याच्या आणि इतरांना मदत करण्याच्या उद्देशाने सामोरे जाता, तेव्हा तुम्ही त्यांचे निराकरण करायला शिकता. उद्देशाने पाहिलेल्या समस्या हलक्या वाटू लागतात. जेव्हा शिकणं हे ध्येय बनतं, तेव्हा अडचणी अडथळे न राहता शिक्षक बनतात.

तुम्ही लोकांवर जो परिणाम घडवू शकता, तो फक्त तुम्ही मदत केलेल्या लोकांपुरता मर्यादित नसतो; तो त्यांच्या पुढील पिढ्यांपर्यंत पोहोचतो. प्रभाव कधीही एकटाच राहत नाही. तुमचा एक विश्वास अनेक अशा आयुष्यांवर परिणाम करू शकतो, ज्यांना तुम्ही कधी भेटणारही नाही. प्रगतीचा वारसा दिसण्यापेक्षा खूप पुढे जातो.

कल्पना करा, एखादी व्यक्ती परिस्थितींमुळे अडकलेली वाटते–मर्यादित साधनं, कमी आत्मविश्वास आणि सततची शंका. हार मानण्याऐवजी ती रोज एक छोटं पाऊल उचलायचं ठरवते. काही पानं वाचते, नवीन कौशल्य

शिकते आणि कोणतीही अपेक्षा न ठेवता कोणाला तरी मदत करते. काही आठवडे मोठा बदल दिसत नाही, पण आत काहीतरी हळूहळू बदलायला लागतं. आत्मविश्वास शांतपणे वाढू लागतो. काही महिन्यांनंतर तिचे निर्णय वेगळे दिसतात, विचारसरणी अधिक मजबूत होते आणि तिची उपस्थिती अधिक स्थिर वाटते. जे एकेकाळी अशक्य वाटत होतं, ते हळूहळू शक्य होऊ लागतं–कारण आयुष्य अचानक बदललं नाही, तर विश्वास कृतीत उतरला.

विश्वास म्हणजे अडचणी नाकारणं नव्हे; तर हार मानण्याऐवजी सातत्य निवडणं. प्रगती सहसा गोंगाट करत नाही. ती तेव्हा घडते, जेव्हा कोणी पाहत नसतं, जेव्हा प्रयत्न दिसत नाहीत, आणि जेव्हा बदल आधी आतून होतो, मग बाहेर दिसतो.

फक्त स्वतःवर विश्वास ठेवून आणि हार न मानता तुम्ही पुढे जात राहिलात, तर तुम्ही स्वतःची प्रगती करतच राहाल आणि येणाऱ्या पिढ्यांच्या घडणीतही हातभार लावाल. काळानुसार टिकून राहिलेला विश्वास ताकद बनतो. हार मानली की प्रगती थांबते; पण विश्वास सातत्य टिकवून ठेवतो. जे पुढे जात राहतात, ते स्वतःपलीकडच्या भविष्यास आकार देतात.

तुमचं आयुष्य असं जगा की ते लोकांसाठी प्रेरणादायी कथा बनावं–ताबडतोब नाही, पण हळूहळू. खरी प्रेरणा लगेच तयार होत नाही. ती सातत्य, नम्रता आणि जिद्द यांमधून घडते. टिकून राहणाऱ्या कथा हळूहळू लिहिल्या जातात–विशेषतः त्या क्षणांत, जेव्हा हार मानणं सोपं वाटत असतं.

प्रत्येकाच्या आयुष्यात असे क्षण येतात, जेव्हा शंका खूप खरी वाटते. पण शंका तुमची क्षमता ठरवत नाही–तुमचा प्रतिसाद ठरवतो. जोपर्यंत प्रयत्न सुरू आहेत, तोपर्यंत शक्यता जिवंत असते. प्रगती तुम्हाला सगळं एकाच वेळी करायला सांगत नाही; ती फक्त एवढंच सांगते की काहीतरी करत राहा.

प्रश्न हा कधीच नसतो की तुम्ही काही करू शकता का नाही. खरा प्रश्न हा असतो की तुम्ही सुरुवात करायला तयार आहात का. आणि एकदा तुम्ही सुरुवात केली, की अगदी छोटंसं पाऊलसुद्धा हे सिद्ध करतं – की तुम्ही कधीच खरंच अडकलेले नव्हतात, फक्त वेगळा विचार स्वीकारण्याची वाट पाहत होतात.

## मनाचे खेळ

***जिथे तुम्हाला स्वतःलाच मागे टाकायचं आहे, ते सर्वात मोठं व्यासपीठ म्हणजे तुमचं मन आहे.***

तुमचं मन तुमच्यासोबत अनेक प्रकारे खेळ खेळतं. जग तुमच्या कृतींवर प्रतिक्रिया देण्याआधीच तुमचं मन तुमच्या विचारांवर प्रतिक्रिया देतं. ते शांतपणे ठरवतं की तुम्ही स्वतःकडे कसं पाहता, आव्हानांना कसं सामोरं जाता आणि संधींना कसं प्रतिसाद देता. अनेकदा यश किंवा अपयश परिस्थितीतून नाही, तर तुमच्या आत सुरू असलेल्या त्या शांत संवादातून सुरू होतं.

ते तुम्हाला तुमच्या क्षमतांवर विश्वास ठेवायला लावतं, तुम्हाला पुढे जाण्यास मदत करतं, आणि जेव्हा तुम्ही यशाच्या जवळ पोहोचता, तेव्हा तेच तुम्हाला स्वतःबद्दल शंका आणायला लावतं. हा विरोधाभास मानवी मनाची एक विचित्र पण खरी बाजू आहे. जसं-जसं प्रगती दिसू लागते, तसं शंका मनात शिरू लागते. प्रगती म्हणजे आपल्या कम्फर्ट झोनच्या बाहेर जाणं, आणि मनाला हा नवा भाग अपरिचित वाटल्यामुळे ते भीती आणि अनिश्चितता निर्माण करून तुम्हाला पुन्हा सुरक्षिततेकडे खेचण्याचा प्रयत्न करतं.

ते तुम्हाला असं वाटू देतं की तुम्ही पुरेसे नाही, किंवा काही गोष्टींसाठी तुम्ही पात्र नाही. हे विचार अचानक येत नाहीत; ते हळूहळू तयार होतात–भूतकाळातील अनुभव, तुलना आणि न बोललेल्या अपेक्षांमधून. जर या विचारांना आव्हान दिलं नाही, तर ते हळूहळू सत्यासारखे वाटू लागतात, जरी ते फक्त भीतीचे प्रतिबिंब असले तरी.

जेव्हा तुम्ही काही कामावर लक्ष केंद्रित करण्याचा प्रयत्न करता, तेव्हा मन तुम्हाला विचलनाची चव दाखवतं. विचलन नेहमी बाहेरून येत नाही; अनेकदा ते अतिविचार, अनावश्यक चिंता किंवा कल्पनेतल्या परिणामांच्या रूपात येतं. मनाला आराम हवा असतो, आणि हा आराम अनेकदा प्रयत्न करण्यापेक्षा टाळण्यात मिळतो.

म्हणूनच, कोणत्याही क्षेत्रात यश मिळवण्यासाठी तुमच्या मनावर विजय मिळवणं गरजेचं आहे. बाह्य साधनं, कौशल्यं आणि रणनीती महत्त्वाच्या असतात, पण त्या तेव्हाच काम करतात जेव्हा आतली पायाभूत तयारी मजबूत असते. शिस्तबद्ध मन हे सातत्यपूर्ण कृतीसाठी भक्कम आधार बनतं.

तुमचं मन तुमचा सर्वात चांगला मित्रही ठरू शकतं आणि सर्वात मोठा अडथळाही. संयम आणि विश्वासाने मन घडवलं तर ते साथ देतं; भीती आणि टाळाटाळीने ते तुम्हाला थांबवतं. तुम्ही तुमच्या मनाशी कसा संबंध तयार करता, यावर ठरतं की कठीण वेळेत तुम्ही किती पुढे जाल.

तुम्ही नेहमी तुमच्या मनाला–जाणीवपूर्वक किंवा नकळत–सकारात्मक किंवा नकारात्मक बनवत असता. तुम्ही घेतलेले प्रत्येक निर्णय, तुम्ही पुन्हा-पुन्हा केलेली प्रत्येक सवय, आणि तुम्ही दिलेली प्रत्येक प्रतिक्रिया ही त्या प्रशिक्षणाचा भाग बनते. शांतताही मनाला शिकवते, कारण आज तुम्ही दुर्लक्ष केलेली गोष्ट उद्या अधिक मजबूत होते.

परिणाम काहीही असले तरी वेगवेगळ्या गोष्टी करण्याचा प्रयत्न केल्याने तुम्ही तुमच्या मनात तुमच्या क्षमतांबद्दल विश्वास निर्माण करता. परिणाम नाही, तर कृती विश्वास घडवते. प्रत्येक प्रयत्न तुमच्या मनाला सांगतो की तुम्ही प्रयत्न करू शकता, शिकू शकता आणि सातत्य ठेवू शकता–जरी लगेच यश मिळालं नाही तरी.

कठीण काळात तुम्ही स्वतःला साथ देता, तेव्हा तुमचं मन तुमच्यावर विश्वास ठेवायला लागतं. स्वतःला साथ देणं म्हणजे संघर्ष नाकारणं नव्हे; तर

त्यात टिकून राहणं. जेव्हा तुम्ही अस्वस्थतेतही पुढे जात राहता, तेव्हा तुमचं मन हळूहळू मजबूत बनतं.

जेव्हा तुम्ही करायच्या गोष्टी पुढे ढकलत राहता, तेव्हा तुमचं मन तुमच्यावर शंका घ्यायला लागतं. विलंबामुळे विश्वास कमी होतो. प्रत्येक पुढे ढकललेली कृती मनाला सांगते की तुमची इच्छा नेहमी कृतीत बदलत नाही, आणि हळूहळू आत्मविश्वास कमी होऊ लागतो.

काही वेळा मन विश्वास ठेवण्याआधी पुरावा मागतं. सातत्याने केलेल्या छोट्या कृती हाच तो पुरावा ठरतो. शिस्त मनाला शिकवते की प्रयत्नावर विश्वास ठेवावा, तर सातत्य नसल्याने मनात शंका निर्माण होते.

जेव्हा तुम्ही तुमच्या कृतीतून मनाला आवश्यक असा पुरावा देत नाही, तेव्हा मनात अविश्वास निर्माण होतो. फक्त प्रेरणा पुरेशी नसते; कृतीही गरजेची असते. मनाला प्रत्यक्ष दिसणाऱ्या प्रयत्नांवरच जास्त विश्वास बसतो— जरी ते प्रयत्न परिपूर्ण नसले तरी.

जर तुम्ही मनाला सतत विचलनांकडे वळायला शिकवलं, तर ते तसंच करत राहील. विचलन ही शिकलेली सवय आहे. तुम्ही जे वारंवार स्वीकारता, ते हळूहळू आपोआप होऊ लागतं, आणि त्यामुळे लक्ष केंद्रित करणं अधिक कठीण होतं.

पण जर तुम्ही मनाला एखाद्या कामावर लक्ष केंद्रित करण्याची शिस्त लावली, तर ते हळूहळू दीर्घकाळ लक्ष देण्याची क्षमता शिकतं. लक्ष केंद्रित करण्याची क्षमता सरावाने वाढते. जसं शरीराचे स्नायू सरावाने मजबूत होतात, तसंच लक्षही सातत्याने धारदार होतं.

जेव्हा तुम्ही तुमच्या मनावर नियंत्रण मिळवता, तेव्हा तुमच्यासमोर अनेक शक्यता उपलब्ध होतात. मन जिंकणं म्हणजे ते पूर्णपणे शांत करणं नाही; तर भीतीऐवजी स्पष्टता आणि उद्देशाने त्याला दिशा देणं.

कल्पना करा, एखादी व्यक्ती एका नव्या संधीच्या उंबरठ्यावर उभी आहे—थोडी साशंक, पण उत्सुक. ती दररोज एक छोटं पाऊल पुढे टाकण्याचा निर्णय घेते—वाचते, शिकते, सराव करते आणि चुका सुधारते. सुरुवातीला मन विरोध करतं, प्रयत्नांवर प्रश्न उपस्थित करतं आणि अपयशाची भीती दाखवतं. पण कालांतराने त्या छोट्या पावलांमधून आत्मविश्वास वाढतो. जे आधी कठीण वाटत होतं, ते हळूहळू सहज वाटू लागते, आणि जे मन आधी विरोध करत होतं, तेच आता साथ देऊ लागतं. प्रगती अचानक मोठ्या बदलातून येत नाही; ती शांतपणे, सातत्याने घडते—जी विश्वासालाही नव्याने घडवते.

प्रगती आधी आतून घडते आणि नंतर बाहेर दिसते. जेव्हा तुम्ही तुमची विचारसरणी मजबूत करता, तेव्हा बाह्य आव्हानांची भीती कमी होते. आत्मविश्वास मग परिणामांवर अवलंबून राहत नाही; तो शिस्त आणि स्वतःवरील विश्वासातून तयार होतो.

बाहेर जिंकण्यासाठी आधी आत जिंकणं गरजेचं असतं, कारण प्रत्येक खेळ आधी मनात खेळला जातो आणि मग बाहेर. तुम्ही इतरांमध्ये पाहता ते यश अनेकदा त्यांच्या आतल्या शांत लढायांमधून मिळालेलं असतं. जगाला फक्त परिणाम दिसतात, पण त्या परिणामामागचा प्रयत्न मनातच घडलेला असतो.

जेव्हा तुम्ही मनाचे खेळ ओळखायला शिकता, तेव्हा तुम्ही घाईघाईने प्रतिक्रिया देणं थांबवता आणि जाणीवपूर्वक प्रतिसाद देऊ लागता. तुम्ही विचलनाऐवजी लक्ष, सबबीऐवजी प्रयत्न, आणि शंकेऐवजी संयम निवडता. कालांतराने तुमचं मन तुम्हाला सतत तपासणं थांबवतं आणि तुमच्यासोबत काम करायला लागतं.

हा प्रवास भीती संपवण्याबद्दल नाही; तर भीती असूनही कृती करण्याबद्दल आहे. जेव्हा तुम्ही पुन्हा-पुन्हा कृती निवडता, तेव्हा मन त्याला

जुळवून घेतं. ते तुमच्या दिशेवर विश्वास ठेवायला लागतं आणि तुमच्या मागे येतं.

शेवटी, तुमच्या आयुष्याची गुणवत्ता तुमच्या आतल्या संवादाच्या गुणवत्तेवर ठरते. जेव्हा तुम्ही तुमचे विचार जाणीवपूर्वक आणि सातत्याने मार्गदर्शित करता, तेव्हा तुम्ही फक्त पुढे जात नाही – तर स्पष्टता, ताकद आणि उद्देशासह पुढे जाता.

## तुमची कथा

***तुमच्याबद्दल अनेक कथा असू शकतात, पण महत्त्वाचं हे आहे की तुम्ही कोणत्या कथेला मानता.***

गोंधळाने भरलेल्या जगातही स्वतःच्या मार्गावर ठाम राहण्यात एक शांत ताकद असते. प्रगती सहसा गोंगाट करत नाही. बहुतांश वेळा ती तेव्हा घडते, जेव्हा तुम्ही तुमच्या कामात गुंतलेले असता, कौशल्य सुधारत असता आणि एकेक पाऊल पुढे जात असता. तुम्ही तुमच्या प्रवासात इतके मग्न असता की तुम्हाला स्वतःची प्रगती किती झाली आहे हे कदाचित जाणवतही नाही–पण इतरांना ती दिसते, आणि सगळेच लोक प्रामाणिकपणे किंवा सद्भावनेने प्रतिसाद देतील असं नाही.

जेव्हा तुम्ही तुमच्या ध्येयावर लक्ष ठेवून काम करत राहता, तुमच्या कौशल्यावर मेहनत करता आणि सातत्य राखता, तेव्हा तुम्ही हळूहळू तुमची ध्येयं साध्य करता. रोजच्या रोज प्रगती दिसत नाही, पण सातत्याने केलेले छोटे प्रयत्न कालांतराने मोठे परिणाम घडवतात. हे परिणाम अनेकदा मागे वळून पाहिल्यावरच स्पष्ट दिसतात.

पण या सगळ्या प्रवासात, तुमच्याबद्दल अनेक कथा तुम्हाला ऐकायला मिळतील–तुम्ही कसे आहात, काय करता, कोणाशी संबंध ठेवता, कसं काम करता, कसं पुढे जात आहात वगैरे. या कथा अनेकदा सत्यापेक्षा वेगाने पसरतात. लोक तुमच्या प्रवासाचे काही तुकडे पाहतात आणि त्यातून त्यांच्या सोयीप्रमाणे कथा तयार करतात–ज्या तुम्हाला तितक्याच खऱ्या वाटतील असं नाही.

या सगळ्या कथा खऱ्या असतीलच असं नाही. काही गैरसमजातून येतात, काही अपूर्ण माहितीतून, तर काही वैयक्तिक असुरक्षिततेतून. प्रत्येक मत

तथ्यांवर आधारित असतं असं नाही, आणि प्रत्येक मताकडे लक्ष देण्याची गरजही नसते.

काही लोक असं म्हणू शकतात की तुम्ही त्यासाठी पात्र नाही, तुम्ही ते कमावलेलं नाही, किंवा तुम्ही त्यांच्यापेक्षा काहीही वेगळे नाही. जेव्हा प्रगती दिसू लागते, तेव्हा तुलना सुरू होते. स्वतःकडे पाहण्याऐवजी लोक अनेकदा त्यांचेच संशय इतरांवर टाकतात. "तुम्ही चुकीच्या मार्गाने यश मिळवलं" असेही आरोप होऊ शकतात. पण असे आरोप तुमच्या प्रवासाबद्दल कमी आणि इतरांच्या अस्वस्थतेबद्दल जास्त असतात.

या सगळ्या कथांबद्दल महत्त्वाची गोष्ट म्हणजे – त्या तुमच्याबद्दलच्या कथा आहेत. एखाद्या कथेला ताकद तेव्हाच मिळते, जेव्हा ती मानली जाते. तुम्ही त्यावर विश्वास ठेवला नाही, तर त्या तुमच्यावर परिणाम करू शकत नाहीत. बाहेरचा गोंधळ आतल्या नुकसानात तेव्हाच बदलतो, जेव्हा तुम्ही त्याला तुमची ओळख ठरवू देता.

लोक अनेकदा इतरांबद्दल बोलतात, जेव्हा त्यांना तुम्ही जिंकू नये असं वाटतं किंवा तुम्हाला निरुत्साहित करायचं असतं. प्रगती इतरांना अस्वस्थ करू शकते, विशेषतः जेव्हा ती त्यांच्या स्वतःच्या प्रगतीवर प्रश्न निर्माण करते. टीका नेहमी सत्यावर आधारित नसते; कधी कधी तो तुम्हाला थांबवण्याचा प्रयत्न असतो.

तुम्हाला स्वतःबद्दल पूर्णपणे माहिती असते–आणि फक्त तुम्हालाच. तुमचे विचार, तुमच्या भीती, तुमच्या जबाबदाऱ्या–हे सगळं कोणीच जगलेलं नसतं. इतरांना फक्त परिणाम दिसतात; तुम्हाला प्रक्रिया माहिती असते. इतरांना फक्त निष्कर्ष दिसतात; तुम्हाला केलेला प्रयत्न आठवतो.

स्वतःबद्दलची जाणीव–तुमच्या क्षमता आणि कौशल्यांची समज–हीच त्या सगळ्या आवाजांना शांत करण्यासाठी आणि तुमचं काम करत राहण्यासाठी आवश्यक असते. आत्मजाणीव तुम्हाला स्थिर ठेवते, जेव्हा मतं तुम्हाला

डळमळीत करण्याचा प्रयत्न करतात. ती तुम्हाला आठवण करून देते की तुम्ही काय करू शकता आणि तुम्ही सुरुवात का केली होती.

तुम्ही ज्या कथेला मानता, तीच कथा तुम्ही प्रत्यक्षात घडवता. विश्वास म्हणजे अंध आशावाद नाही; तो प्रयत्न, विचार आणि सातत्यातून तयार झालेला ठाम विश्वास असतो. जेव्हा तुम्ही तुमच्या स्वतःच्या कथेला मानता, तेव्हा विचलनांची ताकद कमी होते.

कल्पना करा, एखादी व्यक्ती शांतपणे आपल्या ध्येयाकडे काम सुरू करते–मान्यता न शोधता वेळ, ऊर्जा आणि शिस्त यात गुंतवणूक करते. जशी-जशी प्रगती दिसू लागते, तशा कुजबुज सुरू होतात–काही समर्थन देणाऱ्या, काही शंका घेणाऱ्या, तर काही उघडपणे टीका करणाऱ्या. पण प्रतिक्रिया देण्याऐवजी ती व्यक्ती आपल्या कामावर लक्ष केंद्रित ठेवते, कौशल्य सुधारत राहते आणि दररोज हजर राहते. कालांतराने परिणामच त्या कथांपेक्षा जास्त बोलू लागतात. जे आवाज आधी शंका घेत होते, ते शांत होतात–कारण स्पष्टीकरण दिलं म्हणून नाही, तर सातत्य स्पष्ट झालं म्हणून.

तुमची कथा प्रत्येक टप्प्यावर सिद्ध करण्यासाठी नाही. ती स्पष्टता आणि उद्देशाने जगण्यासाठी आहे. जेव्हा तुम्ही खूप वेळ इतरांच्या मतांना उत्तर देण्यात घालवता, तेव्हा तुम्ही काहीतरी अर्थपूर्ण घडवण्यासाठीचा वेळ गमावता. प्रयत्नांसोबत जोडलेलं शांत राहणं हेच एक प्रभावी उत्तर बनतं.

प्रत्येकाला तुमचा प्रवास समजेलच असं नाही–आणि तसं होणं गरजेचंही नाही. काही लोकांना फक्त शेवट दिसतो, प्रवासातील अंतर नाही. काहींना फक्त परिणाम दिसतात, त्यामागचे त्याग नाही. हे समजलं की तुम्ही तुमच्या गतीचं, निर्णयांचं किंवा दिशेचं स्पष्टीकरण देण्याच्या गरजेपासून मुक्त होता.

तुम्ही तुमच्या ध्येयावर काम करत राहता, तेव्हा लक्षात ठेवा–प्रगतीला आदर मिळण्यापूर्वी ती लक्ष वेधून घेते. आदर नंतर येतो, जेव्हा परिणाम स्थिर होतात आणि सातत्य स्पष्ट होतं. तोपर्यंत तुमची जबाबदारी लोकांची मतं सांभाळण्याची नसून, तुमची प्रगती सांभाळण्याची आहे.

तुम्ही स्वतःला रोज जी कथा सांगता, तीच तुमच्या कृतींवर, प्रतिक्रियांवर आणि आव्हानांना सामोरं जाण्याच्या पद्धतीवर परिणाम करते. जेव्हा ती कथा आत्मविश्वास आणि आत्मजाणीवेवर आधारित असते, तेव्हा अडथळे तात्पुरते वाटतात आणि टीका हाताळणं सोपं होतं. तुम्ही मान्यता शोधणं थांबवता आणि तुमच्या प्रक्रियेवर विश्वास ठेवायला लागता.

शेवटी, तुमच्याबद्दल अनेक कथा सांगितल्या जातील, पण तुमचं आयुष्य एका कथेनं मार्गदर्शित होईल – ती म्हणजे तुम्ही ज्यावर विश्वास ठेवता ती. त्या कथेशी प्रामाणिक रहा. तुमचं काम करत रहा. बाकीचं वेळ, प्रयत्न आणि प्रामाणिकपणा स्वतः लिहून काढतील.

## दीर्घकालीन खेळ

***जर तुम्ही लांब पल्ल्यासाठी खेळत असाल, तर सतत जोर लावून चालत नाही.***

जीवन फक्त वेगावर चालणारी शर्यत नाही; ते एक हळूहळू उलगडणारं प्रवास आहे, जो पाहायला तयार असणाऱ्यांना संयम शिकवतो. अनेक लोक लवकर थकतात–क्षमता नसल्यामुळे नाही, तर ते कोणता खेळ खेळत आहेत हे न समजल्यामुळे. जेव्हा तुम्ही जीवन स्पष्टपणे पाहायला लागता, तेव्हा घाई करणं थांबवत आणि टिकून राहण्याचं महत्त्व ओळखायला लागता.

जीवन हा तुम्ही खेळणार असलेला सर्वात लांब खेळ आहे. तो तुमच्या संपूर्ण आयुष्यभर चालणार आहे. हे समजलं की, तुम्ही सगळा खेळ एका क्षणावर अवलंबून ठेवत नाही. तुम्ही निर्णय घेण्यासाठी वेळ देता, योग्य निवड करता. आणि कधी चूक झालीच, तरी त्या निर्णयांना बदलून सुधारण्याची संधी असते.

ही एकच समज तुमचा सगळ्या गोष्टींकडे पाहण्याचा दृष्टिकोन बदलू शकते. जेव्हा तुम्ही मान्य करता की जीवनात सुधारण्यासाठी जागा असते, तेव्हा शिकणं कमी भीतीदायक वाटतं. चुका कायमच्या अपयशासारख्या वाटत नाहीत; त्या फक्त पुढच्या प्रवासातील सुधारणा वाटतात. तुम्ही स्वतःला दोष देणं थांबवता आणि तुमची दिशा सुधारण्यावर लक्ष देता. ही विचारसरणी अनावश्यक ताण कमी करते आणि त्याजागी शांत जबाबदारी आणते.

आपण बहुतेक वेळा सगळं लवकर मिळवण्याच्या घाईत असतो, त्यामुळे गोष्टींना वेळ लागतो हे विसरतो. व्यवसाय सुरू करायला कमी वेळ लागतो,

पण तो टिकवायला जास्त वेळ लागतो. प्रेमात पडायला काही क्षण पुरतात, पण नातं टिकवायला आयुष्यभर प्रयत्न करावे लागतात.

वेग उत्साह निर्माण करतो, पण टिकाव परिणाम देतो. सुरुवात आकर्षक वाटते कारण ती नवीन आणि संधींनी भरलेली असते, पण खरी प्रगती शांतपणे सातत्यातून घडते. टिकवून ठेवण्यासाठी शिस्त, संयम आणि भावनिक परिपक्वता लागते. इथेच अनेक लोक अडखळतात–कारण ते सुरुवात करू शकत नाहीत म्हणून नाही, तर ते टिकून राहू शकत नाहीत म्हणून. हा फरक समजला की, तुम्ही उतावळेपणापेक्षा सहनशक्तीचं महत्त्व ओळखता.

जर तुम्ही सतत तुमची ऊर्जा प्रत्येक छोट्या ध्येयावर खर्च करत राहिलात, तर मोठी ध्येयं गाठण्याआधीच तुम्ही थकून जाल. म्हणून तुमची दीर्घकालीन ध्येयं आणि अल्पकालीन ध्येयं एकमेकांशी जुळलेली असणं गरजेचं आहे.

ऊर्जा ही मर्यादित असते. ती विखुरली, तर प्रगतीही वरवरची राहते. योग्य जुळवणीच प्रयत्नांना गती देते. छोट्या ध्येयांनी पुढे नेण्यासाठी मदत करायला हवं–भरकटवण्यासाठी नाही. जेव्हा तुमच्या रोजच्या कृती मोठ्या ध्येयाशी जोडलेल्या असतात, तेव्हा प्रयत्न थकवणारे वाटत नाहीत, तर अर्थपूर्ण वाटतात. जुळवणी नसली, तर मेहनत करूनही रिकामेपण वाटू शकतं.

जर तुम्ही तुमच्या ध्येयांना प्राधान्य दिलं नाही, तर दीर्घकाळ सातत्याने वापरता आली असती अशी ऊर्जा कमी पडते. आणि ज्या गोष्टींसाठी तुमची खास कौशल्यं आवश्यक नाहीत, त्या तुम्ही दुसऱ्यांवर सोपवल्या नाहीत, तर तुम्ही त्याच गोष्टी पुन्हा-पुन्हा करत राहता–ज्यामुळे तुमच्या प्रगतीवर परिणाम होतो. विश्रांती आणि ताजेतवाने होण्यासाठी वेळ द्या. त्याच वर्तुळात फिरत राहण्याऐवजी पुढे जात राहा.

प्राधान्य देणं म्हणजे जास्त काम करणं नाही; तर महत्त्वाचं काम करणं. काम सोपवणं म्हणजे कमजोरी नाही; तर स्पष्टता. ज्या कामांमध्ये तुमची गरज नाही, त्यांना धरून बसलात, तर तुम्ही स्वतःलाच थांबवता. प्रगतीसाठी पुनरावृत्ती सोडणं आणि प्रणाली, लोक आणि प्रक्रियांवर विश्वास ठेवणं आवश्यक आहे. विश्रांती म्हणजे प्रगतीपासून दूर जाणं नाही; ती प्रगतीचाच भाग आहे. ताजेतवाने झाल्यावर तुम्ही अधिक मजबूत, स्पष्ट आणि लक्ष देऊन परत कामाला लागता.

अनेक लोक हालचाल आणि पुढे जाणं यात गोंधळ करतात. ते व्यस्त असतात, पण त्याच जागी राहतात. खरी प्रगती शांत वाटते. ती घाई करत नाही. ती जाणीवपूर्वक केलेल्या प्रयत्नांमधून, वेळोवेळी पुन्हा केल्याने हळूहळू तयार होते. जेव्हा तुम्ही त्याच पॅटर्नमध्ये अडकणं थांबवता, तेव्हा आयुष्य नैसर्गिकपणे पुढे सरकायला लागतं.

कल्पना करा, एखादी व्यक्ती सतत काम करत असते–सगळ्याला होकार देत, फक्त मेहनत केली की यश मिळेल असं मानत. दिवस वर्षांत बदलतात, पण ध्येय जवळ येत असल्यासारखं वाटत नाही. एक दिवस ती थांबते. विचार करते. अनावश्यक कामं कमी करते, आपल्या कृती दीर्घकालीन ध्येयाशी जुळवते, ज्या गोष्टींसाठी तिचं लक्ष आवश्यक नाही त्या दुसऱ्यांवर सोपवते, आणि विश्रांतीसाठी वेळ काढते. हळूहळू प्रगती हलकी वाटू लागते. वाढ दिसू लागते–कारण तिने जास्त केलं म्हणून नाही, तर योग्य गोष्टी सातत्याने केल्या म्हणून.

दीर्घकालीन विचार संयम शिकवतो. तो आठवण करून देतो की प्रत्येक संधी तुमच्या लक्षाची पात्र नसते, आणि प्रत्येक निर्णय घाईत घ्यायची गरज नसते. जेव्हा तुम्ही दीर्घकालीन विचार करता, तेव्हा तुम्ही प्रतिक्रिया देणं थांबवता आणि जाणीवपूर्वक प्रतिसाद देता. तुम्ही मान्यता शोधणं सोडता आणि मूल्य निर्माण करायला लागता. तुम्ही प्रक्रियेसोबत संयमी राहता आणि तुमच्या दिशेबाबत ठाम होता.

हा दृष्टिकोन भावनिक ताकदही वाढवतो. जेव्हा अडचणी येतात, तेव्हा त्या तुमचा पाया हलवत नाहीत. तुम्हाला आधीच माहित असतं की हा खेळ लांब आहे. तुम्ही हार मानत नाही, तर बदल करता. मागे हटत नाही, तर सुधारणा करता. ही स्थिरता टिकाऊ प्रगती आणि तात्पुरत्या यशामधला फरक दाखवते.

दीर्घकालीन दृष्टिकोनातून जगलात, तर प्रगती मोजण्याची पद्धत बदलते. तुम्ही फक्त पटकन मिळालेल्या यशावर स्वतःला मोजत नाही. तुम्ही शिस्त, सातत्य आणि सुधारणा यांना महत्त्व देता. छोटे-छोटे पाऊल महत्त्वाचे वाटू लागतात, कारण तुम्हाला माहित असतं की ते कालांतराने मोठं रूप घेतात.

जेव्हा तुम्ही संयम, संतुलन आणि विचाराने काम करता, तेव्हा आयुष्य संघर्षासारखं वाटत नाही. तर एक असा प्रवास वाटू लागतो, जो तुम्ही स्वतः घडवत आहात. प्रत्येक निर्णय जाणीवपूर्वक घेतला जातो. प्रत्येक थांबा अर्थपूर्ण वाटतो. प्रत्येक सुधारणा ही प्रगती बनते.

शेवटी, आयुष्य अंधपणे धावणाऱ्यांना नाही, तर योग्य वेळ समजणाऱ्यांना फळ देतं. जेव्हा तुम्ही या खेळाची लांबी समजता, तेव्हा तुम्ही तुमची ऊर्जा जपता, लक्ष अधिक धारदार करता आणि काहीतरी टिकणारं घडवता. जाणीव ठेवून पुढे चला, शहाणपणाने गती ठेवा, आणि तुमची दीर्घकालीन दिशा तुमच्या रोजच्या कृतींना मार्गदर्शन करू द्या – कारण उद्दिष्ट फक्त वेगाने पुढे जाणं नाही, तर दूरपर्यंत पोहोचणं आहे.

## सर्वात मेहनती व्यक्ती

***तुमची सर्वात मोठी मेहनत नेहमी स्वतःसाठीच असावी.***

प्रत्येकाच्या आयुष्यात एक शांत क्षण येतो–जिथे प्रयत्न आणि शंका एकत्र येतात, आणि प्रगती दिसेनाशी वाटते. अशा वेळी हे विचार सहज येतात की, हे सगळं करायचं तरी कशासाठी, कुणाला याची दखल आहे का, किंवा आपण निवडलेली दिशा बरोबर आहे का. पण आयुष्य फक्त वेगाला नाही, तर सातत्य, जबाबदारी आणि प्रत्येक भूमिकेतून वाढण्याच्या तयारीला फळ देतं.

तुम्ही स्वतःचा व्यवसाय करत असाल, एकटे काम करत असाल किंवा कोणाच्या अंतर्गत काम करत असाल–शेवटी तुम्ही स्वतःसाठीच काम करत असता. तुमच्या प्रत्येक प्रयत्नाचा खरा फायदा तुम्हालाच होतो, म्हणून तसंच वागा. ही गोष्ट अनेकदा लक्षात येत नाही, कारण प्रयत्नांचे परिणाम लगेच दिसत नाहीत. पण प्रत्येक कृती शांतपणे साचत राहते. व्यवसायावर तुमचं नाव असो वा नसो, तुम्ही तयार केलेली शिस्त, शिकलेली कौशल्यं आणि घडवलेली विचारसरणी–हे सगळं शेवटी तुमचंच असतं.

एक साधं उदाहरण घ्या: तुम्ही कोणासाठी काम करत असाल, तर व्यवसायाचा थेट फायदा तुम्हाला मिळत नाही, पण तुम्हाला पगार मिळतो. वरवर पाहता हे मर्यादित वाटू शकतं, पण आतून खूप काही घडत असतं. उत्पन्नासोबत तुम्हाला अनुभव, शिस्त, जबाबदारी आणि कामाची सवय मिळते. हे दिसत नसलेले फायदे दीर्घकाळात जास्त महत्त्वाचे ठरतात.

याचाच तुम्ही एक संधी म्हणून वापर करू शकता–व्यवसाय कसा चालतो हे समजून घेण्यासाठी, तुमची कौशल्यं सुधारण्यासाठी आणि आयुष्य बदलणारी कौशल्यं शिकण्यासाठी. प्रत्येक काम काहीतरी शिकवतं. प्रत्येक

अडचण तुम्हाला अधिक मजबूत बनवते. प्रत्येक जबाबदारी निर्णयक्षमता वाढवते. जाणीवपूर्वक पाहिलं, तर साधं वाटणारं कामही मोठ्या गोष्टीसाठी तयारी बनतं.

या गोष्टी एका रात्रीत साध्य होत नाहीत, पण हळूहळू तुम्ही सगळं तुमच्या फायद्यासाठी वापरायला शिकता–कमावलेले पैसे आणि मिळवलेली कौशल्यं यांसह. प्रगतीला संयम आवडतो. ती वेळ, पुनरावृत्ती आणि नम्रता मागते. अनेक लोक लवकरच थांबतात, कारण त्यांना अर्थपूर्ण प्रगतीसाठी लागणारा वेळ कमी वाटतो.

तुमच्या कामाच्या ठिकाणी आणि रोजच्या संपर्कात येणाऱ्या लोकांशी तुम्ही जे संवाद साधता, त्यातून तुम्ही वेगवेगळ्या पार्श्वभूमीच्या लोकांना समजून घेणं, त्यांच्याशी जुळवून घेणं आणि त्यांच्यासोबत काम करणं शिकता. लोकांसोबत काम करण्याची ही क्षमता तुमच्याकडे असू शकणाऱ्या सर्वात मौल्यवान कौशल्यांपैकी एक आहे. तांत्रिक ज्ञान दार उघडतं, पण संवादामुळे दार खुलं राहतं.

जेव्हा तुम्ही जाणीवपूर्वक शिकण्याचा प्रयत्न करता, तेव्हा कोणताही अनुभव वाया जात नाही हे तुम्हाला कळू लागतं. प्रत्येक भूमिका तुम्हाला काही ना काही शिकवते, जरी सुरुवातीला ते स्पष्ट दिसत नसलं तरी. कामाचं ठिकाण एक वर्ग बनतं, आणि रोजच्या भेटीगाठी तुमचे शिक्षक बनतात.

हे लक्षात ठेवा की तुम्ही इतरांसाठी जे काही काम करता, ते शेवटी तुमच्याच आयुष्यात उपयोगी पडतं. काहीच वेगळं नसतं. आज तुम्ही केलेली मेहनत उद्याच्या तुमच्या आत्मविश्वासाला आकार देते. प्रगती “तुमचं काम” आणि “इतरांचं काम” असा फरक करत नाही.

आता दुसरी परिस्थिती बघा: जेव्हा तुम्ही एखाद्या संस्थेचे मालक असता. तिथेही तुम्हाला प्रत्येक निर्णयासाठी जबाबदार राहावं लागतं. तुमच्या व्यवसायातून जे मिळतं, ते तुम्हालाच मिळतं. स्वातंत्र्यासोबत जबाबदारी

येते. स्वतंत्रपणे काम करायला शिस्त लागते. चूक झाली तर दोष देण्यासाठी कोणी नसतं, आणि भार उचलण्यासाठीही कोणी नसतं.

तुमच्या व्यवसायाला चालना देण्यासाठी लागणारी कौशल्यं शिकणं ही तुमची जबाबदारी असते. योग्य लोकांची निवड करणं आणि त्यांना कामावर घेणं तुमच्यावर असतं. तुमच्या लोकांशी संबंधित निर्णयही तुम्हालाच घ्यावे लागतात. नेतृत्व म्हणजे फक्त अधिकार नाही; तर जबाबदारी घेणं आहे. प्रत्येक निर्णय फक्त परिणामांवर नाही, तर लोकांच्या आयुष्यावरही प्रभाव टाकतो.

तुम्ही व्यवसायाबद्दल सतत शिकत राहता याची खात्री करा, जेणेकरून तो रोजच्या आव्हानांना तोंड देऊ शकेल आणि दीर्घकाळ टिकेल. थांबून राहणं ही शांत अपयशाची सुरुवात असते. सतत शिकणं हा पर्याय नाही; ती गरज आहे. बाजार बदलतात, लोक बदलतात, आणि फक्त जुळवून घेणाऱ्या प्रणालीच टिकून राहतात.

परिस्थिती काहीही असो, मेहनत करा–कारण तिचा फायदा शेवटी तुम्हालाच मिळणार आहे. फळ कसं मिळेल ते बदलू शकतं, पण मेहनत कधीच वाया जात नाही.

कल्पना करा, काही वर्षांनंतर तुम्ही मागे वळून पाहता आणि लक्षात येतं की तुम्ही शांतपणे पाळलेली शिस्तच तुमची सर्वात मोठी ताकद बनली आहे. उशिरापर्यंत केलेले प्रयत्न, हळू प्रगतीत ठेवलेला संयम, जबाबदारी घेण्याची

तयारी–काहीच वाया गेलं नाही. जे कधीतरी साधं वाटत होतं, तेच आता जाणीवपूर्वक घडवलेल्या आयुष्याचा पाया बनलं आहे.

मेहनत म्हणजे फक्त जास्त तास काम करणं नाही; ती जाणीवपूर्वक केलेली कृती आहे. प्रेरणा कमी झाली तरी पुढे येणं आहे. आरामापेक्षा प्रगती निवडणं आणि सबबींपेक्षा जबाबदारी स्वीकारणं आहे. काही दिवस बक्षीस म्हणजे शिकणं असतं. काही दिवस ते जिद्द असते. आणि काही दिवस ते दिसणारं यश असतं. हे सगळंच महत्त्वाचं असतं.

अनेक लोक तयार होण्याआधीच ओळख मिळवण्याच्या मागे धावतात. ते प्रक्रियेचा आदर न करता परिणाम हवे असतात. पण खरी घडण प्रक्रिया मध्येच होते. तिथेच स्पष्टता तयार होते. तिथेच ताकद कायमची बनते.

जेव्हा तुम्हाला कळतं की प्रत्येक भूमिका तात्पुरती आहे, पण प्रत्येक शिकणं कायमचं आहे, तेव्हा निराशा ऊर्जा बनते. तुम्ही इतरांशी तुलना करणं थांबवता आणि स्वतःच्या कालच्या रूपाशी स्पर्धा करायला लागता. प्रगती वैयक्तिक बनते.

सर्वात मेहनती व्यक्ती ती नसते जी कधीच विश्रांती घेत नाही, तर ती असते जी शिकणं कधीच थांबवत नाही. ती व्यक्ती समजते की सातत्याने केलेला प्रयत्न अशा संधी निर्माण करतो, जो कोणताही जलद मार्ग देऊ शकत नाही.

शेवटी, पदं बदलतात, परिस्थिती बदलते, पण तुमच्या कामातून तुम्ही जी व्यक्ती बनता, ती कायम तुमच्यासोबत राहते. आणि तेच खरं फायद्याचं आहे – ज्यासाठी मेहनत करणं खरंच योग्य आहे.

# वादळ

***सगळेच वादळे दिसत नाहीत.***

आयुष्यात असे क्षण येतात, जेव्हा वरवर सगळं शांत दिसतं, पण त्या शांततेखाली एक हलकी अस्वस्थता दडलेली असते–काहीही क्षणी काहीतरी बदलू शकतं अशी भावना. या जगात कायम असणारी एकच गोष्ट म्हणजे अनिश्चितता. तुम्हाला आवडो वा न आवडो, ती नेहमी असणारच. ही गोष्ट शब्दांपेक्षा अनुभवातून हळूहळू समजते. अनेक लोक परिणामांवर नियंत्रण मिळवण्याचा प्रयत्न करतात, निश्चितता आणि आराम शोधतात, पण आयुष्याची स्वतःची एक लय असते. अनिश्चितता स्वीकारणं म्हणजे नियंत्रण सोडणं नाही; तर पूर्ण स्पष्टता नसतानाही पुढे जाणं शिकणं आहे.

आजच्या काळातील जीवन आणि व्यवसायांमध्ये अशी आव्हानं आहेत, ज्यांची आपल्या पूर्वजांनी कल्पनाही केली नव्हती. वर्षानुवर्षे तंत्रज्ञान विकसित झालं, माणसाची विचारशक्तीही वाढली, तरीही अनिश्चितता कायम आहे. साधनं, प्रणाली आणि ज्ञान वाढलं, पण अनिश्चितता नाहीशी झाली नाही; ती फक्त बदलली आहे. नवीन संधींसोबत नवीन धोकेही येतात, आणि प्रगतीसोबत सोय आणि गुंतागुंत दोन्ही वाढतात. जीवनाचा वेग वाढला आहे, अपेक्षा वाढल्या आहेत, आणि निर्णयही आधीपेक्षा जास्त वेगाने घ्यावे लागतात. तरीही मनाला अजूनही खात्री हवी असते, आणि कृती करण्याआधी निश्चिततेची वाट पाहण्याची सवय असते.

जरी अनिश्चितता कायम असली, तरी तिला कसं सामोरं जायचं आणि त्यातून कसं बाहेर पडायचं, हे आपण अधिक चांगलं शिकलो आहोत. अनुभव आपल्याला अधिक मजबूत बनवतो. जे कधीकाळी खूप अवघड वाटत होतं, ते आज सहज हाताळता येतं–कारण आपण शिकलेलो असतो. अनिश्चितता आपल्याला प्रगती करायला भाग पाडते, जरी ती अस्वस्थ

करणारी असली तरी. ती आपल्याला जुळवून घ्यायला, नव्याने विचार करायला आणि प्रतिक्रिया देण्याऐवजी योग्य प्रतिसाद देण्याची क्षमता वाढवायला शिकवते. जाणीवपूर्वक अनिश्चिततेला सामोरं गेलात, तर ती शत्रू वाटत नाही; उलट ती एक शिक्षक बनते, जी आपल्याला कुठे सुधारण्याची गरज आहे ते दाखवते

आपण पुढच्या आयुष्यासाठी पूर्णपणे तयार कधीच होऊ शकत नाही, पण अनिश्चित काळात आपण सकारात्मक दृष्टिकोनाने सामोरं जाऊ शकतो. अनिश्चित काळ आपल्याला दाखवतो की आपण कुठे कमी पडतो आणि कोणत्या गोष्टी आपण आधी ओळखू शकलो नाही. तयारीची मर्यादा असते, पण दृष्टिकोनाची नाही. अनिश्चितता आली की, आपण तिला कशा विचाराने सामोरं जातो, यावर परिणाम ठरतो. सकारात्मक दृष्टिकोन म्हणजे अडचणी नाकारणं नाही; तर त्यातून शिकण्याची संधी घेणं. प्रत्येक अनिश्चित टप्पा आपल्यातील कौशल्य, नियोजन किंवा जाणीवेमधील उणिवा दाखवतो.

आपण सगळं आधीच भाकीत करू शकतो असं म्हणणं चुकीचं ठरेल, पण अनिश्चित काळात सगळं सुरळीत चालावं यासाठी आपण तयारी करू शकतो. ही तयारी सवयी, नियोजन, शिस्त आणि दूरदृष्टीतून तयार होते. आर्थिक, भावनिक, कौशल्य आणि वेळ यांसारखी तयारी अनिश्चिततेच्या वेळी आधार बनते. ती अडचणी संपवत नाही, पण त्यांचा परिणाम कमी करते. अशी तयारी अचानक होत नाही; ती सातत्याने केलेल्या प्रयत्नातून हळूहळू तयार होते.

सगळ्या समस्या सुरुवातीला मोठ्या नसतात. काही छोट्या गोष्टी आपण बराच वेळ दुर्लक्षित करतो, आणि त्या पुढे जाऊन मोठ्या समस्या बनतात. छोट्या समस्या लगेच लक्ष वेधून घेत नाहीत, म्हणून त्यांना दुर्लक्ष करणं सोपं वाटतं. पण वेळ जसजसा जातो, तसतसं त्यांचा परिणाम वाढत जातो. एखादी छोटी सवय, थोडा उशीर किंवा दुर्लक्षित जबाबदारी–हळूहळू अशा गोष्टी मोठ्या आणि कठीण बनतात.

तुमचे रोजचे विधी आणि दिनक्रम योग्य प्रकारे आखलेले नसतील, तर भविष्यात उपयोगी न पडणाऱ्या सवयी तयार होतात. दिनक्रम तुमची ओळख घडवतो. तुम्ही रोज जे पुन्हा-पुन्हा करता, तेच हळूहळू तुम्ही बनता. चुकीचा दिनक्रम सुरुवातीला साधा वाटतो, पण तो शांतपणे परिणाम घडवत राहतो. सवयी किंवा प्रगतीला साथ देतात, किंवा नकळत मागे ओढतात.

अशा सवयींचा परिणाम बदलणं कठीण होतं. सवयी पुनरावृत्तीमुळे मजबूत होतात. त्या जितक्या जास्त काळ टिकतात, तितका त्यांना बदलायला अधिक प्रयत्न लागतो. म्हणून सुरुवातीलाच जागरूक राहणं महत्त्वाचं असतं. बदल नेहमी शक्य असतो, पण उशीर झाला की तो कठीण होतो.

एखादी समस्या सुरुवातीलाच दिसली, तर ती लवकरात लवकर सोडवण्याचा प्रयत्न करा. सुरुवातीलाच घेतलेली कृती मोठी समस्या होण्यापासून थांबवते. लहान असताना समस्या हाताळायला कमी प्रयत्न, कमी ऊर्जा आणि कमी परिणाम लागतात. जागरूकता आणि योग्य वेळी कृती–ही अनिश्चिततेतून मार्ग काढण्यासाठीची महत्त्वाची कौशल्यं आहेत.

कल्पना करा, तुमच्या दिनक्रमात थोडासा त्रास जाणवतो–उठल्यावर थकवा वाटणं, महत्त्वाची कामं पुढे ढकलणं, किंवा कठीण संभाषण टाळणं. सुरुवातीला ते फारसं महत्त्वाचं वाटत नाही, “नंतर पाहू” असं वाटतं. दिवस आठवड्यांत बदलतात, आणि आठवडे महिन्यांत. हळूहळू उत्पादकता कमी होते, आत्मविश्वास ढासळतो आणि ताण वाढतो. जे आधी छोटं वाटत होतं, ते आता मोठा बदल मागतं. सुरुवातीलाच लक्ष दिलं असतं, तर फक्त जागरूकता आणि थोडा प्रयत्न पुरेसा झाला असता. अशा प्रकारे न दिसणारी वादळं तयार होतात–अचानक नाही, तर हळूहळू, दुर्लक्षामुळे.

अनिश्चितता कायम असते, पण जागरूकता दिशा देते. जेव्हा तुम्ही फक्त परिणामांवर प्रतिक्रिया देण्याऐवजी पॅटर्न्स पाहायला लागता, तेव्हा तुम्हाला कळतं की छोट्या निवडी कशा मोठ्या परिणामांमध्ये बदलतात. आयुष्य

परिपूर्णतेची मागणी करत नाही; ते लक्ष देण्याची मागणी करतं. सवयी, निर्णय आणि भावनांकडे लक्ष दिलं, की अनिश्चिततेतही स्पष्टता मिळते.

प्रगती अनिश्चिततेपासून दूर राहण्यात नाही, तर तिच्यातून संयमाने पुढे जाण्यात आहे. प्रत्येक अनिश्चित टप्पा काहीतरी शिकवतो. तो दाखवतो की कुठे सुधारणा हवी, कुठे शिस्त वाढवायला हवी आणि कुठे विचार बदलायला हवा. जे लोक पुढे जातात, ते सगळं आधीच ओळखणारे नसतात, तर सतत जुळवून घेणारे असतात.

आयुष्यातली न दिसणारी वादळं कधीच मोठ्या आवाजात येत नाहीत. ती दिसतात–दुर्लक्षित दिनक्रम, पुढे ढकललेले निर्णय आणि दुर्लक्ष केलेले संकेत यामध्ये. पण याच वादळांत ताकद, शहाणपण आणि जिद्द तयार करण्याची संधी असते. जेव्हा तुम्ही टाळण्याऐवजी जागरूकता, उशीराऐवजी कृती, आणि भीतीऐवजी शिकणं निवडता, तेव्हा अनिश्चितता धोकादायक वाटत नाही; ती मार्गदर्शक बनते.

जीवन कधीच पूर्ण खात्री देत नाही, पण ते नेहमी निवड देतं – पाहण्याची, बदलण्याची आणि जाणीवपूर्वक पुढे जाण्याची. लहान गोष्टी वेळेत हाताळल्या, सवयी विचारपूर्वक तयार केल्या आणि अनिश्चिततेला स्पष्टतेने सामोरं गेलात, तर प्रगती स्थिर आणि टिकाऊ होते. वादळं कदाचित दिसणार नाहीत, पण त्यांचा परिणाम तुमच्या आयुष्याची दिशा ठरवणार नाही.

# अंतिम सत्य

***सत्य समस्या नाही; आपल्याला सत्य माहिती आहे असा समज हीच खरी समस्या आहे.***

आयुष्यात एक असा क्षण येतो, जेव्हा प्रगती शांतपणे प्रामाणिकपणाची मागणी करते. आपल्याला आराम देणाऱ्या प्रामाणिकपणाची नाही, तर थांबून विचार करायला आणि आपण जे टाळत आलो आहोत ते स्वीकारायला लावणाऱ्या प्रामाणिकपणाची. अनेक लोक वास्तवापासून दूर पळत राहतात–ते कठोर आहे म्हणून नाही, तर ते अस्वस्थ करणारं आहे म्हणून. पण खरी प्रगती तेव्हाच सुरू होते, जेव्हा आपण आपल्याला काही शिकवण्याचा प्रयत्न करणाऱ्या गोष्टींना विरोध करणं थांबवतो.

अनेकदा सत्य स्वीकारणं कठीण असतं. व्यवसाय नीट चालत नाही, नात्यांमध्ये अडचणी आहेत, करिअरमध्ये अपेक्षित प्रगती होत नाही–अशा गोष्टींकडे दुर्लक्ष केलं, तर त्यांचा परिणाम आयुष्यावर मोठा होऊ शकतो. आपण त्यांना मान्य केलं नाही म्हणून त्या नाहीशा होत नाहीत. त्या शांतपणे मागेच राहतात–आपले निर्णय बदलतात, ऊर्जा कमी करतात आणि आत्मविश्वासावर परिणाम करतात. त्यांना टाळणं थोडा वेळ आराम देऊ शकतं, पण हळूहळू असमाधान वाढवतं.

पण या सत्यांना सामोरं जाण्याऐवजी आपण अनेकदा गृहित धरतो की आपल्याला सगळं माहिती आहे. गृहित धरणं संवादापेक्षा सोपं वाटतं. ते अहंकाराचं संरक्षण करतं आणि असुरक्षिततेचा त्रास कमी करतं. पण गृहितकं अनेकदा अपूर्ण माहिती आणि भावनांवर आधारित असतात. जेव्हा आपण गृहित धरतो, तेव्हा ऐकणं थांबवतो. आणि जेव्हा ऐकणं थांबतं, तेव्हा शिकणंही थांबतं.

आपले विचार मोकळेपणाने मांडून, अभिप्राय मिळवण्याचा प्रयत्न आपण अनेकदा करत नाही. प्रामाणिक संवादासाठी धैर्य लागतं. त्यासाठी हे मान्य करावं लागतं की आपल्याकडे सगळ्या उत्तरांचा साठा नाही. त्यासाठी वेगळ्या मतांना जागा द्यावी लागते–ज्या आपल्या विश्वासांना आव्हान देऊ शकतात. ही मोकळीक नसेल, तर प्रगती मर्यादित राहते आणि नातीही वरवरचीच राहतात.

आपण अनेकदा फक्त तोच अभिप्राय ऐकू इच्छितो जो आपल्याला आवडतो, पण जो खरोखर गरजेचा आहे आणि आपलं आयुष्य सुधारण्यासाठी आवश्यक आहे, तो स्वीकारत नाही. प्रगतीसाठी उपयुक्त अभिप्राय नेहमी गोड नसतो. तो आपल्या उणिवा दाखवतो आणि आपण टाळत असलेल्या गोष्टी समोर आणतो. पण हाच अभिप्राय स्वतःमध्ये सुधारणा करण्यासाठी महत्त्वाचा असतो. त्याला टाळलं, तर प्रगती उशिरा होते आणि आपण त्याच आरामदायी सवयींमध्ये अडकून राहतो.

आयुष्य टाळण्याने सुधारत नाही; ते जागरूकता, स्वीकार आणि कृतीने सुधारतं. जेव्हा आपण बचावात्मक होण्याऐवजी नम्रतेने ऐकायला लागतो, तेव्हा हळूहळू गोंधळाऐवजी स्पष्टता येते. सत्य आपल्याला दुखवण्यासाठी येत नाही; ते आपल्याला चांगले निर्णय घेण्यासाठी आणि अधिक खोल समज मिळवण्यासाठी मार्गदर्शन करतं.

जेव्हा आपण एखाद्या व्यक्तीला बराच काळ ओळखतो, तेव्हा आपण त्यांच्या बद्दल गृहित धरणं सुरू करतो. ओळख वाढली की कधी कधी खोटा आत्मविश्वास निर्माण होतो. आपल्याला वाटतं की आपण त्यांना पूर्णपणे ओळखतो, पण आपण विसरतो की लोक वेळ, अनुभव आणि परिस्थितीनुसार बदलत असतात. या गृहितकांमुळे गैरसमज आणि भावनिक अंतर निर्माण होतं.

विश्वास आणि योग्य नातं निर्माण करण्यासाठी, गृहित धरण्याआधी संवाद करणं आवश्यक आहे. संवाद जाणीवपूर्वक आणि सातत्याने ठेवला, की विश्वास वाढतो. प्रश्न विचारणं, चिंता व्यक्त करणं आणि कोणताही पूर्वग्रह न

ठेवता ऐकणं–यामुळे नातं अधिक मजबूत होतं. नातं टिकतं ते सगळ्याच गोष्टींवर सहमत असल्यामुळे नाही, तर प्रामाणिकपणा आणि प्रयत्नांचा आदर केल्यामुळे.

कल्पना करा, तुमचा एखादा जुना सहकारी अचानक दूर राहायला लागतो. त्याच्याशी काय बदललं हे विचारण्याऐवजी तुम्ही गृहित धरता की त्याला रस नाही किंवा तो दुर्लक्ष करतो आहे. या गृहितकामुळे त्रास, शांतता आणि नाराजी वाढते. पण जर तुम्ही संवाद करण्याचा निर्णय घेतला, तर तुम्हाला कळतं की तो वैयक्तिक अडचणीतून जात होता आणि त्याला आधाराची गरज होती, अंतराची नाही. त्या एका संवादामुळे फक्त नातं बदलत नाही, तर पुढे तुम्ही लोकांशी कसं वागता तेही बदलतं. जे आधी नकारासारखं वाटत होतं, ते समजुतीत बदलतं, आणि गैरसमज सहानुभूतीत रूपांतरित होतो.

सत्यासाठी संयम लागतो. ते हळूहळू उलगडतं आणि प्रतिक्रिया देण्याआधी थोडं थांबायला सांगतं. आपण निष्कर्ष काढण्याची घाई थांबवून संवादाला जागा दिली, तर आपल्याला भावनिक आणि मानसिकदृष्ट्या वाढण्याची संधी मिळते. सत्य तुमचा स्वभाव मजबूत करतं, निर्णयक्षमता सुधारतं आणि जिद्द वाढवतं. सत्याला सामोरं जाणं म्हणजे जबाबदारी स्वीकारणंही आहे. आपण कुठे कमी पडलो, कुठे प्रयत्न टाळले आणि कुठे भीतीने निर्णयांवर परिणाम केला–हे मान्य करणं. जबाबदारी आपल्याला सक्षम बनवते. ती आपल्याला बळी मानसिकतेतून प्रगतीच्या विचारसरणीकडे नेते आणि आठवण करून देते की बदलाची सुरुवात जागरूकतेपासून होते.

पुढे जाताना, सत्याला एक सवय बनवा – अडथळा नाही. गृहितकांऐवजी संवाद निवडा. अभिप्रायाला टीका न मानता मार्गदर्शन म्हणून घ्या. जेव्हा प्रामाणिकपणा जाणीवपूर्वक होतो, तेव्हा प्रगती निश्चित होते, आणि जेव्हा स्पष्टता आरामाच्या जागी येते, तेव्हा आयुष्य योग्य दिशेला जुळू लागतं. जेव्हा तुम्ही सत्यापासून पळणं थांबवता आणि त्याला स्वीकारता, तेव्हा कळतं – ते अडथळा नव्हतं, तीच योग्य दिशा होती.

## कोणीच नाही असा माणूस

### *तुम्ही कोणीच नसाल तरीही आनंदी राहू शकता.*

काहीही मिळवण्यापूर्वी हे लक्षात ठेवा –यश, पदं आणि कौतुक आयुष्यात येण्याआधीच तुम्ही अस्तित्वात आहात. आणि ते अस्तित्व स्वतःमध्ये पूर्ण आहे.

तुम्ही एक माणूस आहात. बस, एवढंच. तेवढंच पुरेसं आहे. स्वतःची जाणीव होऊ लागल्यापासून आपण आपल्या आयुष्याचं मोजमाप परिणामांमधून करायला लागतो. आपण कुठे आहोत, काय मिळवलं आहे आणि किती पुढे गेलो आहोत–याकडे पाहतो. हळूहळू, नकळत आपण आपला आनंद अनुभवांपेक्षा परिणामांशी जोडायला लागतो.

माणसांची प्रवृत्ती असते की ते आपला आनंद त्यांच्या यशाशी आणि मिळालेल्या स्थानाशी जोडतात. ही प्रवृत्ती नैसर्गिक आहे, पण नाजूकही आहे. जेव्हा आनंद फक्त यशावर अवलंबून असतो, तेव्हा तो तात्पुरता ठरतो. यश बदललं की आनंदही डळमळतो.

मोठी ध्येयं गाठण्यात किंवा यशाच्या शिडीवर चढण्यात काहीच चुकीचं नाही. समस्या तेव्हा निर्माण होते, जेव्हा तुम्ही त्यालाच आनंदाचं मूळ बनवता. ध्येयं दिशा देण्यासाठी असतात, तुमची किंमत ठरवण्यासाठी नाहीत. प्रगती चांगली आहे, महत्त्वाकांक्षा शक्तिशाली आहे, पण त्याच्याशी अति जोडणं धोकादायक आहे. जितकी जास्त जोड, तितका अपयशाचा धक्का मोठा वाटतो.

जेव्हा तुम्ही मोठी ध्येयं साध्य करता किंवा उंच स्थान गाठता, तेव्हा अहंकार वाढू देऊ नका. प्रगतीने तुमची जाणीव वाढायला हवी, ओळख फुगायला नाही. यश तुमच्या स्वभावाची परीक्षा घेते–संघर्षापेक्षा जास्त.

तुमच्या यशाकडे नम्रतेने पाहणं आवश्यक आहे. कारण गोष्टी नेहमी तशाच राहणार नाहीत आणि पुढे अजून आव्हानं येऊ शकतात. आयुष्य कधीच स्थिर राहण्याची हमी देत नाही. प्रत्येक शिखरासोबत जबाबदारी येते, आणि प्रत्येक टप्पा काहीतरी शिकवून जातो.

तुमच्या यशाचा आणि स्थानाचा अभिमान बाळगा; ते तुम्ही कमावले आहे. स्वतःच्या प्रयत्नांची दखल घेणं अहंकार नाही, तर प्रामाणिकपणा आहे. तुम्ही प्रयत्न केले, सातत्य ठेवलं आणि काम केलं. पण काही कारणांमुळे अपेक्षित परिणाम मिळाले नाहीत, तरी प्रक्रियेतून मिळालेल्या शिकण्यावर लक्ष केंद्रित करता येतं. अपयश म्हणजे मूल्य नसणं नाही; ते समज वाढण्याची संधी आहे. अनिश्चित टप्प्यांत मिळालेलं शिकणं पुढच्या मजबूत काळासाठी तयारी करतं.

खरं तर आनंदाचा स्रोत तुमचे प्रयत्न आणि तुम्ही पार केलेली प्रक्रिया असावी. प्रयत्न जिद्द घडवतात. प्रक्रिया स्वभाव घडवते. परिणाम फक्त त्याचं प्रतिबिंब दाखवतात.

कल्पना करा, एक सकाळ अशी येते की तुमची शांतता आता कौतुक किंवा मान्यतेवर अवलंबून नसते. तुम्ही अजूनही मेहनत करता, मोठं ध्येय ठेवता, तुमचं सर्वोत्तम देता–पण परिणाम आज मिळो वा नंतर, तुमचं आतलं संतुलन तसंच राहातं. तुम्ही पुढे जाता, काही सिद्ध करण्यासाठी नाही, तर कारण प्रगती तुम्हाला नैसर्गिक वाटते.

तुम्ही अपेक्षित स्थान गाठलं नसलं, तरी तुम्ही काहीच नाही असे होत नाही. ओळख अपूर्ण ध्येयांमुळे नाहीशी होत नाही. उशीर झाला म्हणून तुमची किंमत कमी होत नाही. तुम्ही तुम्हीच आहात–आणि ते कायम असतं, परिस्थिती बदलली तरी.

तुम्हीच ते आहात ज्यांनी आपलं सर्वोत्तम दिलं. प्रयत्न कायमचा ठसा ठेवतात, जरी परिणाम दिसायला वेळ लागला तरी. तुम्ही जे शिकलात, ते तुमच्या आयुष्याला अधिक चांगलं बनवण्यात मदत करतंच. प्रत्येक अनुभव

–यशस्वी असो वा नसो–तुमची जाणीव वाढवतो आणि समज अधिक खोल करतो.

जेव्हा तुम्ही तुमचा आनंद तुमच्या यशापासून वेगळा ठेवता, तेव्हा तुम्ही कायम आनंदी राहू शकता. याचा अर्थ उदासीनता नाही; तर स्वातंत्र्य आहे. तुम्ही मनापासून प्रयत्न करता, पण परिणाम बदलले तरी तुम्ही तुटत नाही.

तुम्हाला फक्त स्वतःसारखं राहायचं आहे. कोणताही दिखावा करण्याची गरज नाही. कोणाशी तुलना करण्याचीही गरज नाही.

जग तुम्हाला नेहमी अधिक काहीतरी बनायला सांगतं–अधिक उत्पादक, अधिक प्रभावी, अधिक यशस्वी. पण क्वचितच हे सांगतं की वर्तमानात राहणं, स्थिर राहणं आणि स्वतःची जाणीव असणं हेच पुरेसं आहे. जेव्हा तुम्ही स्वतःची किंमत सतत सिद्ध करण्याचा प्रयत्न थांबवता, तेव्हा मनात शांततेसाठी जागा तयार होते.

आनंदी राहण्यासाठी तुम्हाला मोठा माणूस, आदर्श मुलगा किंवा मुलगी, चांगला कर्मचारी किंवा काहीतरी विशेष बनण्याची गरज नाही. या सगळ्या ओळखी बदलत राहतात. अपेक्षा बदलतात. भूमिका बदलतात. पण यापैकी काहीही तुमच्या खऱ्या अस्तित्वाला ठरवत नाही.

तुमची आत्मजाणीवच तुमच्या स्वतःच्या किमतीची जाणीव करून देते आणि तुम्हाला आनंदी ठेवते. आत्मजाणीव तुम्हाला ठाम राहायला शिकवते, पण कठोर नाही; आत्मविश्वास देतं, पण मोठेपणा नाही; नम्र ठेवतं, पण कमीपणा वाटू देत नाही.

खरं समाधान तेव्हा मिळतं, जेव्हा तुम्हाला कळतं की यश म्हणजे तुम्ही अनुभवता अशी गोष्ट आहे, तुम्ही बनता अशी नाही. पदं येतात आणि जातात. कौतुक वाढतं आणि कमी होतं. पण जो माणूस दररोज प्रामाणिकपणे, मेहनतीने आणि नम्रतेने उभा राहतो, तो कायम राहतो.

जेव्हा आनंद हा यशाऐवजी जाणीवेवर आधारलेला असतो, तेव्हा ताण कमी होतो. तुम्ही पुढे जात राहता–भीतीशिवाय. तुम्ही वाढत राहता–स्वतःला हरवता नाही. आणि त्या अवस्थेत आयुष्य हलकं, स्पष्ट आणि खऱ्या अर्थाने समाधानकारक वाटतं.

शेवटी, अर्थपूर्ण आयुष्य जगण्यासाठी तुम्हाला काहीतरी वेगळं किंवा असामान्य बनण्याची गरज नाही. तुम्हाला फक्त तुम्ही जे आहात त्याच्याशी जोडलेलं राहायचं आहे.

## वैयक्तिक प्रेरक (पर्सनल चीअरलीडर)

### *तुमच्यासाठी सर्वात मोठा प्रेरक तुम्ही स्वतःच बना.*

जग सतत कामगिरी, मान्यता आणि दिसणारी प्रगती यांची अपेक्षा करत असताना, एक महत्त्वाचं सत्य आपण अनेकदा विसरतो–तुमच्या आयुष्यात तुम्हाला सर्वात जास्त ऐकू येणारा आवाज तुमचाच असतो. कौतुक मिळण्याआधी आणि ते थांबल्यानंतरही, स्वतःसोबतचं नातं कायम राहतं. हे नातं तुम्हाला पुढे नेऊ शकतं किंवा शांतपणे मागेही धरू शकतं. विशेषतः अनिश्चित काळात स्वतःसोबत ठाम उभं राहणं ही खूप महत्त्वाची कौशल्य आहे.

प्रत्येकाकडे कुटुंब, मित्र, सहकारी, स्पर्धक असतात. पण कठीण काळात आपल्याला नेहमी कोणी साथ देईलच असं नाही. लोकांना आपली काळजी असते, पण त्यांच्याही स्वतःच्या अडचणी, मर्यादा आणि प्राधान्यं असतात. इतरांकडून मिळणारा आधार महत्त्वाचा असला तरी तो नेहमीच वेळेवर किंवा सातत्याने मिळेल असं नाही. ही गोष्ट नात्यांमध्ये काही कमतरता नाही; ती मानवी स्वभावाचा भाग आहे.

ते तुमच्यासाठी असू शकतात, पण नेहमीच तुम्हाला साथ देतील असं नाही. म्हणूनच, नेहमी तुम्हाला आधार देईल आणि पुढे जाण्यास प्रेरित करेल अशी एक अंतर्गत प्रणाली तयार करणं गरजेचं आहे. हीच तुमची भावनिक ताकद बनते. ती तुम्हाला आठवण करून देते की तुम्ही का सुरुवात केली, शंका आली की दिलासा देते, आणि प्रेरणा कमी झाली तरी पुढे ढकलते. ही नसली, तर तुमची प्रगती बाहेरच्या मान्यतेवर जास्त अवलंबून राहते.

या गर्दीच्या आणि व्यस्त जगात स्वतःचाच प्रेरक बनणं खूप गरजेचं आहे. स्वतःचा प्रेरक होणं म्हणजे वास्तव नाकारणं किंवा सगळं ठीक असल्याचा

दिखावा करणं नाही. तर ते स्वतःवर टीका करण्याऐवजी स्वतःला प्रोत्साहन देणं, घाबरण्याऐवजी समजून घेणं आणि दडपणाऐवजी संयम निवडणं आहे. म्हणजेच, जसं तुम्ही तुमच्या जवळच्या व्यक्तीशी प्रेमाने आणि विश्वासाने बोलता, तसंच स्वतःशीही बोलायला शिकणं.

चिअरलीडर काय करतो? चिअरलीडर म्हणजे जो उत्साह वाढवतो, साथ देतो, लोकांना गुंतवून ठेवतो आणि टीमचा उत्साह कायम ठेवतो. आयुष्यात तुमचा वैयक्तिक प्रेरकही आतून असंच काम करतो. परिणाम उशिरा मिळाले तरी तो तुमचा उत्साह जिवंत ठेवतो. परिणाम दिसण्याआधीच तुमच्या प्रयत्नांचं कौतुक करतो. आणि इतरांशी तुलना करण्यात हरवण्याऐवजी तुम्हाला तुमच्या स्वतःच्या प्रवासात गुंतवून ठेवतो.

तुम्ही जे काही करता, त्यात स्वतःला प्रोत्साहन देत राहा आणि स्वतःची साथ देत राहा. ही साथ विशेषतः त्या शांत टप्प्यांमध्ये खूप महत्त्वाची असते, जेव्हा प्रगती आतून होत असते आणि बाहेरून कोणीही ती पाहू शकत नाही. स्वतःला प्रोत्साहन देणं तुम्हाला आळशी बनवत नाही; उलट ते तुम्हाला भावनिकदृष्ट्या स्थिर ठेवतं, ज्यामुळे तुम्ही पुढे सुधारत राहू शकता.

अनेकदा आपण नवी ध्येयं गाठत राहतो, पण आधी गाठलेली ध्येयं विसरून जातो. मन आपोआप पुढच्या ध्येयाकडे, पुढच्या जबाबदारीकडे आणि पुढच्या अपेक्षेकडे वळतं. थांबून पाहिलं नाही, तर प्रगतीही रिकामी वाटू लागते. आधीच्या यशाची जाणीव ठेवणं म्हणजे भूतकाळात अडकणं नाही; तर इथपर्यंत पोहोचवणाऱ्या प्रवासाचा सन्मान करणं आहे.

नेहमी नवी ध्येयं असणारच; महत्त्वाचं म्हणजे तुम्ही किती पुढे आलात याची जाणीव ठेवणं आणि त्याचा आनंद घेणं. आनंद साजरा करण्यासाठी नेहमी मोठ्या गोष्टींची गरज नसते. कधी कधी फक्त प्रगती ओळखणं, जिद्दीची कदर करणं किंवा हार मानणं सोपं वाटत असतानाही पुढे चालत राहण्याचं धैर्य मान्य करणं इतकंच असतं.

कल्पना करा, एका थकवणाऱ्या टप्प्यानंतर तुम्ही उठता, जिथे काहीच वेगाने पुढे जात नाही असं वाटत होतं. मागे वळून पाहिल्यावर लक्षात येतं की अंतिम परिणाम अजूनही पुढे असला, तरी तुम्ही रोज प्रयत्न केला, चुका करून शिकलात आणि स्वतःला सोडून दिलं नाही. त्या क्षणी निराशेऐवजी एक शांत अभिमान वाटतो. सगळं परिपूर्ण झालं म्हणून नाही, तर सगळं नीट होत नसतानाही तुम्ही स्वतःची साथ सोडली नाही म्हणून.

स्वतःचा पर्सनल चीअरलीडर होणं म्हणजे अपयशाच्या वेळी स्वतःशी कसं बोलायचं हे शिकणंही आहे. योजना फसल्या किंवा अपेक्षा पूर्ण झाल्या नाहीत, तेव्हा साजरा करण्यापेक्षा प्रोत्साहन अधिक महत्त्वाचं असतं. ते तुम्हाला आठवण करून देतं की अडचणी या प्रगतीचा भाग आहेत, अपूर्णतेचं चिन्ह नाहीत. त्यामुळे तुम्ही तुटून न जाता शिकत राहता.

हळूहळू ही सवय तुम्हाला भावनिकदृष्ट्या स्वतंत्र बनवते. इतरांकडून मिळणारं प्रोत्साहन तुम्हाला आवडतं, पण त्यावर तुमची किंमत किंवा क्षमता अवलंबून राहत नाही. तुमचा आत्मविश्वास आतून तयार होतो–स्थिर आणि शांत. तुम्ही इतरांशी तुलना करून प्रगती मोजणं थांबवता आणि सातत्य, प्रयत्न आणि तुमच्या मूल्यांशी जुळवणी यावर लक्ष देता.

जेव्हा तुम्ही सतत स्वतःला प्रोत्साहन देता, तेव्हा प्रेरणा टिकाऊ बनते. तुम्ही फक्त अपयशाच्या भीतीने किंवा मान्यतेच्या इच्छेने पुढे जात नाही, तर स्वतःवरच्या विश्वासाने पुढे जाता. हा विश्वास अशी गती निर्माण करतो जी तात्पुरत्या उत्साहापेक्षा जास्त काळ टिकते.

शेवटी, स्वतःचा पर्सनल चीअरलीडर बनणं म्हणजे स्वतःचा आदर करणं आहे. कठीण काळात स्वतःला सोडून न देण्याचा निर्णय आहे. कोणी पाहत नसतानाही तुमचे प्रयत्न महत्त्वाचे आहेत हे ओळखणं आहे. जेव्हा तुम्ही तुमचा प्रवास मान्य करता, तुमच्या कृतींना साथ देता आणि प्रगतीचा आनंद साजरा करता, तेव्हा तुमच्याकडे अशी ताकद निर्माण होते जी कोणतीही परिस्थिती काढून घेऊ शकत नाही.

आणि जेव्हा आयुष्य गोंगाटाने, गर्दीने आणि अपेक्षांनी भरलेलं वाटतं, तेव्हा आतला तो स्थिर आवाज–जो तुम्हाला आठवण करून देतो की तुम्ही प्रयत्न करत आहात, शिकत आहात आणि पुढे जात आहात–तो फक्त प्रोत्साहन राहत नाही, तर तुमचं घर बनतो.

## लहान समस्या

### *लहान समस्यांसाठी मोठे उपाय शोधणं थांबवा.*

आयुष्य अनेकदा अवघड वाटतं, कारण समस्या खूप मोठ्या असतात म्हणून नाही, तर आपण त्यांना नीट समजून घेण्याआधीच मोठे उपाय शोधायला धावतो म्हणून. वेग, मोठेपणा आणि दिखावा यांना महत्त्व देणाऱ्या या जगात आपण विसरतो की स्पष्टता साधेपणातून येते. प्रगतीसाठी प्रत्येक वेळी मोठ्या गोष्टींची गरज नसते; ती अनेकदा संयम, जागरूकता आणि छोट्यापासून सुरुवात करण्याचं धैर्य मागते.

आजच्या तंत्रज्ञानाच्या आणि प्रगतीच्या काळात आपण सगळे मोठ्या गोष्टींच्या मागे धावत आहोत, पण आपण जे शोधतोय ते खरंच योग्य आहे का, याचा विचार करत नाही. अधिक मान्यता, अधिक प्रभाव, अधिक दिसणं –या सततच्या धावपळीमुळे प्रत्येक गोष्टीसाठी मोठे उपाय शोधण्याचा दबाव निर्माण होतो. पण प्रत्येक परिस्थिती गुंतागुंतीची नसते. काही वेळा फक्त प्रामाणिकपणा, लक्ष आणि सातत्य पुरेसं असतं.

कल्पना करा, तुम्ही एखाद्या मोठ्या खड्ड्यात पडता. तुम्ही जगातील सर्वोत्तम शिडी कशी बनवायची हे शोधाल, की साध्या पद्धतीने शिडी कशी बनवून बाहेर पडायचं हे पाहाल? त्या क्षणी उपाय परिपूर्ण असणं महत्त्वाचं नसतं; तो उपयोगी असणं महत्त्वाचं असतं. अडकल्यावर आदर्श उत्तर नाही, तर पुढे नेणारा छोटा उपाय उपयोगी ठरतो. अनेकदा प्रगती उशिरा होते, कारण आपण जवळचा उपयोगी उपाय शोधण्याऐवजी सर्वोत्तम उत्तराच्या शोधात अडकतो.

आजकाल प्रत्येकजण प्रभाव निर्माण करायचा किंवा प्रसिद्ध व्हायचा प्रयत्न करतो, पण आपण खरंच स्वतःला विचारतो का–आपल्याला आयुष्यात

काय हवं आहे? महत्त्वाचं वाटण्याची इच्छा नैसर्गिक आहे, पण ती तुलना करून निर्माण झाली, तर ती आपल्याला स्वतःपासून दूर नेते. उद्देशाशिवाय केलेला प्रभाव हा फक्त गोंगाट बनतो. समज न ठेवता केलेला प्रभाव थकवणारा ठरतो. समस्या सोडवण्याआधी हे विचारणं गरजेचं असतं की त्या खरोखर आपल्या आहेत का, की इतरांच्या अपेक्षांमधून आलेल्या आहेत.

तुम्ही ज्या समस्या अनुभवत आहात, त्या नेहमी तुम्ही समजता तितक्या मोठ्या नसतात. आणि त्यांचे उपायही नेहमी मोठे असण्याची गरज नसते. अनेक समस्या फक्त दुर्लक्षामुळे मोठ्या वाटू लागतात. आज जे जड वाटतं, ते आधी शांतपणे लक्ष दिलं असतं तर सहज हाताळता आलं असतं. सातत्याने घेतलेली छोटी पावलं समस्या वाढू देत नाहीत.

महान बनण्याच्या धावपळीत आपण आयुष्यातल्या छोट्या आनंदांकडे दुर्लक्ष करायला लागलो आहोत. जेव्हा यश हेच प्रगतीचं मोजमाप बनतं, तेव्हा रोजची शांतता महत्त्वाची वाटेनाशी होते. पण हीच साधी क्षणं– दिनक्रम, विश्रांती, चिंतन–आपल्याला स्थिर ठेवतात. आतल्या संतुलनाच्या किंमतीवर मिळालेलं यश अर्थहीन ठरतं.

मोठ्या समस्यांचं समाधान शोधताना, कदाचित आपण त्या समस्येला साध्या आणि स्पष्ट पद्धतीने समजून घेण्यापासून सुरुवात करायला हवी. समजून घेणं हे कृतीपूर्वी येतं. मूळ स्पष्ट झालं की उपायही सोपे वाटतात. गुंतागुंत अनेकदा गोंधळ लपवते, तर साधेपणा सत्य दाखवतो. समस्या स्पष्टपणे समजून घेणं हेच एक मोठं समाधान असतं.

धावायला सुरुवात केली आणि पहिल्याच दिवशी मॅरेथॉन धावण्याचा प्रयत्न करू नका. महत्त्वाकांक्षा चांगली आहे, पण उतावळेपणा तिला कमकुवत करतो. टिकणारी प्रगती शरीर, मन आणि शिकण्याच्या गतीचा आदर करते. प्रत्येक मजबूत पाया हळूहळू तयार होतो. स्पर्धेत उतरायच्या आधी पुरेसा सराव करा. प्रत्येक गोष्टीला वेळ लागतो. एकेक पाऊल टाकत तुम्ही तुमची पातळी वाढवू शकता.

सातत्य प्रयत्नांना कौशल्यात बदलतं. दररोज केलेली छोटी सुधारणा हळूहळू तुम्हाला अशा आव्हानांसाठी तयार करते, जी आधी अशक्य वाटत होती. सुरुवात किती वेगाने करता यापेक्षा, तुम्ही किती सातत्याने पुढे जाता हे महत्त्वाचं आहे.

सगळं आकर्षक दिसावं या प्रयत्नात आपण साध्या पद्धतीने समस्या सोडवण्याचे मार्ग विसरतो आहोत. सादरीकरणाला प्रगतीपेक्षा जास्त महत्त्व मिळायला लागलं आहे. पण प्रगतीला कौतुकाची गरज नसते; तिला प्रामाणिकपणाची गरज असते. जेव्हा लक्ष परिणामांवरून प्रक्रियेवर येतं, तेव्हा उपाय कमी कठीण वाटतात.

आपल्याला हे समजायला हवं की कधी नवीन उपाय शोधणं थांबवायचं आणि जे उपाय आधीच आपल्याकडे आहेत, ते वापरायला सुरुवात करायची. सतत शोधत राहणं हेही कधी कधी टाळाटाळीचं एक रूप बनतं. एका टप्प्यावर स्पष्टता कृतीत बदलायला हवी. प्रगती तेव्हा होत नाही जेव्हा तुम्ही जास्त जाणता, तर तेव्हा होते जेव्हा तुम्ही जे माहित आहे त्याचा उपयोग करता.

कल्पना करा, तुम्ही एका वळणावर उभे आहात–एक मार्ग पटकन ओळख मिळवून देतो, तर दुसरा शांतपणे सुधारणा शिकवतो. पहिला मार्ग आकर्षक वाटतो, पण दुसरा तुम्हाला शिस्त, संयम आणि जिद्द शिकवतो. कालांतराने हा स्थिर मार्ग तुमचा आत्मविश्वास घडवतो. तुम्हाला स्वतःला सक्षम वाटण्यासाठी मोठ्या यशाची गरज राहत नाही, कारण तुमची प्रगती तुम्हालाच रोज दिसत असते. जेव्हा तुम्ही समस्यांना छोट्या आणि सोप्या भागांमध्ये विभागायला शिकता, तेव्हा भीती कमी होऊ लागते. प्रत्येक छोटा टप्पा पूर्ण केल्यावर स्वतःवरचा विश्वास वाढतो. हा विश्वास कोणत्याही बाह्य मान्यतेपेक्षा अधिक मजबूत ठरतो. तुम्हाला कळतं की प्रत्येक समस्येसाठी नवीन उपाय शोधण्याची गरज नसते–काही वेळा फक्त जबाबदारी घेणं पुरेसं असतं.

आयुष्य सोपं होतं, जेव्हा तुम्ही साध्या समस्यांसाठी असामान्य उत्तरांची अपेक्षा करणं थांबवता. थांबून पाहणं, समजून घेणं आणि विचारपूर्वक प्रतिसाद देणं ही एक अशी कौशल्य आहे जी सरावाने वाढते. तुम्हाला जाणवू लागतं की टिकून राहणारे बदल हे एकदाच घडणाऱ्या मोठ्या बदलांमुळे नाही, तर छोट्या-छोट्या कृतींमुळे होतात.

जसा ताण कमी होतो, तशी स्पष्टता वाढते. तुम्हाला मोठ्या उपायांनी स्वतःला सिद्ध करण्याची गरज वाटत नाही. त्याऐवजी, तुम्ही सातत्यपूर्ण प्रयत्नांची किंमत ओळखता. समस्या तुम्हाला परिभाषित करणं थांबवतात, आणि उपाय तुम्हाला घाबरवणं थांबवतात.

शेवटी, प्रगती ही तुमचे उपाय इतरांना किती मोठे दिसतात यावर अवलंबून नसते. तर तुमच्यासाठी तुमचे उपाय किती प्रभावी आहेत यावर ठरते. जेव्हा तुम्ही घाईपेक्षा समज आणि दिखाव्यापेक्षा कृती निवडता, तेव्हा आयुष्य हलकं वाटायला लागतं. एकेक पाऊल टाकत तुम्ही पुढे जाता– कारण सगळं परिपूर्ण आहे म्हणून नाही, तर तुम्ही छोट्या सुरुवातीवर आणि प्रामाणिकपणे पुढे जाण्यावर विश्वास ठेवायला लागला आहात.

## थोडं अंतर चालणं

***इतरांसाठी तुम्ही काही मैल जास्त चालू शकता, तर स्वतःसाठीही नक्कीच अधिक चालू शकता.***

प्रगती, मर्यादा किंवा संतुलन याबद्दल बोलण्याआधी, थोडा थांबा आणि तुम्ही आधीच किती देत आहात हे पाहा. बहुतेक लोक स्वतःच्या प्रयत्नांची कदर करत नाहीत, कारण ते सतत अपेक्षा पूर्ण करण्यात व्यस्त असतात. दररोज उभं राहणं, विश्वासार्ह राहणं आणि कोणी पाहत नसतानाही पुढे जात राहणं–यासाठी लागणारी शांत शिस्त आपण ओळखतच नाही. प्रगती जास्त करण्यापासून सुरू होत नाही; ती आपण आधीच काय करत आहोत हे स्पष्टपणे पाहण्यापासून सुरू होते.

चला, आधी पाहूया तुम्ही काय काय करता. तुम्ही बॉससाठी ओव्हरटाइम करता. मित्र आणि कुटुंबाला गरज असताना उपलब्ध राहता. तुमच्या लोकांना मार्गदर्शन करता. उपयुक्त अभिप्राय देता. इतरांना साथ देता. योग्य गोष्टींसाठी उभे राहता. कधी इतरांना पुढे जाऊ द्यायला तुम्ही स्वतः मागेही होता. तुमच्या जवळच्या लोकांची काळजी घेता. यापैकी अर्ध्या गोष्टी जरी तुम्ही करत असाल, तरी तुम्ही आधीच एक चांगला माणूस आहात–जो स्वतःसाठी आणि इतरांसाठी चांगलं आयुष्य जगतो.

या गोष्टी लहान नाहीत. त्या जबाबदारी, सहानुभूती आणि बांधिलकी दाखवतात. अनेक लोक मूल्यांबद्दल बोलतात, पण तुम्ही ती कृतीतून जगता. इतरांसाठी सातत्याने उभं राहण्यासाठी भावनिक ताकद लागते. काहीही अपेक्षा न ठेवता साथ देणं म्हणजे परिपक्वता. इतरांना पुढे जाऊ देण्यासाठी मागे होणं म्हणजे कमकुवतपणा नाही, ते नेतृत्व आहे. या सगळ्या गोष्टी शांतपणे तुमचा स्वभाव घडवत असतात, जरी त्याचं बाहेर कौतुक होत नसलं तरी.

पण आयुष्य फक्त देण्याबद्दल नसतं; ते जपण्याबद्दलही असतं. जागरूकता नसली, तर देणं हळूहळू थकव्यात बदलू शकतं. काळजी घेणं असंतुलित झालं, तर ते स्वतःकडे दुर्लक्ष बनतं. आणि इथेच स्वतःशी प्रामाणिक राहणं गरजेचं ठरतं.

आता पाहूया तुम्ही काय करत नाही. तुम्ही स्पष्ट मर्यादा ठरवत नाही. तुम्हाला नको असताना 'नाही' म्हणत नाही. इतरांच्या चुका असूनही त्यांची जबाबदारी स्वतःवर घेता. स्वतःसाठी उभं राहत नाही आणि स्वतःच्या गरजांना प्राधान्य देत नाही. इतरांसाठी चांगलं करणं तुम्हाला "चांगला माणूस " बनवतं, पण त्यासाठी स्वतःची प्रगती थांबवणं योग्य नाही.

मर्यादा म्हणजे भिंती नाहीत; त्या आदराचे नियम आहेत. 'नाही' म्हणणं तुमची किंमत कमी करत नाही; ते तुमची ऊर्जा जपते. जेव्हा तुम्ही सतत इतरांची जबाबदारी घेत राहता, तेव्हा नकळत त्यांना जबाबदारी टाळायला शिकवता. प्रगतीसाठी भूमिका आणि मर्यादा स्पष्ट असणं गरजेचं आहे, नाहीतर मनात हळूहळू नाराजी साचते.

एका टप्प्यावर प्रत्येकाने स्वतःच्या कृतींची आणि निवडींची जबाबदारी घ्यावी लागते. ज्या गोष्टी त्यांनी स्वतः करायला हव्या, त्या तुम्ही करून दिल्या, तर त्यांच्या प्रगतीलाही अडथळा येतो.

मदत करणं म्हणजे नेहमी स्वतः करून देणं नाही. कधी कधी खरी मदत म्हणजे इतरांना स्वतः शिकू देणं, संघर्ष करू देणं आणि उभं राहू देणं असतं. प्रगती दुसऱ्याकडून करून घेता येत नाही. खूप काळ दुसऱ्यांचा भार उचललात, तर तुम्ही स्वतःलाही आणि त्यांनाही कमकुवत करता.

तुम्ही इतरांसाठी जे करता, ते स्वतःसाठीही करू शकता. जर तुम्ही तुमच्या बॉससाठी खूप मेहनत करू शकता, तर स्वतःसाठीही वेळ काढून नवीन कौशल्यं शिकू शकता किंवा आधीची कौशल्यं सुधारू शकता. जास्त कामाचं ओझं वाटलं, तर 'नाही' म्हणणं योग्य आहे, आणि ज्या कामांसाठी तुमची गरज नाही ती इतरांना सोपवणंही योग्य आहे. स्वतःसाठी उभं राहणं

ठीक आहे, जरी काहींना ते स्वार्थी वाटलं तरी. तुम्ही तुमच्या मर्यादा स्पष्टपणे सांगितल्या, तर लोकही त्यानुसार जुळवून घेतात आणि तुम्हाला साथ देतात.

स्वतःचा आदर सुरुवातीला थोडा अस्वस्थ वाटतो, कारण तो जुन्या सवयी मोडतो. पण कालांतराने तो नात्यांना अधिक निरोगी बनवतो आणि परिणामही मजबूत करतो. तुम्ही तुमच्या वेळेची कदर केली, तर इतरही ती करायला लागतात. तुम्ही स्पष्टपणे संवाद साधलात, तर गोंधळ कमी होतो. आणि तुम्ही स्वतःमध्ये गुंतवणूक केली, तर तुम्ही त्या व्यक्तीचा अधिक मजबूत रूप बनता, ज्यावर सगळे आधीच विश्वास ठेवतात.

कल्पना करा, एक सकाळ अशी येते की तुमचा दिवस फक्त जबाबदाऱ्यांनी सुरू होत नाही. तुम्ही अजूनही मेहनत करता, इतरांना साथ देता, तुमचं सर्वोत्तम देता–पण आता स्वतःसाठीही जागा ठेवता. कोणत्या जबाबदाऱ्या तुमच्या प्रगतीशी जुळतात हे तुम्ही निवडता. सतत ढकलत राहण्याऐवजी थांबायला शिकता. अपराधीपणाऐवजी जाणीवपूर्वक काम करता. आणि हळूहळू तुम्हाला जाणवतं–ऊर्जा परत येते, लक्ष अधिक तीक्ष्ण होतं, आणि आत्मविश्वास शांतपणे वाढतो.

संतुलन म्हणजे कमी करणं नाही; तर काय महत्त्वाचं आहे ते जाणीवपूर्वक करणं. आयुष्य तुम्हाला काळजी घेणं थांबवायला सांगत नाही; ते सांगतं की स्वतःला हरवू न देता काळजी घ्या. जेव्हा प्रयत्न स्पष्टतेने चालवले जातात, दडपणाने नाही, तेव्हा प्रगती टिकाऊ बनते.

तुम्हाला माफी न मागता प्रगती करण्याचा हक्क आहे. स्पष्टीकरण न देता विश्रांती घेण्याचा हक्क आहे. स्वतःची किंमत सिद्ध न करता 'नाही' म्हणण्याचा हक्क आहे. दीर्घकाळात प्रगती त्यांच्याकडे जाते ज्यांना कधी पुढे जायचं आणि कधी थांबायचं हे कळतं. ती त्यांच्याकडे जाते ज्यांना समजतं की जबाबदारीची सुरुवात स्वतःच्या आदरापासून होते. तुम्ही इतरांसाठी काही अंतर चालत असाल, तर स्वतःसाठीही काही अंतर चालायला विसरू नका. ते स्वार्थ नाही; ती शहाणपण आहे.

आणि जेव्हा तुम्ही काळजी आणि मर्यादा, प्रयत्न आणि विश्रांती, महत्त्वाकांक्षा आणि आत्मजाणीव यांच्यात संतुलन साधायला शिकता, तेव्हा तुम्ही फक्त पुढे जात नाही – तर स्वतःला न हरवता पुढे जाता.

# संधी

***आयुष्य म्हणजे जितक्या जास्त संधी वापरता येतील तितक्या वापरणं.***

आयुष्यात वळणं अनेकदा शांतपणे येतात. ती मोठ्या आवाजात नाही, तर साध्या क्षणांच्या रूपात येतात–फक्त एकच गोष्ट मागतात, ती म्हणजे जागरूकता. महत्त्वाकांक्षा, भीती किंवा शंका येण्याआधीच आयुष्य आपल्यासमोर संधी ठेवत राहतं. काही संधी मोठ्या दिसतात, तर काही अगदी साध्या. महत्त्वाचं म्हणजे त्या किती मोठ्या आहेत हे नाही, तर आपण त्यांना ओळखण्यासाठी किती जागरूक आहोत हे आहे.

संधी नेहमी मोठ्या घटना नसतात ज्या एका रात्रीत सगळं बदलतात. अनेकदा त्या छोट्या बदलांच्या रूपात येतात–दैनंदिन कामांमध्ये, साध्या नोकऱ्यांमध्ये आणि अनपेक्षित परिस्थितींमध्ये लपलेल्या. जेव्हा आपण आयुष्याकडे या नजरेतून पाहायला लागतो, तेव्हा निराशाजनक वाटणाऱ्या क्षणांमध्येही अर्थ दिसायला लागतो.

कधी कधी आयुष्यात अशी संधी येते जी सगळं बदलू शकते, पण काही कारणांमुळे आपण ती वापरू शकत नाही. कधी वेळ योग्य नसतो, कधी भीती आड येते, तर कधी जबाबदाऱ्या आपल्याला दुसऱ्या दिशेला नेतात. अशी संधी चुकली की मनावर भार येतो, शंका निर्माण होते आणि खंत वाटते.

अनेक लोक अशा वेळी आशा सोडतात. त्यांना वाटतं की आयुष्याची एकमेव संधी त्यांनी गमावली. हा विचार हळूहळू प्रेरणा कमी करतो आणि दृष्टी मर्यादित करतो. पण आयुष्य एकाच संधीवर अवलंबून नसतं; ते अनेक छोट्या आणि मोठ्या संधींनी बनलेलं असतं. आयुष्य सरळ रेषेत चालत नाही, ते टप्प्याटप्प्याने पुढे जातं. आज जी संधी चुकली, ती कदाचित

उद्याच्या अधिक चांगल्या संधीसाठी तुम्हाला तयार करत असते. प्रगती एका क्षणावर अवलंबून नसते; ती पुढे चालत राहण्याच्या तयारीवर अवलंबून असते.

एका परिपूर्ण संधीची वाट पाहण्याऐवजी, प्रगती अनेकदा छोट्या-छोट्या संधींचा सातत्याने उपयोग करण्यातून होते. एखादी चर्चा, काम, जबाबदारी किंवा अगदी एखादा अपयशाचा क्षणही–जाणीवपूर्वक पाहिलं तर तो पुढचं पाऊल बनू शकतो.

संधी ओळखणारा म्हणून तुमची मुख्य भूमिका म्हणजे अनेक संधी ओळखणं आणि शक्य तितक्या संधींचा तुमच्या प्रगतीसाठी उपयोग करणं. याचा अर्थ आंधळेपणाने सगळ्याच गोष्टींच्या मागे धावणं नाही. तर खुलं मन ठेवणं, जिज्ञासा ठेवणं आणि पुढाकार घेणं आहे. म्हणजेच, प्रत्येक वेळी स्वतःला विचारणं–इथून मी काय शिकू शकतो? –"हे का झालं नाही?" असं विचारण्यापेक्षा जास्त महत्त्वाचं आहे.

कधी कधी छोट्या संधी मोठ्या संधींपेक्षा जास्त परिणाम देतात. छोट्या संधींमध्ये दडपण कमी असतं, त्यामुळे प्रयोग करता येतात. त्या कौशल्यं, आत्मविश्वास आणि स्पष्टता तयार करतात–ज्या मोठ्या संधींना आवश्यक असतात, पण त्या शिकवतातच असं नाही.

या संधी तुमची प्रगती घडवतात आणि तुम्हाला प्रक्रियेत गुंतवून ठेवतात. प्रगती फक्त परिणामांबद्दल नसते; ती सुधारण्याबद्दल असते. प्रक्रिया संयम, शिस्त आणि जुळवून घेण्याची क्षमता शिकवते–ज्या गोष्टी कालांतराने वाढत जातात.

सातत्य हीच किल्ली आहे. सातत्य साध्या प्रयत्नांना असामान्य प्रगतीत बदलतं. ते तुम्ही जिथे आहात आणि जिथे पोहोचायचं आहे यामधला दुवा बनतं. सातत्य नसेल, तर मोठी संधीही हळूहळू फिकी पडते.

कल्पना करा, तुम्हाला तुमच्या परिसरातील एखाद्या नामांकित कॉलेज किंवा शाळेत शिक्षक व्हायचं होतं, पण काही कारणांमुळे ते शक्य झालं नाही. तुम्हाला निराशा वाटते, कदाचित दुर्लक्ष झाल्यासारखंही वाटतं. पण आयुष्य तिथे थांबत नाही–ते दिशा बदलतं.

त्याऐवजी तुम्हाला दूरच्या एका स्थानिक शाळेत शिक्षकाची नोकरी मिळते, कमी पगारासह. सुरुवातीला ते एक तडजोड वाटू शकतं. पण या क्षणात दिसण्यापेक्षा खूप जास्त मूल्य दडलेलं असतं.

आता इथे तुम्ही या संधीकडे वेगळ्या नजरेने पाहू शकता. ती मोठ्या संस्थेत काम करण्यासाठीची तयारी म्हणून पाहू शकता. दृष्टीकोन अनुभव बदलतो. जेव्हा तुम्ही या भूमिकेला तात्पुरती किंवा कमी समजणं थांबवता आणि तयारी म्हणून पाहायला लागता, तेव्हा सगळं बदलतं. विद्यार्थ्यांना मदत करण्यासाठी आणि इतर शिक्षकांसोबत समन्वय साधण्यासाठी तुम्हाला मेहनत करावी लागेल. या प्रयत्नांमुळे संवाद, नेतृत्व आणि सहानुभूती या कौशल्यांची वाढ होते–ज्यांना कोणतंही पद बदलू शकत नाही. तुम्ही स्थानिक पातळीवर कठीण परिस्थिती हाताळायला शिकता, स्थानिक संस्थांच्या अडचणी समजून घेता आणि त्यावर उपाय शोधायला शिकता. सुरुवातीच्या अडचणी जिद्द वाढवतात, समस्या सोडवण्याची क्षमता तीक्ष्ण करतात आणि नम्रता शिकवतात. या संधीचा उपयोग करून तुम्ही एक चांगले शिक्षक बनू शकता, आणि चांगल्या अनुभवामुळे तुम्हाला तुमच्या इच्छित संस्थेत काम मिळू शकतं.

जी संधी तुम्हाला आधी लहान वाटत होती, तीच पुढे मोठ्या गोष्टीची पायाभरणी ठरते. आयुष्य अनेकदा असंच काम करतं. जे उशीर वाटतं, ते अनेकदा तयारी असते. जे नकार वाटतं, ते कधी कधी दिशा बदलणं असतं. जेव्हा तुम्ही संधींचं मोजमाप तात्काळ फायद्यांवर न करता दीर्घकालीन प्रगतीवर करता, तेव्हा तुम्ही तुमच्या प्रवासावर नियंत्रण मिळवता.

प्रत्येक संधी पहिल्याच नजरेत तुमच्या स्वप्नांशी जुळेल असं नाही. काही संयमाची परीक्षा घेतील, काही आरामाच्या बाहेर ढकलतील, आणि काही

ओळख न मिळता मेहनत मागतील. पण प्रत्येक संधी तुम्हाला पुढच्या टप्प्यासाठी तयार करत असते.

जेव्हा तुम्ही सातत्य ठेवता, तेव्हा हळू प्रगतीही ताकदवान बनते. दररोज केलेली छोटी कृती गती तयार करते. ही गती आत्मविश्वास निर्माण करते. आणि हा आत्मविश्वास मोठ्या संधी आपोआप आकर्षित करतो.

महत्त्वाचं म्हणजे परिपूर्ण संधीची वाट पाहत बसणं नाही, तर जे समोर आहे त्यावर काम करणं. परिस्थिती आदर्श नसली तरी पूर्णपणे उभं राहणाऱ्यांना आयुष्य फळ देतं.

प्रयत्नात सन्मान आहे, शिकण्यात मूल्य आहे आणि सातत्यात ताकद आहे. संधी परिस्थितीपेक्षा तुमच्या दृष्टिकोनाला जास्त प्रतिसाद देतात. जेव्हा तुम्ही प्रत्येक भूमिका, काम किंवा जबाबदारीला महत्त्व देता, तेव्हा आयुष्य तुमचा मार्ग विस्तारतं.

शेवटी, प्रगती एका मोठ्या संधीवर अवलंबून नसते. ती प्रवासाचा सन्मान करणं, प्रक्रियेचा आदर करणं आणि सातत्यपूर्ण प्रयत्नांवर विश्वास ठेवणं यावर अवलंबून असते. जेव्हा तुम्ही प्रत्येक संधीचा – मोठी असो किंवा छोटी –उपयोग करायला शिकता, तेव्हा तुम्ही आयुष्य बदलण्याची वाट पाहणं थांबवता आणि आयुष्यासोबत स्वतः बदलायला लागता.

# अपयश किंवा भीती

***तुम्ही एकतर अपयश निवडता, किंवा अपयशाची भीती.***

सगळ्यात आधी थोडा थांबा आणि स्वतःला एक साधा प्रश्न विचारा–तुम्ही अपयशापासून पळत आहात का, की अपयशाची भीती तुम्हाला घडवत आहे? हा प्रश्न ठरवतो की तुमचं आयुष्य भीतीने चालतंय की प्रगतीने. यशाच्या विरोधात अपयश नाही, तर अपयशाची भीती आहे. आणि हा फरक समजला की आयुष्याकडे पाहण्याचा दृष्टिकोन बदलायला लागतो.

हा निर्णय नेहमी जाणूनबुजून घेतला जात नाही, पण तो रोजच्या छोट्या निर्णयांत दिसतो. ज्या संधी तुम्ही टाळता, ज्या जोखमी पुढे ढकलता आणि ज्या स्वप्नांना थांबवता–तिथे तो दिसतो. भीती निवडणं सुरुवातीला सुरक्षित वाटतं, पण हळूहळू तुमच्या क्षमतेवर मर्यादा घालू लागतं. अपयश निवडणं कठीण वाटतं, पण ते शिकण्याचे आणि मजबूत होण्याचे दरवाजे उघडतं.

आज जे लोक यशस्वी आहेत, त्यांनी अनेक प्रकारे अपयश अनुभवलं आहे–तुमच्या कल्पनेपेक्षाही जास्त. यशाच्या कथा आपल्याला फक्त परिणाम दाखवतात, पण त्यामागील नकार, चुका आणि शंका दिसत नाहीत. प्रत्येक आत्मविश्वासपूर्ण पावलामागे अनिश्चिततेचा आणि प्रयत्नांचा इतिहास असतो. यशस्वी आयुष्यात अपयश अपवाद नाही; ते गरज आहे. त्याशिवाय प्रगती उथळ आणि कमकुवत राहते.

यशाच्या प्रवासात अनेक नकार, आत्मशंका, कौशल्यांची कमतरता, आतून आणि बाहेरून येणारा ताण, निरुत्साह, चिंता आणि नैराश्य येणारच. या गोष्टी तुम्ही कमजोर आहात म्हणून येत नाहीत; त्या येतात कारण तुम्ही प्रयत्न करत आहात. प्रत्येक नवीन मार्ग भावनिक आणि मानसिक ताकद मागतो, आणि अस्वस्थता ही प्रगतीची किंमत असते. भीती असणं म्हणजे

अपयश नाही; ते म्हणजे तुम्ही काहीतरी नवीन करण्याच्या दिशेने पाऊल टाकत आहात.

यशस्वी व्यक्ती ती असते जी येणाऱ्या अडचणी असूनही यशाच्या दिशेने पुढे जात राहते. यश म्हणजे अडचणी नसणं नाही; तर अडचणी मोठ्या वाटत असतानाही पुढे जाण्याची तयारी असणं आहे. धैर्य म्हणजे मोठ्या आवाजात दिसणारा आत्मविश्वास नाही; ते शांतपणे चालू राहणं आहे. निश्चितता नसतानाही कृती निवडणं हेच खरं धैर्य आहे.

अनेकदा आपण अपयशाची किंवा लोक आपल्याला अपयशी म्हणतील याची इतकी भीती बाळगतो आणि  आपण प्रयत्नच करत नाही. इतर काय म्हणतील याची भीती, अपयशापेक्षा जास्त त्रास देते. लोकांच्या कल्पनेतील मतं खऱ्या परिणामांपेक्षा जास्त जड वाटतात. ही भीती अनेकांना थांबवून ठेवते–कारण त्यांच्यात क्षमता नसते म्हणून नाही, तर ते इतरांच्या मतांना जास्त महत्त्व देतात म्हणून.

आपण विचार करत राहतो की आपण अपयशी ठरलो तर कसं दिसेल आणि आपण ते सहन करू शकू का. हा अतिविचार आपल्याला थांबवतो. कृतीतून शिकण्याऐवजी आपण मनातच अपयशाची तयारी करत राहतो, पण प्रत्यक्ष अनुभव घेत नाही. आपण विसरतो की कल्पना अनेकदा वेदना वाढवते, पण वास्तव आपल्याला मजबूत बनवतं.

अपयशाबद्दल एक महत्त्वाची गोष्ट म्हणजे ते तुम्हाला अपयश हाताळायला शिकवतं. अपयश भावनिक ताकद वाढवतं. ते तुम्हाला पुन्हा उभं राहायला, जुळवून घ्यायला आणि पुढे चालू ठेवायला शिकवतं. प्रत्येक अनुभव पुढच्या वेळी अधिक चांगला प्रतिसाद देण्यासाठी तुम्हाला तयार करतो.

तुम्ही त्यातून बाहेर पडाल आणि पुढे जाल. वेदना कमी होत जाते, पण शिकणं कायम राहतं. जे एकेकाळी सहन न होणारं वाटत होतं, ते हळूहळू हाताळता येण्यासारखं होतं–आणि पुढे जाऊन अर्थपूर्णही वाटतं. ते तुम्हाला

तितकंच प्रभावित करतं, जितकं तुम्ही त्याला करू देता. घटना नाही, तर तुमचा प्रतिसाद जास्त महत्त्वाचा असतो. अपयश हे तुमच्यावर लावलेलं लेबल बनू शकतं, किंवा तुम्ही वापरलेला धडा बनू शकतं.

कल्पना करा, तुम्ही एखाद्या अनोळखी गोष्टीवर काम सुरू करत आहात — हरण्याची शक्यता माहित असूनही पुढे पाऊल टाकता. पहिलं पाऊल टाकता, अडखळता, निराशा वाटते. पण मागे हटण्याऐवजी तुम्ही विचार करता, बदल करता आणि पुन्हा प्रयत्न करता. हळूहळू जे आधी भीतीदायक वाटत होतं, ते परिचित वाटायला लागतं. भीती लगेच नाहीशी होत नाही, पण तुमचा आत्मविश्वास तिच्यापेक्षा मजबूत होत जातो.

अनेक लोक अपयश आलं तर त्याला स्वीकारण्याऐवजी त्याची भीतीच बाळगतात आणि नंतर "मला आधीच माहित होतं" असं म्हणतात. हा विचार खोटा दिलासा देतो. "मला माहित होतं" असं म्हणणं प्रयत्न करण्यापेक्षा सोपं वाटतं, पण या सुरक्षिततेची किंमत प्रगतीने मोजावी लागते.

त्यांना हे जाणवत नाही की जेव्हा ते अपयशी ठरले, तेव्हा ते त्यांच्या आरामाच्या चौकटीबाहेर गेले, काहीतरी नवीन केलं आणि कामांसोबत अपयश हाताळण्याचा आत्मविश्वासही वाढवला. प्रत्येक अपयश तुमची मर्यादा वाढवतं, जरी त्या क्षणी ते जाणवत नसलं तरी. प्रगती अनेकदा शांतपणे आतून घडत असते.

हळूहळू आणि सातत्याने ते अशा गोष्टी करू लागतात, ज्या अपयशाची भीती बाळगणारा कधीच करू शकत नाही. सातत्य भीतीला ओळखीचं बनवतं. जे आधी अशक्य वाटत होतं, तेच नंतर तुमच्या दिनक्रमाचा भाग बनतं.

बहुतेक लोक आयुष्यभर त्याच गोष्टी करत राहतात आणि मग म्हणतात की आयुष्य बदललं नाही. ही संधींची कमतरता नसते; ही अनिश्चिततेला सामोरं जाण्याच्या धैर्याची कमतरता असते.

तुम्ही तुमचं आयुष्य बदलू शकता–जर तुम्ही अपयशाची भीती सोडून दिली आणि यश किंवा अपयश काहीही झालं तरी आवश्यक कृती करायला सुरुवात केली. कृती स्पष्टता देते. प्रत्येक पाऊल–यशस्वी असो वा नसो–तुम्हाला स्वतःला आणि तुमच्या दिशेला अधिक समजून घेण्याच्या जवळ नेतं.

जेव्हा तुम्ही अपयशाला निकाल म्हणून पाहणं थांबवता आणि त्याला शिकण्याचा भाग मानता, तेव्हा तुमचा विचार बदलतो. तुम्ही "जर मी अपयशी ठरलो तर?" असं विचारणं थांबवता आणि "मी यातून काय शिकू शकतो?" असं विचारायला लागता. हा बदल परिपूर्णतेच्या बंधनातून मुक्त करतो आणि प्रगतीकडे घेऊन जातो. आयुष्य चुका टाळणाऱ्यांना नाही, तर त्यातून लवकर शिकणाऱ्यांना फळ देतं.

अपयश तुमची किंमत ठरवत नाही. भीती तुमचं भविष्य सुरक्षित करत नाही. प्रगतीसाठी अस्वस्थता आवश्यक असते, आणि हीच अस्वस्थता ताकद घडवते. जेव्हा तुम्ही स्वतःचा न्याय न करता अपयश स्वीकारता, तेव्हा खरा आत्मविश्वास तयार होतो. हा आत्मविश्वास तणावातही ढळत नाही, कारण तो अनुभवावर आधारलेला असतो, कल्पनेवर नाही.

शेवटी, भीती तेव्हाच जिंकते जेव्हा तुम्ही प्रयत्न करणं थांबवता. अपयश मात्र नेहमी काहीतरी देऊन जातं – स्पष्टता, जिद्द आणि स्वतःवरचा विश्वास. आणि जेव्हा तुम्ही टाळण्याऐवजी कृती निवडता, तेव्हा लक्षात येतं की अपयश कधीच तुमचा शत्रू नव्हतं – तेच तुमचं शिक्षक होतं, शांतपणे तुम्हाला तुमच्या क्षमतेच्या आयुष्यासाठी तयार करत होतं.

## तुम्ही स्पर्श केलेली आयुष्यं

***तुमच्या कंटेंटमुळे ज्या आयुष्यांवर परिणाम होतो, त्यांची संख्या लाईक्स आणि कमेंट्सपेक्षा खूप जास्त महत्त्वाची असते.***

पुढची ओळ लिहण्याआधी, पुढचा शब्द बोलण्याआधी किंवा पुढचं कंटेंट तयार करण्याआधी, थोडा थांबा आणि स्वतःला एक साधा प्रश्न विचारा–हा क्षण संपल्यानंतर काय उरेल? वेळ वेगाने जातो, लक्ष त्याहूनही लवकर निघून जातं, पण परिणाम टिकून राहतो. तुम्ही केलेली प्रत्येक कृती, बोललेला प्रत्येक शब्द आणि ठेवलेली प्रत्येक भावना कुठेतरी ठसा ठेवते–कधी दिसणारा, कधी न दिसणारा, पण नेहमी खरा.

संख्या, प्रसिद्धी आणि लगेच मिळणाऱ्या मान्यतेच्या मागे धावणाऱ्या या जगात, प्रतिक्रिया आणि परिणाम यामध्ये गोंधळ होणं सहज शक्य आहे. लाईक्स आणि कमेंट्स सहभाग दाखवतात, पण ते खरा प्रभाव ठरवत नाहीत. खरा प्रभाव शांत आणि खोल असतो. तो विचारांमध्ये बसतो, विश्वास घडवतो आणि स्क्रीन बंद झाल्यानंतरही दृष्टिकोन बदलत राहतो.

चला, एक साधा विचार करूया–एखादा माणूस रोज किती लोकांवर प्रभाव टाकतो? त्याचं कुटुंब, मित्र, समाज, सहकारी, रोज भेटणारे दुकानदार, प्रवासात भेटणारे लोक–असं अनेक लोकांवर तो जाणून किंवा नकळत प्रभाव टाकत असतो.

प्रत्येक व्यक्तीकडे प्रभाव असतो, तो त्याला कळो किंवा न कळो. योग्य वेळी दिलेलं एक हसू, कठीण प्रसंगी दाखवलेला संयम, किंवा काही अपेक्षा न ठेवता केलेली छोटी मदत–एखाद्याचा पूर्ण दिवस बदलू शकते. प्रभाव हा फक्त नेते, वक्ते किंवा कंटेंट तयार करणाऱ्यांसाठी नसतो; तो प्रत्येकासाठी

असतो जो जागरूकतेने जगतो. लहान कृतीच अनेकदा सर्वात खोल परिणाम करतात, कारण त्या लोकांना अपेक्षित नसताना पोहोचतात.

आता समजा तुम्ही एक कंटेंट क्रिएटर आहात. तुमचं कंटेंट काही ना काही प्रकारे प्रत्येक पाहणाऱ्यावर परिणाम करतंच. प्रत्येकाकडून प्रतिसाद मिळेलच असं नाही. शांतता म्हणजे परिणाम नाही असा अर्थ होत नाही. अनेक लोक कंटेंट शांतपणे ग्रहण करतात –विचार करतात, चिंतन करतात, असहमत होतात किंवा स्वतःला त्यात पाहतात–पण काहीही बोलत नाहीत. तरीही त्यांच्या आत काहीतरी बदलतं. एखादी ओळ कठीण रात्री त्यांच्यासोबत राहते. एखादा विचार त्यांना पुन्हा प्रयत्न करायला प्रेरित करतो. परिणामासाठी टाळ्यांची गरज नसते.

तुमचं कंटेंट त्यांच्यावर काय परिणाम करतं, हेच त्याचं खरं महत्त्व ठरवतं. महत्त्व फक्त पोहोचण्यावर नाही, तर किती खोलवर भिडतं यावर ठरतं. खरं प्रभावी कंटेंट लोकांना जिथे आहेत तिथे भेटतं. त्यांच्या अडचणी समजून घेतं, त्यांच्या प्रश्नांना मान्यता देतं आणि त्यांना त्यांच्या ताकदीची जाणीव करून देतं. जेव्हा कंटेंट फक्त प्रतिक्रिया निर्माण न करता विचार करायला लावतो, तेव्हा तो खरंच वजनदार ठरतो.

तुमचं कंटेंट त्यांना स्वतःवर विश्वास ठेवायला मदत करतं का, की त्यांची किंमत कमी करतं? ते त्यांच्या आयुष्यावर सकारात्मक परिणाम करतं का, की नकारात्मक?

प्रत्येक संदेशासोबत जबाबदारी येते. शब्द उभं करू शकतात किंवा खाली खेचू शकतात. ते आत्मविश्वास वाढवू शकतात किंवा हळूहळू आत्ममूल्य कमी करू शकतात. कंटेंट कधीच निष्पक्ष नसतं; तो नेहमी कोणाला तरी एका दिशेने हलवत असतो, जरी ते सूक्ष्म असलं तरी. ही जाणीवच साध्या आवाज आणि अर्थपूर्ण योगदान यात फरक निर्माण करते.

जर तुमच्या कंटेंटमधून कोणताही उपयोग होत नसेल, तर त्याची किंमत काय?

उपयोग म्हणजे नेहमी शिकवणं किंवा प्रेरणा देणं असं नाही. कधी कधी तो प्रामाणिकपणात, स्पष्टतेत किंवा योग्य प्रश्न विचारण्यातही असतो. कंटेंट परिपूर्ण असण्याची गरज नाही, पण तो जाणीवपूर्वक असणं गरजेचं आहे. जाणीव नसली, तर तो फक्त वापर होतो–योगदान होत नाही.

आजकाल कोणत्याही प्लॅटफॉर्मवर कंटेंटचं प्रमाण खूप मोठं आहे. तुम्ही एकामागून एक कंटेंट पाहत राहता, पण शेवटी आतून रिकामं वाटतं.

हा न संपणारा स्क्रोल समाधान देण्याचं वचन देतो, पण अनेकदा थकवा देतो. उद्देशाशिवाय कंटेंट ग्रहण करत राहिलं, तर माणूस हळूहळू स्वतःपासून दूर जातो. एक कल्पनेतून दुसऱ्यात उडी घेत राहतो, पण कुठेच स्थिर राहत नाही. उत्तेजना आणि समाधान यामध्ये गोंधळ होतो. अशा वातावरणात अर्थपूर्ण कंटेंट आणखी महत्त्वाचा ठरतो.

फक्त आकर्षणाच्या मागे धावू नका. त्याऐवजी असं काही तयार करा, जे प्रत्येक पाहणाऱ्याच्या आयुष्यात ठसा उमटवेल.

लक्ष वेधून घेणं तात्पुरतं असतं. प्रभाव निर्माण करणं कायमचं असतं. ट्रेंड बदलतात, प्लॅटफॉर्म बदलतात, पण तुम्ही कोणाच्या विचारांवर केलेला प्रभाव टिकून राहतो. दिसण्यापेक्षा खोलपणाची निवड केली, तर लगेच परिणाम दिसणार नाहीत, पण ते अधिक टिकाऊ काहीतरी तयार करतं.

कल्पना करा, एखादी व्यक्ती रात्री उशिरा फोन स्क्रोल करत आहे– थकलेली, गोंधळलेली. ती तुमच्या कंटेंटवर थांबते–तो चमकदार आहे म्हणून नाही, तर तो खरा वाटतो म्हणून. ती लाईक करत नाही, कमेंट करत नाही, शेअर करत नाही. तरीही ॲप बंद करताना तिला थोडं हलकं, थोडं स्पष्ट आणि थोडं आशावादी वाटतं. ती भावना ती पुढच्या दिवसात घेऊन जाते. हाच खरा प्रभाव–न दिसणारा, मोजता न येणारा, पण खूप शक्तिशाली.

खरं महत्त्वाचं कंटेंट लक्ष मागत नाही; तर विश्वास कमावतो. तो पाहणाऱ्याच्या वेळेचा आणि भावनांचा आदर करतो. तो भीती किंवा असुरक्षितता वापरत नाही, तर विचार आणि प्रगतीला प्रोत्साहन देतो. जेव्हा क्रिएटर आकड्यांपेक्षा अर्थावर लक्ष देतो, तेव्हा त्याचं काम वेगळं दिसू लागतं. कारण तुम्ही त्यांच्या आयुष्यात जो प्रभाव टाकता, तो त्यांनी तुमचं कंटेंट पाहिलेल्या वेळेपेक्षा जास्त काळ टिकतो.

हेच प्रत्येक निर्मितीमागची शांत सत्य आहे. वेळ तात्पुरती असते; प्रभाव कायमचा असतो. लोकांनी काय पाहिलं हे विसरतील, पण त्यांना कसं वाटलं, त्यांनी काय समजलं किंवा त्यांचा दृष्टिकोन कसा बदलला–हे ते लक्षात ठेवतील.

जेव्हा तुम्ही जाणीवपूर्वक निर्माण करता, तेव्हा तुम्ही मान्यता शोधणं थांबवता आणि नातं निर्माण करायला लागता. तुम्ही लक्ष वेधून घेणारे नसून, उपस्थिती देणारे बनता. मग प्रश्न बदलतो–किती लोकांनी पाहिलं? यापेक्षा–कोणाला याचा फायदा झाला?

कंटेंटने भरलेल्या या जगात अर्थ दुर्मिळ आहे. आणि म्हणूनच तो मौल्यवान आहे. जेव्हा तुम्ही जाणीव, प्रामाणिकपणा आणि जबाबदारीने निर्माण करता, तेव्हा तुम्ही फक्त मनोरंजन करत नाही, तर स्पष्टता देत आहात.

तुम्हाला लाखो लोकांवर प्रभाव टाकण्याची गरज नाही. एका व्यक्तीच्या आयुष्यात प्रामाणिक बदल घडवणं पुरेसं आहे. आणि जेव्हा तुम्ही सातत्याने तिथून निर्माण करता, तेव्हा पोहोच आपोआप वाढते. जगाला अधिक गोंगाटाची गरज नाही; त्याला अशा निर्मात्यांची गरज आहे ज्यांना त्यांच्या शब्दांची ताकद आणि प्रभावाची जाणीव आहे.

लाईक्स कमी होतील, कमेंट्स थांबतील, पण तुम्ही कोणाच्या विचारांवर, आत्मविश्वासावर किंवा धैर्यावर जो ठसा उमटवता, तो कायम राहतो. आणि खरा समाधान तिथेच आहे – दिसण्यात नाही, तर अर्थपूर्ण होण्यात.

# तुमची गोष्ट सांगा

***तुम्ही जी गोष्ट सांगता, तीच सगळ्यात महत्त्वाची.***

जग तुमचं यश ओळखण्याआधी, मान्यता आणि कौतुक मिळण्याआधीच एक शांत गोष्ट अस्तित्वात असते–ती म्हणजे तुमची गोष्ट. ती यशापूर्वी सुरू होते आणि त्यानंतरही चालूच राहते. अनेक लोक “योग्य वेळ” येण्याची वाट पाहतात, पण शांत राहणंही आयुष्य घडवतं हे ते विसरतात. खरं म्हणजे, अर्थ परिपूर्णतेनंतर येत नाही; तो व्यक्त होण्यातून तयार होतो. तुमचा आवाज मोठा आहे म्हणून महत्त्वाचा नाही, तर तो तुमचा आहे म्हणून महत्त्वाचा आहे.

गोष्ट फक्त मोठ्या घटनांमधून तयार होत नाही. ती रोजच्या निर्णयांमधून, आतल्या संघर्षांमधून, शांतपणे केलेल्या प्रयत्नांमधून आणि कोणीही पाहत नसताना घडलेल्या क्षणांमधून तयार होते. प्रत्येक माणसाकडे स्वतःची एक गोष्ट असते. ती प्रत्येकासाठी वेगळी असते. वरून आयुष्य सारखं दिसलं तरी त्याची खोली दृष्टिकोनातून ठरते. तुम्ही जे काम करता किंवा जसं आयुष्य जगता ते इतरांसारखं दिसू शकतं, पण प्रत्येकाची विचार करण्याची पद्धत वेगळी असते, आणि तीच त्यांची गोष्ट वेगळी बनवते. तुम्ही काय पाहता, परिस्थिती कशी समजता आणि अनुभवांना काय अर्थ देता–यातून तुमची गोष्ट घडत जाते.

मानव इतिहास स्वतःच गोष्टींच्या ताकदीचा पुरावा आहे. वर्षानुवर्षे आपल्या पूर्वजांनी त्यांच्या गोष्टी दगडांवर कोरून, चित्रांमधून, लोकनृत्यांमधून आणि गाण्यांमधून व्यक्त केल्या. त्या परिपूर्णतेसाठी नव्हत्या; त्या जपण्यासाठी होत्या. त्या आपल्या मुळांशी जोडतात आणि दाखवतात की गोष्ट सांगणं हे नेहमीच ज्ञान, वेदना, आशा आणि ओळख पुढच्या पिढीकडे पोहोचवण्याचं साधन राहिलं आहे.

आज माध्यम बदललं आहे, पण जबाबदारी तशीच आहे. आधुनिक तंत्रज्ञानामुळे आपण जगभरातील लोकांशी जोडू शकतो. अंतर आता अडथळा राहिलेलं नाही, आणि अभिव्यक्ती काही मोजक्या लोकांपुरती मर्यादित नाही. तुमची गोष्ट सांगणं ही तुमची जबाबदारी आहे. कारण जगाला ती हवी आहे म्हणून नाही, तर कुठेतरी कोणाला तुमच्यासारखा दृष्टिकोन ऐकण्याची गरज आहे म्हणून. तुमची गोष्ट मोठी असो किंवा छोटी–ती स्वीकारा आणि तिचा अभिमान बाळगा. हा अभिमान अहंकार नाही; तो तुम्ही कोण आहात आणि काय अनुभवलं आहे याचा स्वीकार आहे.

शेअर करणं म्हणजे सगळं उघड करणं नाही. तुमची गोष्ट सांगणं म्हणजे रोजचं आयुष्य दाखवणं किंवा खाजगी आयुष्य उघड करणं नाही, तर तुमचे विचार, तुम्ही अडचणींवर कशी मात केली, जगासाठी तुमचं योगदान काय आहे आणि तुमच्या अनुभवांमधून इतरांना मदत करणं आहे. जेव्हा गोष्टी जाणीवपूर्वक शेअर केल्या जातात, तेव्हा त्या प्रदर्शन न राहता एक पूल बनतात. त्या इतरांना कमी एकटं, कमी गोंधळलेलं आणि त्यांच्या प्रवासाबद्दल अधिक आशावादी वाटू देतात.

कल्पना करा, तुमच्याकडे एक विचार आहे जो तुम्ही अनेक वर्षं मनात ठेवला आहे–अनुभव, अपयश आणि शिकण्याने तयार झालेला. तुम्हाला वाटतं तो पुरेसा महत्त्वाचा नाही किंवा वेगळा नाही. एक दिवस तुम्ही तो शेअर करण्याचा निर्णय घेता. एखादा अनोळखी व्यक्ती तो योग्य वेळी वाचतो, ऐकतो आणि त्याला जाणवतं की तो एकटा नाही. तो क्षण जग बदलत नाही, पण एका आयुष्यात बदल घडवतो–आणि तिथेच खरा प्रभाव सुरू होतो.

विचार एकटेपणात अडकून राहण्यासाठी नसतात. सगळे विचार एका व्यक्तीच्या मनातूनच तयार होत नाहीत. प्रगती ही विचारांच्या देवाणघेवाणीतून, सुधारण्यातून आणि संवादातून होते. तुमच्या मनात जो विचार आहे, तो काही कारणानेच आहे. तुमचे अनुभव त्याला वेगळं बनवतात. कदाचित या मोठ्या जगात तुमची तीच छोटी भूमिका असेल. छोटी म्हणजे महत्त्वाची नाही असं नाही. अनेक मोठे बदल शांतपणे सुरू

होतात. जेव्हा तुम्ही तुमचे विचार शेअर करता, तेव्हा ते हळूहळू मोठ्या गोष्टीत रूपांतरित होऊ शकतात.

प्रगती नेहमी संवाद करण्याच्या धैर्यावर अवलंबून राहिली आहे. जर वैज्ञानिकांनी त्यांचे विचार स्वतःपुरतेच ठेवले असते, तर आज आपण तंत्रज्ञानात इतकी प्रगती केली नसती. ज्ञान शेअर केलं तरच वाढतं. जर डॉक्टरांनी त्यांचं शिकलेलं शेअर केलं नसतं, तर वैद्यकीय क्षेत्रातही प्रगती झाली नसती. प्रगती गुप्ततेवर नाही, तर सामायिक समज आणि एकत्रित प्रयत्नांवर उभी असते.

भीती अनेकदा स्वतःला संरक्षण म्हणून दाखवते. तुमची कल्पना कोणी चोरून नेईल याची भीती बाळगू नका. कल्पना कॉपी होऊ शकते, पण हेतू नाही. कदाचित ते कल्पना घेतील, पण ती योग्य कृतीत बदलण्यासाठी लागणारी तुमची जिद्द, आवड आणि विचारसरणी ते कधीच घेऊ शकत नाहीत. खरा प्रभाव सातत्य, खोली आणि विश्वासातून तयार होतो–जे अनुभवाशिवाय तयार होत नाहीत. योग्य लोकांसोबत तुमचे विचार शेअर करा आणि एकत्रितपणे त्याचा फायदा घ्या.

जेव्हा तुम्ही तुमची गोष्ट सांगता, तेव्हा तुम्ही स्वतःला श्रेष्ठ ठरवत नाही; तुम्ही एक दृष्टिकोन देत असता. तुमचे अनुभव फक्त तुमच्यापुरते न राहता इतरांसाठी उपयोगी पडतात. तुमचा आवाज परिपूर्ण असण्याची गरज नाही, तो प्रामाणिक असणं पुरेसं आहे. हळूहळू अभिव्यक्ती तुमचा आत्मविश्वास, स्पष्टता आणि नातं वाढवते. ती तुम्हाला स्वतःबद्दल जास्त शिकवते–जे शांत राहून कधीच कळलं नसतं.

जग मोठ्या यशाला ओळखतं, पण ते शांतपणे शेअर केलेल्या सत्यांनी घडतं. जेव्हा तुम्ही अनुभवातून बोलता, तेव्हा अनिश्चितता समजुतीत बदलते. जेव्हा तुम्ही तुमचा प्रवास शेअर करता, तेव्हा इतरांनाही स्वतःकडे पाहण्याची प्रेरणा मिळते. अशा वेळी तुमची गोष्ट फक्त आठवण राहत नाही –ती एक प्रवास बनते.

सुरुवात करण्यासाठी तुम्हाला मान्यतेची वाट पाहण्याची गरज नाही. अर्थपूर्ण होण्यासाठी असामान्य असण्याची गरज नाही. तुम्ही जे अनुभवलं, शिकलात आणि समजलात त्यात आधीच मूल्य आहे. जाणीवपूर्वक शेअर केलं, तर तुमची गोष्ट तुमच्यापुरती राहत नाही – ती इतरांच्या आयुष्यात पुढे चालत राहते.

# परिपूर्ण सुरुवात

***महत्त्वाचं म्हणजे कुठूनतरी सुरुवात करणं आणि त्यावर सतत काम करत राहणं.***

आयुष्यात एक असा शांत क्षण येतो, जेव्हा तुम्हाला जाणवतं की वाट पाहणं हे प्रयत्न करण्यापेक्षा जास्त थकवणारं झालं आहे. तुम्ही कदाचित ते मोठ्याने सांगत नाही, पण आतून समजतं–की कृती पुढे ढकलणं हळूहळू तयारीच्या नावाखाली लपलेली भीती बनली आहे. प्रगती कधीच पूर्ण खात्रीसह येत नाही; ती अपूर्ण सुरुवातींमधून आणि अस्वस्थतेतून हळूच दिसायला लागते.

बहुतेक लोक स्पष्टता मिळाल्यावरच सुरू करायचं ठरवतात, पण अनेकदा स्पष्टता ही सुरुवात केल्यानंतरच मिळते. प्रगती संकोचाला नाही, तर कृतीला प्रतिसाद देते. आयुष्यातील प्रत्येक मोठा बदल हा पूर्ण आत्मविश्वास येण्याआधी घेतलेल्या एका छोट्या पावलानेच सुरू होतो.

परिपूर्ण सुरुवातीची वाट पाहू नका. परिपूर्णता ही भीतीने तयार केलेली कल्पना आहे. ती तुम्हाला सांगते की अजून वेळ हवा, अजून कौशल्य हवं, अजून मान्यता हवी किंवा अजून साधनं हवीत. पण परिपूर्णता कधीच येत नाही. जे येतं ते म्हणजे–लवकर सुरुवात न केल्याची खंत.

तयारी करा, एक ठराविक वेळ निश्चित करा आणि त्या वेळेपासून सुरुवात करा. तयारीची किंमत तेव्हाच असते, जेव्हा ती कृतीत बदलते. ठरवलेली वेळ तुम्हाला दडपण देण्यासाठी नसते; ती तुम्हाला सततच्या टाळाटाळीपासून वाचवण्यासाठी असते. सुरुवातच नसली, तर तयारी ही फक्त एक सुरक्षित लपण्याची जागा बनते.

कोणत्याही नवीन गोष्टीची सुरुवात करण्याआधी तुम्हाला कधीच सगळी साधनं, वेळ आणि ज्ञान पूर्णपणे मिळणार नाही. आयुष्य सुरुवातीलाच पूर्णपणा देत नाही. ते मार्गातच शिकवणं, संधी आणि अनुभव देतं. सगळं व्यवस्थित झाल्यावरच सुरू करायचं वाट पाहणं म्हणजे प्रगतीपासून दूर राहणं.

काहीतरी नेहमीच आड येणार, आणि तुम्हाला वाटेल की सुरुवात करायला नको होती. शंका सुरुवात केल्यानंतर नाहीशी होत नाही; ती फक्त रूप बदलते. फरक इतकाच की एकदा तुम्ही सुरुवात केली की, शंका तुमची दिशा ठरवत नाही.

कशीही सुरुवात केली तरी आत्मशंका असणारच. आत्मशंका थांबण्याचा संकेत नाही; ती तुम्ही नव्या गोष्टीत पाऊल टाकत आहात याची खूण आहे. काहीतरी अर्थपूर्ण निर्माण केलेल्या प्रत्येकाने कधीतरी स्वतःवर प्रश्नचिन्ह लावलं आहे.

तुम्ही सुरुवात केलीत, की तुम्ही आधीच त्या लोकांपेक्षा पुढे जाता जे कधीच सुरू करत नाहीत. कृती अंतर निर्माण करते. अपूर्ण कृतीही तुम्हाला पुढे घेऊन जाते–अंतहीन विचारांपेक्षा जास्त. तुम्हाला जसं वाटतं की आता सुरू करू शकतो, तिथूनच सुरुवात करा. पूर्ण खात्रीची गरज नाही; फक्त पुढे जाण्याचं धैर्य हवं. तयारपणा ही भावना नाही; तो एक निर्णय आहे. सुरुवात केल्यावर गती तयार होते. गती ताकदवान असते–छोट्या कृती आत्मविश्वास वाढवतात, आत्मविश्वास सातत्य तयार करतो, आणि सातत्य परिणाम घडवतं. प्रक्रिया सुरू केल्यावरच तुम्हाला खरंच काय आवश्यक आहे ते समजतं. पुस्तकं, सल्ले आणि नियोजन मर्यादेपर्यंत मदत करतात; खरा अभ्यास अनुभवातून सुरू होतो.

कल्पना करा, तुम्ही अशा मार्गाच्या टोकावर उभे आहात ज्याबद्दल तुम्ही अनेक महिने विचार करत होतात. तुम्हाला पूर्ण रस्ता दिसत नाही, फक्त काही पावलं दिसतात. तुम्ही थांबता–संपूर्ण मार्ग दिसेपर्यंत वाट पाहावी का,

असा विचार करता. पण जसं तुम्ही पाऊल टाकता, तसं पुढचा मार्ग हळूहळू उलगडत जातो. प्रत्येक पाऊल तुम्हाला काहीतरी नवीन शिकवतं– रस्त्याबद्दल, अडथळ्यांबद्दल आणि तुमच्या स्वतःच्या ताकदीबद्दल. जे आधी अस्पष्ट वाटत होतं, ते फक्त पुढे चालल्यामुळे स्पष्ट होऊ लागतं.

अनिश्चिततेला सामोरं गेल्यावर तुम्हाला स्वतःबद्दल अधिक समजतं–तुम्ही ताण कसा हाताळता आणि अडथळे कसे पार करता. अनिश्चितता तुमच्या सवयी, जिद्द आणि विचारसरणी उघड करते. ती असे धडे शिकवते जे आराम कधीच शिकवू शकत नाही.

ज्या साधनं तुमच्याकडे आहेत त्यापासून सुरुवात करा. सर्वोत्तम साधनांची गरज नाही; जे आहे त्याचा वापर करण्याची तयारी हवी. वाढ होत गेली की साधनं सुधारतात. परिपूर्ण सुरुवात असं काही नसतं; सतत सुधारणा असते. प्रगती ही परिपूर्णतेने नाही, तर सुधारण्यातून तयार होते. प्रत्येक प्रयत्न तुम्हाला पुढच्या वेळी अधिक चांगलं कसं करायचं हे शिकवतो. सुरुवात केली नाही, तर सुधारणा कधीच होणार नाही. सुधारण्यासाठी सहभाग आवश्यक असतो; बाजूला उभं राहिलं, तर ठप्पपणा निश्चित.

अनेक लोक प्रेरणा येण्याची वाट पाहतात, पण प्रेरणा अनेकदा कृतीनंतर येते. कामात गुंतलात की आत्मविश्वास नैसर्गिकपणे वाढतो. प्रत्येक पाऊल विश्वास वाढवतं, आणि हा विश्वास सातत्याला चालना देतो. हळूहळू जे आधी अवघड वाटत होतं, ते हाताळता येण्यासारखं होतं.

सुरुवात करणं म्हणजे निकालाला बांधील राहणं नाही; प्रक्रियेला बांधील राहणं आहे. मार्गात बदल, शिकणं आणि वाढणं तुमच्यासाठी मोकळं आहे. सुरुवातीची भीती, कृती सुरू झाली की कमी होत जाते. बदल घडवायचा असेल, तर सुरुवात करावीच लागते. फक्त विचार करून बदल होत नाही; प्रयत्न जोडले तरच बदल घडतो.

शेवटी, परिपूर्ण क्षण कधीच येणार नाही, पण हा क्षण नेहमी उपलब्ध आहे. आज केलेली छोटी सुरुवातही सातत्याने मोठी होऊ शकते. जिथे आहात तिथून, जे आहे त्यातून सुरू करा – आणि विश्वास ठेवा की स्पष्टता मार्गातच मिळेल. ज्या क्षणी तुम्ही संकोचाऐवजी कृती निवडता, त्या क्षणी तुम्ही ती व्यक्ती बनायला लागता, जी तुम्ही बनण्याची वाट पाहत होता.

## सर्वात मोठं संरक्षण

***कोणीही येऊन तुम्हाला वाचवणार नाही; ते तुम्हालाच स्वतःसाठी करावं लागेल.***

ही एक अशी सत्यता आहे जी स्वीकारायला कठीण असते, पण ज्या तत्त्वावर जगायला सुरुवात केली की ती तुम्हाला मजबूत बनवते. आयुष्यात कधीतरी प्रत्येकाला जाणवतं की कोणीतरी येऊन आपल्याला वाचवेल, अशी वाट पाहणं, स्वतः उभं राहायला शिकण्यापेक्षा जास्त थकवणारं आहे. ताकद आवाजात किंवा कौतुकात येत नाही; ती शांतपणे वाढते–जेव्हा तुम्ही स्वतःच्या आयुष्याची जबाबदारी स्वीकारता.

कधी विचार केला आहे का–तुमच्या आयुष्यात तुम्ही ज्या सर्वात महत्त्वाच्या व्यक्तीला वाचवणार आहात, ती तुम्ही स्वतःच आहात. ही जाणीव एकदम होत नाही; ती अनुभवांमधून, अपयशातून आणि स्पष्टतेच्या क्षणांतून हळूहळू उलगडते. तुम्हाला आवडो किंवा न आवडो, त्याची जबाबदारी तुमचीच आहे. आयुष्य मार्गदर्शन, साथ आणि कधी कधी मदत देऊ शकतं, पण कृती करण्याचा अंतिम निर्णय तुमचाच असतो. कोणीही नेहमी तुमच्यासाठी उपलब्ध नसणार. प्रत्येकाच्याच आयुष्यात त्यांच्या स्वतःच्या अडचणी असतात. त्यामुळे निर्णय तुम्हालाच घ्यावा लागतो. हे मान्य करणं म्हणजे एकटेपणा नाही; ती परिपक्वता आहे.

लहानपणी संरक्षण आपोआप मिळतं. मोठं झाल्यावर ते एक निवड बनतं. एका वयापर्यंत आई-वडील, भावंडं किंवा शाळा तुम्हाला मार्गदर्शन करतात, पण आयुष्यभर शिकत राहणं आणि स्वतःला सुरक्षित ठेवणं तुमच्यावरच अवलंबून असतं. शिक्षण पदवीपुरतं मर्यादित नसतं. ते जागरूकता, विचार, चुका आणि वाढण्याच्या तयारीतून चालू राहतं. ज्या

क्षणी तुम्ही शिकणं थांबवता, त्या क्षणी तुम्ही तुमचं भविष्य सुरक्षित ठेवणं थांबवता.

तुम्हाला स्वतःसाठी जबाबदार राहून तुमचा करिअर निवडावा लागेल– जो तुम्हाला आर्थिक स्थिरता देईल आणि समाधानही देईल. आर्थिक स्वावलंबन स्थिरता देतं, पण समाधान आयुष्याला अर्थ देतं. या दोन्हीपैकी एकच असेल, तर असंतुलन निर्माण होतं. जेव्हा तुम्ही तुमच्या निर्णयांची जबाबदारी स्वीकारता, तेव्हा कळतं की स्वातंत्र्यासोबत जबाबदारी येते. एकदा तुम्ही जबाबदार झालात, की इतरांना दोष देणं थांबतं. दोष देणं तात्पुरता दिलासा देतं, पण जबाबदारी दीर्घकाळाची ताकद तयार करते.

आयुष्य तुम्हाला अशा प्रकारे परिक्षा देईल, ज्यासाठी कोणी तयार करत नाही. तुम्हाला स्वतःला आत्मशंका, चिंता, नैराश्य, समूहदाब आणि समाजाच्या अपेक्षांपासूनही वाचवावं लागेल. या गोष्टी अचानक येत नाहीत; त्या तुलना, अपेक्षा आणि इतर काय म्हणतील याच्या भीतीतून हळूहळू वाढतात. आयुष्य पुन्हा पुन्हा अशा परिस्थिती आणेल जिथे तुम्हाला स्वतःसाठी उभं राहावं लागेल. स्वतःसाठी उभं राहणं म्हणजे सगळ्यांविरुद्ध लढणं नाही; तर स्वतःला सोडून न देणं आहे.

आयुष्य सुधारायचं असेल, तर आवश्यक ती कृती तुम्हालाच करावी लागेल. कृती सुरुवातीला अस्वस्थ वाटते, कारण परिणाम दिसण्याआधी प्रयत्न करावे लागतात. प्रगती कधीच सोयीची वाटत नाही. जर तुम्ही सतत कोणीतरी येऊन तुमचं आयुष्य बदलवेल अशी वाट पाहत राहिलात–आई-वडील, मित्र, नेते किंवा सरकार–तर वाट पाहणं कधीच संपणार नाही. साथ महत्त्वाची असते, पण अवलंबित्व प्रगती थांबवतं. ते मदत करू शकतात, पण तुमच्या आयुष्याची मुख्य जबाबदारी तुमचीच आहे.

कल्पना करा, एक दिवस तुम्ही उठता आणि बाहेर काहीच बदललेलं नसतं–परिस्थिती, लोक, वातावरण सगळं तसंच असतं–पण तुमच्यात काहीतरी बदललेलं असतं. "कोण मदत करेल?" हा प्रश्न विचारण्याऐवजी

तुम्ही विचारता, "आज मी काय करू शकतो?" तुम्ही छोट्या गोष्टींनी सुरुवात करता–नवीन कौशल्य शिकणं, मर्यादा ठरवणं, चांगले निर्णय घेणं आणि आरामाऐवजी सातत्य निवडणं. हळूहळू तुम्हाला जाणवतं की आत्मविश्वास फक्त यशातून नाही, तर पडल्यावरही स्वतः उभं राहू शकतो या जाणिवेतून येतो.

स्वतःला वाचवणं म्हणजे एकटं पडणं नाही. ते म्हणजे मदत कधी घ्यायची हे समजणं आणि जबाबदारी दुसऱ्यांवर न टाकणं. ते म्हणजे अस्वस्थतेपासून पळणं नाही, तर तिला सामोरं जाऊन भावनिक ताकद तयार करणं. जेव्हा तुम्ही पुन्हा पुन्हा स्वतःला वाचवता–भीतीपासून, कारणांपासून आणि टाळाटाळीपासून–तेव्हा तुम्ही स्वतःवर विश्वास ठेवायला शिकता. हा विश्वासच आयुष्यातल्या प्रत्येक गोष्टीचा पाया बनतो.

असे क्षण येतील जेव्हा सगळं जड वाटेल आणि प्रगती दिसणार नाही. अशा वेळी लक्षात ठेवा–जिद्द म्हणजे नेहमी मजबूत वाटणं नाही; ती म्हणजे मजबूत वाटत नसतानाही पुढे चालत राहणं. प्रत्येक वेळी तुम्ही टाळाटाळीऐवजी कृती निवडता, तेव्हा तुम्ही स्वतःवरचा विश्वास मजबूत करता. कालांतराने हाच विश्वास तुमची ओळख घडवतो.

इतरांना वाचवणं जितकं महत्त्वाचं आहे, तितकंच स्वतःला वाचवणंही महत्त्वाचं आहे. रिकाम्या भांड्यातून तुम्ही काही देऊ शकत नाही. जेव्हा तुम्ही स्वतःला मजबूत करता, तेव्हा तुम्ही अधिक स्थिर, अधिक उपस्थित आणि इतरांना मदत करण्यासाठी अधिक सक्षम होता. स्वतःची प्रगती ही स्वार्थी नसते; ती आवश्यक असते.

आयुष्य त्यांना बक्षीस देत नाही जे सतत परवानगीची वाट पाहतात. ते त्यांना प्रतिसाद देतं जे जबाबदारी घेतात, सतत शिकतात आणि जाणीवपूर्वक कृती करतात. जेव्हा तुम्ही हे मान्य करता की स्वतःला वाचवणारी सर्वात मोठी ताकद तुम्हीच आहात, तेव्हा तुम्ही शॉर्टकट शोधणं थांबवता आणि एक मजबूत मार्ग तयार करायला लागता. आणि ते करताना तुम्हाला जाणवतं–सर्वात मोठा बचाव बाहेरून कधीच होणार नव्हता; तो तेव्हाच होणार होता, जेव्हा तुम्ही स्वतःला निवडता.

# कृती

***तुम्हाला फक्त कृतीचीच गरज आहे.***

बहुतेक लोक आयुष्यभर वाट पाहत राहतात–स्पष्टतेची, आत्मविश्वासाची, योग्य क्षणाची. ते विचार, योजना आणि उद्दिष्टं साठवत राहतात, एक दिवस सगळं जुळेल असं मानून. पण आयुष्य वाट पाहणाऱ्यांना नाही, तर हालचाल करणाऱ्यांना प्रतिसाद देतं–ती हालचाल अपूर्ण असली तरी. प्रगती तेव्हा सुरू होते, जेव्हा तुम्ही तयार वाटण्याऐवजी अनिश्चिततेतही पुढे जाण्याचा निर्णय घेता. हाच निर्णय आयुष्य बदलणाऱ्यांना आणि फक्त बदलाची कल्पना करणाऱ्यांना वेगळं करतो.

कृती ही उद्देश आणि वास्तव यांच्यामधला पूल आहे. तिच्याशिवाय, अगदी ताकदवान विचारही मनातच अडकून राहतात. तुम्ही कितीही विचार करा, विश्लेषण करा, योजना करा–कृतीशिवाय आयुष्य बदलत नाही. कृती विचारांना चालना देते; ती कल्पनांना अनुभवात आणि शक्यतांना परिणामात बदलते.

ज्यांनी यश मिळवलं आणि ज्यांनी नाही, त्यांच्यातला फरक म्हणजे त्यांनी घेतलेल्या कृती. कौशल्य, बुद्धिमत्ता आणि संधी महत्त्वाच्या असतात, पण सातत्यपूर्ण प्रयत्न त्याहून महत्त्वाचे असतात. लोक यशाकडे एकाच क्षणात घडलेल्या घटनेप्रमाणे पाहतात, पण ते बहुतेक वेळा वेळोवेळी घेतलेल्या, कधी कधी अस्वस्थ करणाऱ्या कृतींचं फळ असतं. सुरुवातीला प्रगती नाट्यमय वाटत नाही; ती शांतपणे वाढते–सातत्याने मजबूत होत जाते.

जो व्यक्ती आपल्या कल्पनांवर कृती करत नाही, तो नेहमीच त्या व्यक्तीपेक्षा मागे राहतो जो वेगवेगळ्या कल्पना वापरून पाहतो. खात्री नसतानाही प्रयत्न करणं गती निर्माण करतं. प्रयोग केल्याने समज वाढते, तर

कृती न केल्याने ठप्पपणा येतो. जग त्यांच्यासाठी पुढे सरकतं जे प्रयत्न करतात, बदल करतात आणि पुन्हा पुढे जातात. अपूर्ण प्रयत्नही असे धडे देतात, जे परिपूर्ण योजना कधीच देऊ शकत नाहीत.

तुमची कल्पना कितीही मोठी असली, तरी तुम्ही तिच्यावर कृती केली नाही तर ती निरर्थक ठरते. कल्पनांना मूल्य कृतीतूनच मिळतं. ज्या कल्पनांवर काम केलं जातं, त्या विकसित होतात, बदलतात आणि सुधारतात; तर न वापरलेल्या कल्पना शंकेत हरवतात. ज्या क्षणी तुम्ही कृती करता, त्या क्षणी तुमची कल्पना बदलायला लागते–ती चुकीची होती म्हणून नाही, तर वास्तव तिला अधिक उपयुक्त बनवतं म्हणून.

जो प्रत्यक्ष काम करतो, तो नेहमी त्या व्यक्तीपेक्षा जास्त शिकतो जो परिपूर्ण कल्पनेची वाट पाहतो. शिकणं चालू असताना होतं. पुस्तकं, सल्ले आणि सिद्धांत महत्त्वाचे असतात, पण प्रत्यक्ष अनुभव अधिक वेगाने आणि खोल शिकवतो. कृती तुमच्या समजुतीतील उणिवा दाखवते आणि तुमच्यातील ताकदही उघड करते, जी तुम्हाला आधी माहीत नव्हती.

करणारे लोक नेहमी विचार करणाऱ्यांपेक्षा पुढे असतात. विचार मार्ग तयार करतो, पण चालणं कृती करते. हालचालीशिवाय विचार हा टाळाटाळ बनतो, तर कृती विचाराला प्रगतीत बदलते. संतुलन महत्त्वाचं आहे, पण गती त्यांनाच मिळते जे पुढे जातात.

विचार करणं चांगलं आहे, पण तिथेच थांबू नका. विचाराने कृतीला दिशा द्यावी, तिची जागा घेऊ नये. चिंतन मार्ग सुधारतं, पण कृती स्पष्टता देते. अनेक उत्तरं पहिलं पाऊल टाकल्यानंतरच दिसतात.

अंमलबजावणी हीच तुमच्या आयुष्यात खरा फरक घडवते. अंमलबजावणी प्रयत्नांना परिणामात बदलते. ती रोज उभं राहण्याची, पुन्हा प्रयत्न करण्याची आणि परिणाम उशिरा मिळाले तरी चालू ठेवण्याची निवड आहे. कालांतराने अंमलबजावणी तुमच्यात स्वतःवरचा विश्वास निर्माण करते. छोट्यापासून सुरुवात करा, तुमच्या योजनेनुसार कृती करा,

मिळालेल्या प्रतिसादातून शिका, बदल करा आणि वाढा. छोटी पावलं भीती कमी करतात आणि आत्मविश्वास वाढवतात. प्रगतीसाठी मोठ्या गोष्टींची गरज नसते; सातत्याची गरज असते. प्रत्येक पाऊल पुढचं पाऊल उचलण्याची ताकद वाढवतं.

कृती केल्याने तुम्हाला आवश्यक असलेला आत्मविश्वास तयार होतो. आत्मविश्वास हा कृती करण्याआधी येत नाही; तो कृतीचा परिणाम असतो. प्रत्येक कृती तुम्हाला दाखवते की तुम्ही अस्वस्थता, अनिश्चितता आणि जबाबदारी हाताळू शकता. जेव्हा तुम्ही आवश्यक कृती करता, तेव्हा तुम्ही नकळत स्वतःलाच साथ देता. कृती तुमच्या मनाला एक संकेत देते–की तुम्ही स्वतःच्या क्षमतेवर विश्वास ठेवता. हाच विश्वास हळूहळू आत्मशंकेची जागा घेऊन आत्मविश्वासात बदलतो.

तुमच्या शिकण्यातून आणि अनुभवातून अंमलबजावणीसाठी अधिक चांगल्या कल्पना तयार होतात. अनुभव निर्णयक्षमता वाढवतो. जे आधी अस्पष्ट वाटत होतं, ते वास्तवात उतरल्यावर स्पष्ट होतं. प्रत्येक कृती पुढच्या निर्णयाची गुणवत्ता सुधारते.

तुमचं आयुष्य तुमच्या कल्पनांमुळे बदलत नाही; ते तुम्ही घेतलेल्या कृतींमुळे बदलतं. बदल आधी वर्तनात घडतो, नंतर भावनांमध्ये. वेगळं वाटण्याची वाट पाहणं प्रगती उशिरा करतं, पण वेगळं वागणं दृष्टिकोन बदलतं. तुमच्या सगळ्या कृती अपेक्षित परिणाम देणार नाहीत, पण त्या तुम्हाला कृतीतून शिकायला शिकवतात. अपयश म्हणजे वाया गेलेला प्रयत्न नाही; तो शिकण्याचा मार्ग आहे. प्रत्येक प्रयत्न तुमची समज वाढवतो आणि पुढच्या चांगल्या परिणामांसाठी तयार करतो.

कल्पना करा, एखाद्या व्यक्तीकडे एक चांगली कल्पना आहे, पण तो आत्मविश्वास, मान्यता किंवा योग्य वेळेची वाट पाहत राहतो. दिवस महिने होतात, महिने वर्षं होतात. दरम्यान, दुसरी व्यक्ती साध्या कल्पनेवर काम सुरू करते–प्रयोग करते, बदल करते, अपयशी होते, शिकते आणि पुन्हा प्रयत्न करते. कालांतराने ती स्पष्टता, कौशल्य आणि जिद्द तयार करते, तर

पहिली व्यक्ती फक्त शक्यतेतच अडकून राहते. फरक बुद्धिमत्ता किंवा नशिबात नसतो; तो कृती करण्याच्या तयारीत असतो.

कृती तुमची ओळखही बदलते. जेव्हा तुम्ही कृती करता, तेव्हा तुम्ही स्वतःला “बदलायचं आहे” असं म्हणणाऱ्या व्यक्तीऐवजी “मी बदलत आहे ” असं पाहायला लागता. ही बदललेली ओळख महत्त्वाची आहे, कारण वर्तन ओळखीवर चालतं. जितकी जास्त कृती करता, तितकी कृती नैसर्गिक वाटू लागते, आणि संकोच हळूहळू कमी होतो.

आयुष्य हमी देत नाही. प्रत्येक प्रयत्न यशस्वी होईल याची खात्री नसते, पण कृती न करणं ठप्पपणाची खात्री देतं. कृती तुम्हाला आयुष्यात गुंतवून ठेवते, संधींसाठी तयार ठेवते आणि प्रगतीशी जोडून ठेवते. अपयशही तुम्हाला पुढेच नेतं–कारण ते जाणीव आणि जिद्द वाढवतं.

तुम्हाला परवानगी, परिपूर्णता किंवा तयार वाटण्याची वाट पाहण्याची गरज नाही. ज्या क्षणी तुम्ही कृती करता, त्या क्षणी तुम्ही तुमच्या प्रगतीची जबाबदारी स्वीकारता. ही जबाबदारी ओझं नाही; ती स्वातंत्र्य आहे. ती तुम्हाला दिशा, प्रयत्न आणि शिकण्यावर नियंत्रण देते.

शेवटी, तुम्ही ज्या आयुष्याची कल्पना करता, ते आज घेतलेल्या कृतींमधून तयार होतं. विचार प्रेरणा देतात, पण कृती बदल घडवते. जेव्हा तुम्ही पुढे जाण्याचा निर्णय घेता–एकेक पाऊल, अपूर्ण पण सातत्याने–तेव्हा लक्षात येतं की प्रगती ही सर्वोत्तम कल्पनेवर नव्हती; ती नेहमीच कृती करण्याच्या धैर्यावर होती.

# योग्य पाठबळ

***जरी तुमच्याकडे कोणीही नसेल, तरी तुमच्याकडे तुम्ही स्वतः असता. स्वतःचा योग्य वापर करा.***

आयुष्यात एक क्षण असा येतो, जेव्हा आजूबाजूचा गोंगाट कमी होतो, अपेक्षांची पकड सैल होते आणि एक सत्य शांतपणे समोर येतं–कोणीही येऊन तुम्हाला वाचवणार नाही. ही जाणीव घाबरवण्यासाठी नसते; ती तुम्हाला जागं करण्यासाठी असते. ज्या दिवशी तुम्हाला समजतं की तुमचं आयुष्य शेवटी तुमच्या स्वतःच्या हातात आहे, त्या दिवशी खरी ताकद सुरू होते. सुरुवातीला ही जाणीव जड वाटते, पण हळूहळू तीच तुमचा सर्वात मजबूत आधार बनते.

ही गोष्ट एकटेपणाबद्दल नाही; ती जबाबदारी स्वीकारण्याबद्दल आहे. ती म्हणजे हे ओळखणं की तुम्हाला मिळणारा सर्वात सातत्यपूर्ण आधार आतूनच येतो. काही काळासाठी लोक तुमच्या सोबत चालतील, मार्गदर्शन देतील, प्रोत्साहन देतील किंवा आधार देतील, पण दिशा ठरवणं, कृती करणं आणि ठाम उभं राहणं ही जबाबदारी नेहमी तुमचीच असते. जेव्हा तुम्ही बाहेरच्या मान्यतेची वाट पाहणं थांबवता आणि तुमच्या आतल्या आवाजावर विश्वास ठेवायला लागता, तेव्हा तुम्ही शांत पण अधिक ताकदवान आत्मविश्वासाने पाऊल टाकता.

एक उद्देश निवडा. त्यासाठी स्वतःला अर्पण करा. ते शक्य होण्यासाठी जे काही करावं लागेल ते करा. उद्देश नेहमी स्पष्ट स्वरूपात समोर येत नाही. कधी ते जिज्ञासेपासून सुरू होत, कधी अस्वस्थतेतून, तर कधी एखाद्या छोट्या इच्छेतून ज्याचं कारणही समजत नाही. महत्त्वाचं म्हणजे बांधिलकी. मन विचलित होणारच –तेव्हा शिस्त तुमचा आधार बनते. विचलित झालात? स्वतःला उद्देशाची आठवण करून द्या. पुन्हा सुरू करा. काम पूर्ण होईपर्यंत

करत राहा. प्रगती परिपूर्ण सातत्याबद्दल नसते; ती प्रत्येक वेळी मार्गावर परत येण्याबद्दल असते. यश मिळो किंवा न मिळो, तुम्ही वाट पाहणाऱ्यांपेक्षा खूप पुढे असाल. हालचाल स्पष्टता देते, आणि कृती अशा गोष्टी शिकवते ज्या तयारी कधीच शिकवू शकत नाही.

तुमच्याकडे खऱ्या अर्थाने तुम्ही स्वतःच आहात. तुम्ही स्वतःचे सर्वोत्तम मित्रही होऊ शकता किंवा अनोळखी शत्रूही. हे नातं तुमच्या सगळ्या गोष्टी ठरवतं–निर्णय, आत्मविश्वास, आणि वागणं. आपण स्वतःलाच नकळत नुकसान करत असतो. स्वतःविरोधी वागणं मोठ्या स्वरूपात दिसत नाही; ते शंका, टाळाटाळ आणि कठोर स्वसंवादात लपलेलं असतं. आपण आपल्या क्षमतेवर शंका घेतो. आपण स्वतःच्या शब्दांवर ठाम राहत नाही. आपण कृती करण्याऐवजी विचार करत राहतो–कारण विचार करणं सोपं वाटतं, पण कृती कठीण वाटते. जास्त विचार करणं नियंत्रणाची भावना देतं, पण गती थांबवतं. प्रगती तेव्हा सुरू होते, जेव्हा संकोचाऐवजी कृती येते – जरी ती कृती अपूर्ण असली तरी.

आपण इतरांचं कौतुक करतो, पण स्वतःला कधीच योग्य श्रेय देत नाही– आपल्या प्रयत्नांसाठी, इथपर्यंत आलेल्या प्रवासासाठी. हा असमतोल हळूहळू स्वतःवरचा विश्वास कमी करतो. स्वतःच्या प्रगतीची दखल घेणं अहंकार नाही; ते स्थिरता आहे. आपल्या प्रयत्नांची कदर केल्याने भावनिक ताकद वाढते आणि लक्षात येतं की परिणाम दिसत नसले तरी प्रगती सुरू आहे.

तुम्ही जन्मतः सुदैवी असाल किंवा तुम्ही स्वतःच्या मेहनतीने त्या स्तरावर पोहोचाल जिथे तुम्हाला सुदैवी म्हटलं जाईल. सुदैवाला अनेकदा नशीब समजलं जातं, पण ते शांतपणे केलेल्या शिस्तबद्ध प्रयत्नांचं फळ असतं. स्वतःला गंभीरपणे घ्या. तुमच्या मनाला शिस्त लावायला शिका. शिस्त म्हणजे शिक्षा नाही; ती स्वतःच्या आदराची कृती आहे. ती म्हणजे पुन्हा पुन्हा दीर्घकालीन चांगुलपणाची निवड करणं–जरी कोणी पाहत नसलं तरी.

तुम्हाला आवश्यक निर्णय घ्यायला शिकावं लागेल, त्यावर ठाम राहावं लागेल आणि वेळोवेळी त्यात सुधारणा करावी लागेल. आयुष्य कठोरतेला नाही, तर जाणीवपूर्वक बदलणाऱ्या लवचिकतेला साथ देतं. जे माहीत नाही ते शिका. स्वतःबद्दल शिकत राहा. आत्मजाणीव खूप महत्त्वाची आहे. तुमच्या ताकदी, मर्यादा आणि सवयी जितक्या स्पष्टपणे समजतात, तितके तुमचे निर्णय योग्य बनतात. यशस्वी लोक कसे अडचणींवर मात करतात ते पाहा–तुलना करण्यासाठी नाही, तर सातत्य कसं दिसतं हे समजण्यासाठी. स्वतःच्या प्रगतीवर लक्ष केंद्रित करा. कालच्या स्वतःपेक्षा आज थोडं चांगलं बना. स्वतःशी केलेली तुलना तुम्हाला स्थिर आणि प्रेरित ठेवते.

तुमच्या आणि तुमच्या ध्येयांमध्ये उभा असलेला एकमेव माणूस म्हणजे तुम्ही स्वतः. हे दोष देण्यासाठी नाही; हे तुम्हाला सक्षम बनवण्यासाठी आहे. जेव्हा तुम्ही हे स्वीकारता, तेव्हा कारणं देणं थांबतं आणि जबाबदारी मुक्त वाटायला लागते. स्वतःला साथ द्या. तुमच्या सवयी घडवा. त्या तुमच्या प्रगतीसाठी उपयोगी नसतील तर बदला. सवयी तुमची ओळख घडवतात, आणि ओळख तुमचं भविष्य ठरवते. छोटे, सातत्यपूर्ण बदल हळूहळू मोठ्या परिवर्तनात बदलतात.

स्वतःवर लक्ष केंद्रित करा. पूर्ण लक्ष स्वतःवर ठेवा. तुम्ही स्वतःला दिलेल्या वचनांवर काम करत आहात का, हे तपासा. स्वतःशी प्रामाणिक राहणं मजबूत आत्मविश्वास तयार करतं. स्वतःला दिलेली वचनं विसरू नका. ही वचनं परिपूर्णतेबद्दल नाहीत; ती प्रयत्न, प्रामाणिकपणा आणि प्रेरणा नसतानाही उभं राहण्याबद्दल आहेत.

कल्पना करा, एक दिवस तुम्ही उठता आणि जाणवतं की आता तुम्ही तुमचं आयुष्य गंभीरपणे घ्यायला कोणाची वाट पाहत नाही. "योग्य वेळ" येईल म्हणून प्रगती पुढे ढकलणं थांबवता आणि जे आहे त्यातून सुरू करता– तुमची कौशल्यं, तुमचा वेळ, तुमचा प्रयत्न. तुम्ही अडखळता, बदल करता आणि पुढे चालत राहता. काही दिवस जड वाटतात, काही समाधान देतात, पण प्रत्येक पाऊल तुमच्यावरचा विश्वास वाढवतं. हळूहळू एक गोष्ट स्पष्ट

होते–तुम्ही तुमच्या प्रवासात एकटे राहण्याची भीती ठेवत नाही, कारण तुम्ही स्वतःच तुमचा सर्वात मजबूत आधार बनला आहात.

तुमच्यासोबत नेहमी राहणारं सर्वात विश्वासार्ह पाठबळ म्हणजे तुमची शिस्त, जागरूकता आणि धैर्य. जेव्हा तुम्ही सातत्याने स्वतःमध्ये गुंतवणूक करता, तेव्हा आयुष्य सोपं होत नाही, पण अधिक अर्थपूर्ण होतं. तुम्ही अधिक ठाम उभे राहता–रस्ता सोपा आहे म्हणून नाही, तर तुम्हाला तो चालता येतो याची खात्री असते म्हणून. आणि स्वतःची निवड पुन्हा पुन्हा करताना, तुम्ही असं आयुष्य घडवता ज्याला वाचवण्याची गरज नसते–फक्त जगण्याची गरज असते.

## स्वतःवर विश्वास ठेवा

***स्वतःवर विश्वास ठेवा, तुम्ही अद्‌भुत गोष्टी करू शकता.***

कोणी तुमच्यावर विश्वास ठेवण्याआधी, परिणाम दिसण्याआधी आणि पुरावा मिळण्याआधी एक शांत क्षण येतो–जिथे फक्त तुम्ही आणि तुम्हीच असता. तो क्षण टाळ्यांपेक्षा, प्रशंसेपेक्षा महत्त्वाचा असतो. आयुष्यात इतरांची मतं, मान्यता आणि उधार घेतलेला आत्मविश्वास गोळा करणं सोपं असतं, पण खरा बदल तेव्हा घडतो जेव्हा बाहेरून काहीही साथ नसतानाही तुम्ही स्वतःवर विश्वास ठेवायला शिकता. तिथेच विश्वास सुरू होतो–मोठ्या आवाजात नाही, तर आतून शांतपणे.

तुम्ही भेटलेल्या प्रत्येकावर विश्वास ठेवणं सोपं आहे; पण स्वतःवर विश्वास ठेवणं धैर्याचं काम आहे. इतरांवर विश्वास ठेवणं सुरक्षित वाटतं, कारण त्यात काही खर्च नसतो. पण स्वतःवर विश्वास ठेवणं म्हणजे तुमच्या विचारांची, कृतीची आणि दिशेची जबाबदारी घेणं. ते अनिश्चितता स्वीकारूनही पुढे जाण्याची तयारी मागतं. हा विश्वास अहंकार नाही; तो हळूहळू तयार झालेला स्वतःवरचा विश्वास आहे–जागरूकता आणि प्रामाणिकपणातून.

स्वतःच्या कमतरता, शंका आणि संघर्ष माहिती असतानाही स्वतःसोबत उभं राहण्यासाठी धैर्य आणि आत्मजाणीव लागते. स्वतःसोबत उभं राहणं म्हणजे कारणं देणं किंवा तुलना करणं थांबवणं. म्हणजे स्वतःकडे स्पष्टपणे पाहणं–कुठलाही आवरण न ठेवता. सुरुवातीला ही जाणीव अस्वस्थ वाटते, कारण ती भ्रम दूर करते, पण तीच तुम्हाला मोकळंही करते–कारण ती नियंत्रण तुमच्याकडे देते. जेव्हा तुम्ही तुमचे संघर्ष लपवण्याऐवजी स्वीकारता, तेव्हा तुम्ही स्वतःशी लढणं थांबवता आणि स्वतःसोबत काम करायला लागता.

इतरांना यशस्वी पाहणं सोपं असतं; पण आपण कुठे कमी पडलो, काय करायला हवं होतं आणि तरीही आपण कृती का केली नाही–हे मान्य करणं कठीण असतं. ही जाणीव जड वाटू शकते, पण ती ताकदवानही असते. तुम्ही काय टाळलं, पुढे ढकललं किंवा कशाची भीती बाळगली–हे ओळखणं अपयश नाही; ती स्पष्टता आहे. प्रगती तेव्हा सुरू होते, जेव्हा स्वतःला दोष देणं सोडून प्रामाणिकपणा येतो. एकदा अंतर दिसलं की, तुम्ही ते हळूहळू भरून काढू शकता–एका वेळी एक पाऊल, कोणत्याही घाईशिवाय.

स्वतःवर विश्वास ठेवणं ही तुम्ही स्वतःसाठी करू शकणारी सर्वात चांगली गोष्ट आहे. तो प्रत्येक निर्णयाला आधार देणारा पाया आहे. जेव्हा विश्वास आतून येतो, तेव्हा तो कौतुक किंवा परवानगीवर अवलंबून राहत नाही. मग तुम्ही संकोचाने नाही, तर जाणीवपूर्वक पुढे जाता–अपूर्ण पावलं उचलणंही थांबून राहण्यापेक्षा चांगलं आहे, यावर विश्वास ठेवून.

प्रत्येक मोठ्या गोष्टीला वेळ लागतो, आणि स्वतःवर विश्वास ठेवण्याची क्षमता वाढायलाही वेळ लागतो. विश्वास कायम एकसारखा नसतो; तो पुनरावृत्तीने मजबूत होतो. काही दिवस तो ठाम वाटतो, काही दिवस कमकुवत. महत्त्वाचं म्हणजे कधीच शंका येऊ न देणं नाही, तर शंका आली तरी स्वतःशी जोडलेलं राहणं. हळूहळू सातत्य अनिश्चिततेची जागा घेतं.

हा काही फक्त छान वाटावं म्हणून दिलेला सल्ला नाही. स्वतःवर विश्वास ठेवणं म्हणजे नेहमी आराम मिळेल असं नाही. त्यासाठी शिस्त, संयम आणि कधी कधी अस्वस्थ निर्णय घ्यावे लागतात. प्रेरणा कमी झाली तरी उभं राहणं आणि परिणाम स्पष्ट नसतानाही पुढे जाणं आवश्यक असतं.

पण जर तुम्ही स्वतःला साथ देत नाही, स्वतःला मार्गदर्शन करत नाही– की तुम्ही सतत सुधारू शकता आणि आयुष्य बदलू शकता–तर दुसरं कोणी तुम्हाला कसं मदत करणार? बाहेरून मिळणारी साथ प्रेरणा देऊ शकते, पण ती आतल्या स्पष्टतेची जागा घेऊ शकत नाही. जेव्हा तुम्ही स्वतःला स्पष्टतेने आणि समजून घेऊन मार्गदर्शन करता, तेव्हा इतरांची मदत गरज

नसून एक पूरक गोष्ट बनते. तुम्ही तुमच्या दिशेची जबाबदारी घ्यायला लागता, कोणीतरी येऊन बदल घडवेल याची वाट पाहत नाही.

स्वतःवर विश्वास ठेवण्यासाठी यशस्वी असण्याची गरज नाही. यश हे विश्वासाचं सुरुवातीचं ठिकाण नाही; विश्वास हा प्रगतीचा सुरुवातीचा बिंदू आहे. सुरुवात करण्यासाठी पुराव्याची गरज नाही–बांधिलकीची गरज आहे. अनिश्चिततेतही हा विश्वास तुम्हाला पुढे नेत राहतो–स्वतःला हरवू न देता.

हा एक शांत विश्वास असतो–काहीही झालं तरी तुम्ही स्वतःसोबत उभे राहाल, स्वतःला साथ द्याल आणि प्रोत्साहित कराल. ही शांत हमी तुम्ही अडचणींना कसं सामोरं जाता हे बदलते. जेव्हा तुम्हाला खात्री असते की तुम्ही स्वतःला सोडून देणार नाही, तेव्हा भीतीची पकड सैल होते. तुम्ही पडू शकता, पण पुन्हा उभं राहण्याइतकं तुम्ही स्वतःवर विश्वास ठेवता.

हा एक मानसिक बळ असतो, जो तुम्ही वेळोवेळी स्वतःला साथ देऊन आणि पुन्हा पुन्हा कृती करून तयार करता. प्रत्येक छोटी कृती विश्वास वाढवते. प्रत्येक पूर्ण केलेली गोष्ट आत्मविश्वास मजबूत करते. हळूहळू विश्वास हा फक्त विचार राहात नाही; तो एक खात्री बनतो.

हे तुम्ही विचारांनी सिद्ध करू शकत नाही, तर कृतीने करू शकता. कृती विश्वासाला वास्तवात बदलते. विचार दिशा देतात, पण कृती त्याला आकार देते. अपूर्ण कृतीसुद्धा शिकवण, गती आणि स्पष्टता देते.

कल्पना करा, तुम्ही आयुष्यात अशा टप्प्यावर उभे आहात जिथे काहीच निश्चित नाही–योजना अपूर्ण आहेत, आत्मविश्वास अस्थिर आहे आणि परिणाम स्पष्ट नाही. तरीही तुम्ही एक छोटं पाऊल पुढे टाकता–कारण तुम्हाला खात्री आहे म्हणून नाही, तर तुम्ही स्वतःवर इतका विश्वास ठेवता की तुम्ही प्रयत्न कराल. ते एक पाऊल सगळं बदलत नाही, पण तुमच्या आत काहीतरी बदलतं. तुम्हाला जाणवतं की विश्वास म्हणजे हमी नाही; तो प्रक्रियेत स्वतःसोबत राहणं आहे.

हळूहळू, जेव्हा तुम्ही प्रयत्न, संयम आणि प्रामाणिकपणातून स्वतःची निवड पुन्हा पुन्हा करता, तेव्हा विश्वास नाजूक वाटत नाही. तो स्थिर होतो–आयुष्य सोपं झालं म्हणून नाही, तर तुम्ही त्यात अधिक मजबूत झालात म्हणून. तुम्ही सतत मान्यतेची गरज ठेवणं थांबवता आणि स्वतःच्या निर्णयांवर विश्वास ठेवायला लागता. चुका करण्याची भीती कमी होते, कारण तुम्हाला माहिती असतं की तुम्ही त्यातून शिकाल.

स्वतःवर विश्वास ठेवणं म्हणजे वास्तवाकडे दुर्लक्ष करणं नाही. ते म्हणजे वास्तव स्वीकारूनही प्रगतीची निवड करणं. म्हणजेच प्रगती सरळ रेषेत नसते, अडथळे येणारच, आणि स्वतःवरचा विश्वास हा पुन्हा पुन्हा उभं राहण्यातून तयार होतो–हे समजणं.

शेवटी, विश्वास ही वाट पाहण्याची गोष्ट नाही; ती सरावाची गोष्ट आहे. आणि जेव्हा हा विश्वास कृती, जागरूकता आणि स्वतःच्या साथीतून तयार होतो, तेव्हा तो अढळ बनतो. जग कसंही प्रतिसाद देऊ दे, तुम्ही स्थिर राहता–कारण तुम्हाला माहित असतं की तुम्ही स्वतःसोबत उभे राहू शकता, प्रत्येक पावलातून शिकू शकता आणि शांत आत्मविश्वासाने पुढे जात राहू शकता.

## सर्वात खोल नाती

***जर तुम्हाला लोकांशी खोलवर जोडायचं असेल, तर त्यांच्या समस्या तुमच्याच आहेत असं मानायला सुरुवात करा.***

मानवी नातं शब्दांपासून सुरू होत नाही; ते समजून घेण्यापासून सुरू होतं. संवादातून विश्वास तयार होण्याआधी तो भावनिक जोडणीतून तयार होतो. लोकांना कोणी सल्ला दिला हे कदाचित आठवत नाही, पण कठीण वेळी त्यांच्या सोबत कोण उभं होतं हे ते कधीच विसरत नाहीत. खोल नातं फक्त बुद्धिमत्ता किंवा उपायांमुळे तयार होत नाही; ते उपस्थितीतून तयार होतं.

कधी विचार केला आहे का–तुम्ही सर्वात जास्त कोणाशी जोडलेले आहात? काहीजण म्हणतील, कुटुंब··· पण ते पूर्णपणे खरं नाही. नातं फक्त रक्तसंबंध किंवा जवळीक यावर ठरत नाही. अनेकदा सर्वात मजबूत नाती त्या क्षणांत तयार होतात, जेव्हा आपण असुरक्षित असतो, आयुष्य अनिश्चित वाटतं आणि आधाराची गरज असते.

तुमची सर्वात खोल नाती त्या लोकांसोबत तयार होतात, ज्यांच्यासोबत तुम्ही तुमच्या अडचणींचा सामना करता. हे ते लोक असतात जे तुमच्यासोबत राहतात–कारण त्यांच्याकडे सगळ्या उत्तरांचा साठा असतो म्हणून नाही, तर ते ऐकण्यासाठी तयार असतात म्हणून. उपाय देणाऱ्यांपेक्षा ऐकणारे लोक अधिक महत्त्वाचे ठरतात. ऐकणं ही काळजी व्यक्त करण्याची एक कमी ओळखली गेलेली पद्धत आहे. त्यासाठी संयम, लक्ष आणि नम्रता लागते. जेव्हा कोणी मध्ये हस्तक्षेप न करता आणि निर्णय न करता ऐकतो, तेव्हा सुरक्षित वाटतं. आणि त्यातूनच विश्वास तयार होतो.

आपण ही कल्पना उलटही वापरू शकतो आणि आपल्या आयुष्यातील महत्त्वाच्या लोकांशी खोल नातं निर्माण करू शकतो. नातं अपघाताने तयार होत नाही; ते जाणीवपूर्वक तयार केलं जातं. जर तुम्हाला खोल नाती हवी असतील, तर तुम्ही असा माणूस बनायला हवं ज्याच्याशी इतरांना मोकळेपणाने बोलताना सुरक्षित वाटेल. यासाठी कोणाचं आयुष्य बदलण्याची गरज नाही; यासाठी प्रामाणिकपणा, सहानुभूती आणि समजून घेण्याची तयारी लागते.

म्हणूनच आपल्या सहकाऱ्यांशी आणि ओळखीच्या लोकांशी आपलं चांगलं जुळतं–कारण आपण रोजच्या समस्या त्यांच्यासोबत शेअर करतो, आणि ते आपल्या अडचणी समजून घेतात. एकत्र अनुभवलेल्या अडचणी ओळख निर्माण करतात. जेव्हा लोक तुमचे रोजचे प्रयत्न, ताण आणि अनिश्चितता पाहतात, तेव्हा ते तुम्हाला फक्त एका भूमिकेत नाही, तर माणूस म्हणून पाहतात. हीच ओळख जवळीक वाढवते.

खरं नातं तेव्हा वाढतं, जेव्हा तुम्ही संभाषणात प्रभाव पाडण्याचा किंवा सल्ला देण्याचा प्रयत्न सोडून देता आणि उत्सुकतेने ऐकायला सुरुवात करता. लोक तेव्हा मोकळेपणाने बोलतात, जेव्हा त्यांना जाणवतं की त्यांना समजलं जातं–नुसतं मोजलं जात नाही. जेव्हा तुम्ही विचारपूर्वक प्रश्न विचारता आणि उत्तरांमध्ये खरोखर रस दाखवता, तेव्हा तुम्ही आदर व्यक्त करता. आणि आदर हा आश्वासनापेक्षा जास्त प्रभावी असतो.

जेव्हा तुम्हाला एखादी व्यक्ती काय अनुभवत आहे हे समजतं, तेव्हा तुम्ही अधिक योग्य मदत करू शकता. समजून घेणं म्हणजे सहमत होणं नाही; ते जागरूकता आहे. ही जागरूकता तुम्हाला भावनेतून प्रतिक्रिया देण्याऐवजी विचारपूर्वक प्रतिसाद द्यायला मदत करते. त्यामुळे अंदाज कमी होतात आणि गैरसमज टाळले जातात. जेव्हा लोकांना समजलं जातं असं वाटतं, तेव्हा ते मार्गदर्शन स्वीकारायलाही अधिक तयार होतात.

जेव्हा तुम्ही स्वतःला त्यांच्या जागी ठेवता, तेव्हा तुम्हाला त्यांच्या समस्येचं अधिक चांगलं आकलन होतं आणि त्या परिस्थितीत तुम्ही काय केलं असतं यावरून अधिक प्रामाणिक उपाय देता येतात. सहानुभूती दृष्टिकोन बदलते. ती "त्यांनी काय करायला हवं?" या विचारातून "मी त्यांच्या जागी असतो तर मला काय वाटलं असतं?" या विचाराकडे घेऊन जाते. हा बदल बोलण्याची पद्धत, शब्द आणि हेतू सगळं बदलतो. सहानुभूतीतून दिलेले उपाय आधार देणारे वाटतात, नियंत्रण ठेवणारे नाही.

जेव्हा तुम्ही त्यांच्या अडचणी स्वतःच्या अडचणींसारख्या घेतात, तेव्हा तुम्ही त्यांच्याबद्दल अधिक संवेदनशील होता. जिथे काळजी वैयक्तिक होते, तिथे करुणा वाढते. तुम्ही शब्द अधिक विचारपूर्वक निवडता, जास्त लक्षपूर्वक ऐकता आणि अधिक संयमाने प्रतिसाद देता. करुणा मर्यादा कमकुवत करत नाही; ती नातं मजबूत करते.

लोक त्या व्यक्तींशी जास्त जोडले जातात, जे त्यांच्या भावनांचा विचार करतात–फक्त अधिकाराने उपाय देणाऱ्यांपेक्षा. अधिकार अंतर निर्माण करतो; समज जवळीक निर्माण करते. भावनिक जाणीव नसलेले सल्ले, हेतू चांगला असला तरी, दुर्लक्ष केल्यासारखे वाटू शकतात. पण विचारपूर्वक केलेली प्रतिक्रिया काळजी दाखवते.

कल्पना करा, तुम्ही एखाद्या संघर्ष करणाऱ्या व्यक्तीसोबत बसला आहात. लगेच उपाय सांगण्याऐवजी तुम्ही थांबता. तुम्ही ऐकता. त्यांच्या भावना त्यांनाच परत जाणवू देता. त्यांना मदत करण्याआधी त्यांना ऐकून घेतलं गेलंय असं वाटू देता. त्या क्षणी समस्या तशीच असते, पण तिच्याभोवतीचं एकटेपण नाहीसं होतं. आणि तिथेच खरा जोड निर्माण होतो.

जेव्हा तुम्ही लोकांच्या समस्यांकडे वैयक्तिक ओझं म्हणून नाही, तर एकत्र अनुभव म्हणून पाहायला लागता, तेव्हा नाती बदलायला लागतात. संवाद अधिक खोल होतो. विश्वास अधिक मजबूत होतो. तुम्ही फक्त

बोलणारे राहत नाही; तुम्ही असा माणूस बनता ज्यावर लोक विश्वास ठेवतात.

खोल नातं मोठ्या कृतींनी तयार होत नाही; ते छोट्या, सातत्यपूर्ण सहानुभूतीतून तयार होतं. एक विचारपूर्वक प्रश्न. थोडा शांत विराम. समजून घेण्याची तयारी.

जेव्हा तुम्ही लोकांच्या समस्यांकडे प्रामाणिकपणे पाहता, तेव्हा तुम्ही त्यांना तुमच्या उपस्थितीची किंमत द्यायला भाग पाडत नाही–तर ती नैसर्गिकपणे तयार होते. अशा नात्यांचा पाया सोयीवर नसतो; तो काळजीवर असतो.

नातं तेव्हाच अधिक खोल होतं, जेव्हा सहानुभूती अपवाद नसून सवय बनते. आणि जेव्हा तुम्ही इतरांच्या संघर्षांकडे आदराने पाहायला लागता, तेव्हा लक्षात येतं – अर्थपूर्ण नाती आयुष्य दुरुस्त करून नाही, तर त्यांच्यासोबत चालत तयार होतात.

# कार्य

***यशाची खात्री देणारी एकच गोष्ट म्हणजे तुम्ही केलेलं काम.***

आयुष्यात एक क्षण असा येतो, जेव्हा गोंधळ कमी होतो आणि स्पष्टता येते–आणि तुम्हाला एक साधं सत्य समजतं: प्रगती प्रतिभा, सुदैव किंवा विशेष संधींनी सुरू होत नाही; ती प्रयत्नांनी सुरू होते. योग्य दिशेने केलेल्या प्रयत्नांनाच फळ मिळतं. ही जाणीव मोठ्या आवाजात येत नाही; ती शांत, प्रामाणिक आणि वैयक्तिक असते. ती तुम्हाला योग्य वेळेची वाट पाहणं थांबवून, आत्ताच जे आहे त्यातून काय करू शकता हे पाहायला सांगते.

अनेकदा लोक वर्षानुवर्षे स्वतःची इतरांशी तुलना करण्यात, स्वतःच्या क्षमतेवर शंका घेण्यात किंवा मान्यतेची वाट पाहण्यात घालवतात. तुम्ही प्रतिभावान आहात का नाही, किंवा तुमच्याकडे आवश्यक कौशल्य आहे का नाही – हे सगळं थोडा वेळ बाजूला ठेवा. एखादं क्षेत्र निवडा आणि त्यावर काम सुरू करा. हळूहळू सुधारणा करा. प्रगती मोठ्या झेपांमध्ये येत नाही; ती छोट्या, सतत चालणाऱ्या प्रयत्नांतून येते. रोज काम करण्याची सवय लावली, जरी ते अपूर्ण असलं तरी, गती तयार होते. तुम्ही त्या लोकांपेक्षा खूप पुढे जाल, ज्यांनी कधी सुरुवातच केली नाही. काम करत राहिलात की तुम्ही शिकत राहता. अनुभव तुमचा शिक्षक बनतो, आणि कृती तुमची ताकद बनते.

यश फक्त काही निवडक लोकांसाठीच असतं ही समज अनेक सक्षम लोकांना सुरुवात करण्यापासून थांबवते. यश मिळवण्यासाठी तुम्हाला विशेष प्रतिभा, जन्मजात गुण किंवा सुदैवाची गरज नाही. महत्त्वाचं म्हणजे सतत प्रयत्न करत राहण्याची तयारी–विशेषतः त्या दिवशी, जेव्हा प्रेरणा कमी असते. प्रेरणेपेक्षा शिस्त तुम्हाला जास्त पुढे घेऊन जाते. जितकं शक्य आहे तितकं मेहनत करा. गरज वाटली तर मदत मागा. आधी यश मिळालं असलं

तरी अहंकार बाजूला ठेवा. ध्येयावर लक्ष केंद्रित करा. खऱ्या लक्षासाठी नम्रता लागते–आपल्याला सगळं माहीत नाही हे मान्य करण्याची आणि सतत शिकत राहण्याची.

मदत मागण्यात एक शांत ताकद असते, पण अनेकदा ती चुकीच्या पद्धतीने समजली जाते. आपल्याला वाटतं मदत मागणं म्हणजे कमजोरी, पण खरं तर ते यशाच्या मार्गातील एक महत्त्वाचा भाग असतो. जेव्हा तुम्ही इतरांना तुमची मदत करू देता, मार्गदर्शन करू देता किंवा तुमचा दृष्टिकोन बदलायला मदत करू देता, तेव्हा तुमची प्रगती वेगाने होते. तुमच्याकडे आवश्यक कौशल्य नाही हे मान्य करणं ठीक आहे; त्यानंतरच तुम्ही त्यावर काम करू शकता. ही जाणीव पराभव नाही; ती बदलाची सुरुवात आहे. जेव्हा तुम्ही तुमच्या मर्यादा प्रामाणिकपणे स्वीकारता, तेव्हा तुम्हाला त्या पार करण्याची ताकद मिळते.

प्रत्येक अर्थपूर्ण ध्येयाची एक किंमत असते, आणि ही गोष्ट टाळली तर प्रगती उशिरा होते. यशाची किंमत मोजायला तयार रहा. ही किंमत अनेकदा अडचणी, एकटेपणा, आत्मशंका, लोकांकडून गैरसमज होणं अशा स्वरूपात येते. या गोष्टी चुकीच्या मार्गावर असल्याचं चिन्ह नसतात; अनेकदा त्या तुमच्या प्रगतीचं पुरावा असतात. प्रगती तुम्हाला ओळखीच्या मर्यादेपलीकडे नेते, आणि अस्वस्थता प्रक्रियेचा भाग बनते. या सगळ्यात टिकून राहण्याची तयारीच पुढे जाणाऱ्यांना आणि लवकर हार मानणाऱ्यांना वेगळं करते.

तुमचं ध्येय जितकं मोठं, तितकी त्याची किंमतही मोठी असते. कधी कधी हे अन्यायकारक वाटू शकतं–विशेषतः जेव्हा इतरांना तेच परिणाम कमी प्रयत्नात मिळताना दिसतात. पण इतरांना सोपं मिळणं आणि तुमचा मार्ग याचा काही संबंध नसतो. तुलना तुम्हाला तुमच्या प्रवासापासून दूर करते. इतरांशी तुलना करण्याऐवजी कालच्या स्वतःशी तुलना करा. इतरांच्या गोष्टींपासून शिका, त्यांनी कसं केलं ते समजून घ्या, पण तुमचा मार्ग सोपा असेल अशी अपेक्षा ठेवू नका. शिकणं उपयोगी आहे; हक्क समजणं नाही.

कल्पना करा, एखादी व्यक्ती मोठ्या घोषणा न करता, शांतपणे आयुष्य बदलायचं ठरवते. ती एक कौशल्य, एक सवय, एक जबाबदारी निवडते आणि दररोज त्यावर काम करत राहते–जरी प्रगती हळू असली तरी. काही दिवस आत्मविश्वास वाटतो; काही दिवस सगळ्यावर प्रश्न पडतो. तरीही ती थांबत नाही. हळूहळू काहीतरी बदलायला लागतं–फक्त परिणाम नाही, तर विश्वासही. जे आधी अशक्य वाटत होतं, ते आता शक्य वाटायला लागतं. जे जड वाटत होतं, ते आता अर्थपूर्ण वाटतं. हीच सातत्यपूर्ण काम आणि संयमाची ताकद आहे.

स्वतःला एक वचन द्या–तुमच्या क्षमतेनुसार तुम्ही तुमचं सर्वोत्तम द्याल. संयमाने टिकून राहा. सातत्य विश्वास तयार करतं–फक्त इतरांशी नाही, तर स्वतःशीही. जेव्हा तुम्ही स्वतःला दिलेली वचनं पाळता, तेव्हा आत्मविश्वास नैसर्गिकपणे वाढतो. परिणाम नेहमी तुमच्या हातात नसतात, पण प्रयत्न नेहमी असतात. तुमच्या कृतींसाठी जबाबदार राहा. जबाबदारी म्हणजे स्वातंत्र्य–ती कारणं काढून टाकते आणि त्याजागी जबाबदारी ठेवते.

काम हे फक्त परिणामांपुरतं मर्यादित नसतं; ते तुमची ओळख घडवतं. प्रत्येक कृती तुम्ही कोण बनत आहात हे ठरवत असते. जेव्हा तुम्ही कारणांपेक्षा प्रयत्न निवडता, आरामाऐवजी शिकणं निवडता आणि शॉर्टकटऐवजी संयम निवडता, तेव्हा तुम्ही हळूहळू स्वतःची अधिक मजबूत आवृत्ती तयार करता. तेव्हा यश फक्त पोहोचण्याबद्दल राहत नाही; ते तुम्ही कोण आहात आणि कसं वागता यामधल्या सुसंगतीबद्दल होतं.

शेवटी, प्रगती त्यांच्याकडे जाते जे उत्साह कमी झाला तरी टिकून राहतात, ओळख मिळाली नाही तरी चालू ठेवतात आणि परिणाम उशिरा मिळाले तरी काम करत राहतात. हा प्रवास तुम्हाला परिक्षा देईल, कधी एकटं ठेवेल आणि नम्र बनवेल, पण तो तुम्हाला अशा प्रकारे मजबूत करेल जे आराम कधीच करू शकत नाही. काम करत राहा, शिकत राहा आणि सातत्याने पुढे जात राहा – कारण आज तुम्ही केलेलं काम शांतपणे उद्याचं असं आयुष्य तयार करत आहे, ज्याचा तुम्हाला अभिमान वाटेल.

## नियंत्रणाबाहेरचे परिणाम

***आयुष्याचं कठोर सत्य – तुम्ही जवळपास सगळं योग्य करू शकता, तरीही अपेक्षित परिणाम मिळतीलच असं नाही.***

आयुष्य क्वचितच सरळ रेषेत चालतं, आणि ही गोष्ट आपल्याला अनेकदा अपेक्षित नसताना समजते. आपण मोठे होताना असा विश्वास ठेवतो की प्रयत्न केल्यावर फळ मिळतंच, सगळं योग्य केलं तर आपल्याला हवा तसा परिणाम मिळेल. पण वास्तव आपल्याला अधिक खोल आणि गुंतागुंतीचं काहीतरी शिकवतं. ही जाणीव कधी कधी अस्वस्थ करणारी, निराशाजनक वाटू शकते, पण ती प्रगती, जिद्द आणि आतल्या ताकदीबद्दल महत्त्वाचे धडे देऊन जाते.

कधी कधी तुम्ही तुमच्याकडून शक्य ते सर्वोत्तम देता. सगळं नियोजन करता, गणितं मांडता, उत्तम साधनं वापरता, रणनीती तयार करता आणि अंमलबजावणीही चांगली करता – तरीही अपेक्षित परिणाम मिळतीलच असं नाही. हीच आयुष्याची अनिश्चितता आहे. ही अनिश्चितता तुमच्या क्षमतेचं किंवा हेतूचं प्रतिबिंब नसते; ती फक्त इतकंच सांगते की आयुष्यात काही गोष्टी आपल्या नियंत्रणाबाहेर असतात. तुम्ही कितीही तयारी केली, अडथळे ओळखले, तरी शेवटी असा परिणाम समोर येऊ शकतो जो तुम्ही कधी विचारही केला नसेल. अशा अनिश्चिततेसोबत बसायला शिकणं, आणि तरीही स्वतःवरचा विश्वास न गमावणं–ही एक महत्त्वाची भावनिक क्षमता आहे.

आजच्या जगात अनेकदा प्रयत्न दिसून येत नाहीत. तुम्ही उत्कृष्ट साहित्य किंवा कला तयार करू शकता, पण त्याला अपेक्षित प्रतिसाद मिळेलच असं नाही. कार्यपद्धती बदलतात, लोकांचं लक्ष पटकन बदलतं, आणि गोष्टी पुढे सरकतात. मान्यता न मिळाल्याने कधी कधी आपण स्वतःच्या किमतीवर

शंका घ्यायला लागतो, जरी आपलं काम प्रामाणिक आणि अर्थपूर्ण असलं तरी. पण प्रगती नेहमी मोठ्या आवाजात दिसत नाही; ती अनेकदा शांतपणे घडते – तुमच्या विचारांना, शिस्तीला आणि दृष्टिकोनाला आकार देत राहते, बाहेर परिणाम दिसण्याआधीच.

नातेसंबंधही असेच धडे देतात. तुम्ही तुमच्या लोकांना त्यांच्या कठीण काळात मदत करता, पण गरजेच्या वेळी ते तुमच्या सोबत उभे राहतीलच असं नाही. ही जाणीव दुखावणारी असू शकते, पण ती भावनिक स्वावलंबन शिकवते. ती आपल्याला आठवण करून देते की आधार हा व्यवहार नसतो आणि न बोललेल्या अपेक्षा ओझं बनतात. कोणत्याही अपेक्षेशिवाय देणं आणि राग न ठेवता मजबूत राहणं – हीच भावनिक परिपक्वतेची ओळख आहे.

प्रत्येक परिस्थितीच्या मुळाशी एक न बदलणारी गोष्ट असते–शेवटी तुमच्या हातात असतात ते फक्त तुमचे प्रयत्न. प्रयत्न ही एक अशी गोष्ट आहे जी पूर्णपणे तुमच्या नियंत्रणात असते. परिणाम बदलतात, लोक बदलतात, परिस्थिती बदलते – पण प्रयत्नांची जबाबदारी तुमचीच असते. या प्रक्रियेत तुम्ही जे शिकता, ते आयुष्यभरासाठीचं शिक्षण असतं. प्रत्येक प्रयत्न काहीतरी शिकवण देतो, तुमची निर्णयक्षमता सुधारतो आणि पुढील निर्णयांसाठी तुम्हाला तयार करतो.

अनिश्चिततेला तुम्ही कसा प्रतिसाद देता, यावर तुमचा पुढचा मार्ग ठरतो. काही लोक अपेक्षित परिणाम न मिळाल्यावर मागे हटतात, तर काही थांबतात, विचार करतात आणि पुन्हा दिशा ठरवतात. फरक प्रतिभेत नसतो; तो प्रतिसादात असतो. अपेक्षित परिणाम न मिळणं म्हणजे तुम्ही अपयशी ठरलात किंवा पुरेसा प्रयत्न केला नाही असं नाही. अनेकदा याचा अर्थ इतकाच असतो की परिस्थिती वेगळ्या पद्धतीची मागणी करत होती किंवा अधिक वेळेची गरज होती. कदाचित काही गोष्टी लक्षात आल्या नव्हत्या.

प्रगतीची सुरुवात जागरूकतेपासून होते. जेव्हा तुम्ही त्या न लक्षात आलेल्या गोष्टी ओळखायला लागता, तेव्हा तुम्ही सुधारायला लागता. यासाठी

प्रामाणिकपणा आणि नम्रता लागते – स्वतःला दोष न देता कमतरता स्वीकारणं महत्त्वाचं म्हणजे तुम्ही तुमचं शंभर टक्के दिलं आहे आणि त्यापेक्षा अधिक काही करता आलं नसतं हे मान्य करणं. निराशेमध्येही प्रामाणिक प्रयत्नांची दखल घेतली, की स्वतःबद्दलचा आदर वाढतो.

स्वीकार करणं म्हणजे थांबून राहणं नाही. तुमच्या चुका मान्य करा, त्यातून शिका आणि पुढे चला. प्रत्येक अडथळ्यात काहीतरी शिकवण असते, आणि प्रत्येक उशीर काहीतरी समज देतो. दोष देणं मात्र प्रगती थांबवतं. स्वतःला किंवा इतरांना दोष देऊन काही बदलत नाही. जबाबदारी घेतली, की कृती सुरू होते. जबाबदारी निवडली की प्रगती पुन्हा सुरू होते.

कल्पना करा, तुम्ही एखाद्या महत्त्वाच्या संधीसाठी महिनोनमहिने तयारी करता – संशोधन करता, रोज सराव करता, मार्गदर्शन घेतो आणि पूर्ण तयारीनिशी पुढे जाता–तरीही नकार मिळतो. सुरुवातीला ते वैयक्तिक वाटतं. पण थोड्या वेळाने तुम्हाला जाणवतं की त्या तयारीने तुम्हाला बदललं आहे. तुमची शिस्त वाढली, आत्मविश्वास मजबूत झाला आणि स्पष्टता आली. पुढची संधी येते तेव्हा तुम्ही आधीसारखे राहत नाही–तुम्ही अधिक तयार, शांत आणि मजबूत झालेला असता. आधीचा परिणाम तुम्हाला ठरवत नाही; तुमचे प्रयत्न तुम्हाला घडवतात.

म्हणूनच प्रयत्नांना परिणामांपासून वेगळं महत्त्व द्यायला हवं. परिणाम हे क्षणिक असतात; प्रयत्न ही सवय असते. जेव्हा तुम्ही तुमची किंमत परिणामांवर ठेवता, तेव्हा बाहेरच्या प्रत्येक बदलाने तुम्ही डळमळता. पण जेव्हा तुम्ही तुमची किंमत प्रयत्नांवर ठेवता, तेव्हा आतून स्थिरता तयार होते. हळूहळू हीच स्थिरता तुमचा पाया बनते–ज्यामुळे प्रेरणा कमी झाली तरी तुम्ही सातत्याने पुढे जाऊ शकता.

आयुष्य परिपूर्णतेला नाही, तर सातत्याला फळ देतं. जे लोक पुढे जातात, ते नेहमी यशस्वी होणारे नसतात; ते अनिश्चिततेतही चालू ठेवणारे असतात. ते प्रक्रियेचा आदर करायला शिकतात, त्यांच्या तयारीवर विश्वास ठेवतात

आणि गरज पडल्यास बदल स्वीकारतात. वेळोवेळी केलेले प्रयत्न आत्मविश्वास, स्पष्टता आणि कौशल्य तयार करतात.

दीर्घकाळात यश हे परिणाम नियंत्रित करण्यापेक्षा आपल्या प्रतिसादावर नियंत्रण ठेवण्याबद्दल जास्त असतं. प्रत्येक अनुभव–यशस्वी असो वा नसो – तुमच्या व्यक्तिमत्त्वाला आकार देतो. सातत्यपूर्ण प्रयत्नांतून तुम्ही जो माणूस बनता, तो कोणत्याही एका परिणामापेक्षा जास्त महत्त्वाचा असतो. हे समजलं की अनिश्चितता घाबरवणारी राहत नाही; ती शिकवणारी बनते.

खरं महत्त्वाचं म्हणजे पुन्हा पुन्हा उभं राहणं –जाणीव, नम्रता आणि उद्देशाने. जेव्हा तुम्ही कटुतेऐवजी शिकणं आणि दोषाऐवजी जबाबदारी निवडता, तेव्हा तुम्ही अधिक मजबूतपणे पुढे जाता. आयुष्य अनिश्चित राहू शकतं, पण तुमची प्रयत्नांप्रती बांधिलकी अढळ बनते. आणि त्या बांधिलकीत तुम्हाला एक गोष्ट जाणवते – परिणाम अजून दिसत नसले तरी तुम्ही सतत पुढे जात आहात.

## प्रदर्शनापेक्षा तयारी महत्त्वाची

***जितका वेळ तुम्ही लढाईत घालवता, तेवढाच वेळ लढाईच्या तयारीसाठी द्या.***

तयारी अनेकदा दिसत नाही, पण तीच निकाल ठरवते–प्रदर्शन सुरू होण्याआधीच. लोक स्टेजवरचं, प्रकाशझोतातलं किंवा शेवटच्या क्षणाचं कौतुक करतात, पण त्या मागचे शांत तास फार कमी लोकांना दिसतात. परिणाम दिसण्याआधीच शिस्त तयार होत असते. टाळ्या वाजण्याआधीच एकटेपणात बांधिलकीची परीक्षा होत असते. ही न दिसणारी मेहनतच एकदाच केलेल्या प्रयत्नाला आणि सातत्यपूर्ण उत्कृष्टतेला वेगळं करते.

तयारी ही फक्त तुम्हाला तयार वाटत नसताना करण्याची गोष्ट नाही; ती तुम्ही आत्मविश्वास वाटत असतानाही करत राहायची असते. इथेच कौशल्यं सुधारतात, कमतरता समोर येतात आणि स्वतःवरचा विश्वास वाढतो. तयारीला महत्त्व दिलं की प्रदर्शन ताणाचं वाटत नाही; ते नैसर्गिकपणे घडतं. जे तुम्ही पुन्हा पुन्हा सराव करता, तेच योग्य वेळी सहजपणे बाहेर येतं.

प्रदर्शनासाठी तुम्ही किती वेळ तयारी करता, यावरच सगळा फरक पडतो. अनेकजण तयारी कमी असूनही प्रतिभा किंवा प्रेरणा भरून काढेल असं मानतात, पण ते क्वचितच होतं. तयार असणं म्हणजे परिपूर्ण वेळेची वाट पाहणं नाही; तर प्रत्येक वेळी तयारीनिशी उभं राहणं आहे. जे खरेच पुढे जातात, ते स्वतःला तयार वाटत असतानाही तयारी करत राहतात. त्यांना माहित असतं की तयारीशिवायचा आत्मविश्वास कमकुवत असतो, पण तयारीमधून आलेला आत्मविश्वास शांत आणि स्थिर असतो.

प्रत्यक्षात उतरण्याआधी स्वतःला सर्व बाजूंनी तयार करा. तयारी फक्त शारीरिक किंवा तांत्रिक नसते; ती मानसिक, भावनिक आणि

मनोवैज्ञानिकही असते. ती म्हणजे दबावात कसं वागायचं, भीती कशी हाताळायची आणि गोष्टी अपेक्षेप्रमाणे न झाल्या तरी लक्ष कसं टिकवायचं–हे सगळं. जर कुणी करू शकतं, तर तुम्हीही करू शकता. हा विश्वास तुलना करून नाही, तर सातत्यपूर्ण प्रयत्नातून तयार होतो. योग्य विचारसरणी आणि सराव – इतकंच आवश्यक आहे. जेव्हा विचारसरणी आणि तयारी एकत्र येतात, तेव्हा आत्मशंका हळूहळू कमी होऊ लागते.

तुम्हाला विजेत्यासारखं तयार व्हावं लागेल – तुमच्याकडून काहीही बाकी न ठेवता. विजेत्यासारखी तयारी म्हणजे पूर्णपणे स्वतःला झोकून देणं, जरी परिणाम निश्चित नसले तरी. म्हणजे कारणांवर अवलंबून न राहता जबाबदारी निवडणं. यशासाठी जी किंमत मोजावी लागेल, ती मोजायला तयार रहा. ही किंमत अनेकदा लवकर उठणं, अस्वस्थ शिकण्याचे टप्पे आणि पुन्हा पुन्हा येणाऱ्या अपयशांच्या रूपात येते – जे तुम्हाला यशापेक्षा जास्त शिकवतात. प्रगती आधी प्रयत्न मागते, आणि मग स्पष्टता देते.

यशाची सर्वात मोठी किंमत म्हणजे तयारी करताना केलेले त्याग. त्याग नेहमी मोठे किंवा नाट्यमय नसतात; ते रोजच्या छोट्या निर्णयांत दिसतात– प्रेरणा नसतानाही शिस्त पाळणं, आरामाऐवजी सातत्य निवडणं आणि शॉर्टकटऐवजी संयम ठेवणं. सरावात तुम्ही कसं काम करता, त्यावरच प्रत्यक्ष प्रदर्शन ठरतं. तयारीत जे दुर्लक्ष करता, तेच नंतर स्पष्टपणे दिसतं. उत्कृष्टता दबावाखाली तयार होत नाही; ती तिथे दिसून येते.

कल्पना करा, एखादी व्यक्ती महत्त्वाच्या संधीसाठी शांतपणे दररोज सराव करते, तर इतर “योग्य वेळेची” वाट पाहत असतात. ती व्यक्ती एकटेपणात अनेकदा अपयशी ठरते, पद्धत बदलते, मन मजबूत करते आणि कोणतीही दखल न मिळालेली असतानाही पुढे जात राहते. जेव्हा शेवटी संधी येते, तेव्हा तिचं प्रदर्शन सहज वाटतं – पण त्यामागे असतात असंख्य न दिसणारे तास. जे नशिब वाटतं, ते खरं तर तयारी आणि संधीची भेट असते.

अनेक खेळाडू काही सेकंदांसाठी प्रदर्शन करण्यासाठी वर्षानुवर्षे तयारी करतात. ही गोष्ट फक्त खेळापुरती मर्यादित नाही. आयुष्य, करिअर, नाती आणि वैयक्तिक प्रगतीतही लोकांना फक्त परिणाम दिसतो; त्यामागची तयारी दिसत नाही. तयारी तुम्हाला संयम, नम्रता आणि जिद्द शिकवते. ती आठवण करून देते की परिणाम तात्पुरते असतात, पण तयारीत तयार झालेल्या सवयी कायम तुमच्यासोबत राहतात.

शेवटी, तयारी ही स्वतःचा आदर करण्याची कृती आहे. कोणी पाहत नसतानाही स्वतःला गंभीरपणे घेण्याचा निर्णय आहे. जेव्हा तुम्ही पूर्ण मनापासून तयारी करता, तेव्हा प्रदर्शन नशिबावर राहत नाही; ते तुम्ही आधीच बनलेले आहात त्याचं प्रतिबिंब बनतं.

## तुमच्या यशाची दखल घ्या

***आपल्याकडे नसलेल्या गोष्टींच्या मागे आपण इतके धावत राहतो, की आपल्याकडे असलेल्या गोष्टींची आपण दखलच घेत नाही.***

आपण सतत जे नाही त्याच्या मागे धावत राहतो, आणि त्यामुळे आपण किती पुढे आलो आहोत हे पाहायलाच विसरतो. आपलं मन जे कमी आहे त्यावर जास्त लक्ष केंद्रित करतं, आणि त्यामुळे नकळत आपली प्रेरणा आणि कृतज्ञता कमी होत जाते. जेव्हा आपण स्वतःच्या प्रगतीची दखल घेत नाही, तेव्हा प्रगती दिसतच नाही. यश मान्य केलं नाही, तर वाढ अपूर्ण वाटते. आयुष्य जड वाटतं–कारण आपल्याकडे कमी आहे म्हणून नाही, तर आपण जे आहे ते पाहणं विसरतो म्हणून.

समजा, तुम्ही ३० वर्षांचे आहात, तुमच्याकडे स्थिर करिअर आहे आणि आनंदी वैवाहिक आयुष्य आहे. तुम्ही आयुष्यात खूप काही मिळवलं आहे. तरीही मन हळूच सांगतं – अजून पुरेसं नाही. समाज आपल्याला सतत तुलना करायला शिकवतो – वेळ, टप्पे आणि यश यांच्या आधारावर – आणि त्यामुळे आपल्याला वाटतं की आपण मागे आहोत. पण खरं म्हणजे स्थिरता ही स्वतःतच एक मोठी उपलब्धी आहे, ज्यासाठी अनेकजण अजूनही झगडत आहेत. भावनिक सुरक्षितता, सातत्य आणि जबाबदारी या गोष्टी एका दिवसात मिळत नाहीत; त्या वर्षानुवर्षांच्या प्रयत्नातून तयार होतात.

तुम्ही तुमचं शिक्षण पूर्ण केलं आहे, जे अनेकांना मिळतच नाही. एकदा शिक्षण रोजचं झालं की आपण त्याची किंमत विसरतो, पण तेच शिक्षण आपल्याला संधी देतं, विचार करण्याची क्षमता देतं आणि आयुष्याचे दरवाजे उघडतं. प्रत्येक शिकलेलं कौशल्य, दिलेली परीक्षा आणि समजलेला धडा – हे सगळं तुमच्या आयुष्याचा मजबूत पाया तयार करतं. जेव्हा आपण हे सगळं सामान्य समजतो, तेव्हा आपल्याला त्याची खरी ताकद दिसत नाही.

तुमच्याकडे कुटुंब आहे, तर जगभरात कोट्यवधी मुलं अनाथ आहेत. कुटुंब म्हणजे फक्त सोबत नाही; ते भावनिक आधार, जबाबदारी आणि आपलेपणाची भावना देतं. अपूर्ण असलं तरी कुटुंब एक महत्त्वाची गोष्ट देतं – परत येण्यासाठी एक जागा. जेव्हा नाती सवयीची होतात, तेव्हा त्यांची किंमत लक्षात येत नाही. पण अनेकांसाठी हीच गोष्ट एक स्वप्न असते. ही जाणीव आपल्याला थांबायला शिकवते. जे आहे त्याची दखल घ्यायला शिकवते. कारण कधी कधी, आपल्याकडे जे आहे तेच इतर कोणाच्या दृष्टीने मोठं यश असतं.

तुमच्याकडे नोकरी आहे; पण जगभरात सुमारे १८३ दशलक्ष लोक नोकरी शोधत आहेत आणि त्यांना ती मिळत नाही. नोकरी ही फक्त उत्पन्नाचा स्रोत नाही; ती स्वाभिमान, स्वावलंबन आणि उद्देश देते. डेडलाईन्स आणि जबाबदाऱ्या यांचा ताण इतका वाढतो की काम असणं हीच एक मोठी संधी आहे, हे आपण विसरतो. अनेकजण रोज उठतात– काहीतरी योगदान देण्याची, उपयोगी ठरण्याची आणि आर्थिक स्थिरता मिळवण्याची आशा घेऊन. ही गोष्ट समजून घेणं तुमच्या अडचणी कमी करत नाही; पण त्यांना योग्य दृष्टीकोन देतं.

तुमच्याकडे खायला अन्न आहे. जगात सुमारे २.३३ अब्ज लोक–म्हणजे जवळपास २९% लोकसंख्या–अन्नाच्या असुरक्षिततेचा सामना करत आहेत. भीती न ठेवता जेवण करणं, पुढचं जेवण काय असेल याची चिंता न करणं – ही गोष्ट आपल्याला तेव्हाच जाणवते, जेव्हा ती नसते. अन्न फक्त गरज नाही; ते जगण्यासाठी आवश्यक आहे. जे आपल्यासाठी साधं वाटतं, तेच कुणासाठी जीवन बदलणारी गोष्ट असते – हे समजलं की कृतज्ञता वाढते.

तुम्ही जिवंत आहात; दररोज सुमारे १,७०,००० लोक मृत्यूमुखी पडतात. तुमच्या छोट्या - मोठ्या यशांची दखल घ्या – कारण तीच कठीण काळात मजबूत राहण्यासाठी प्रेरणा देतात. जिवंत असणं म्हणजे पुन्हा शिकण्याची, सुधारण्याची, चुका दुरुस्त करण्याची आणि वाढण्याची संधी मिळणं. यश नेहमी मोठं नसतं; कधी कधी ते फक्त उठून पुन्हा प्रयत्न करण्याइतकं साधं

असतं. या छोट्या यशांची दखल घेतली, तर समाधान नाही – तर जिद्द वाढते.

आपल्याला सहज मिळालेल्या गोष्टींची आपण दखल घेत नाही. सवय झाल्यावर त्यांची किंमत दिसेनाशी होते. जे सतत मिळतं, त्याचं महत्त्व आपण विसरतो. म्हणूनच प्रगती कधी कधी रिकामी वाटते – कारण आपण पुढच्या ध्येयाशी स्वतःची तुलना करत राहतो, पण इथपर्यंत आणणाऱ्या प्रवासाची कदर करत नाही. दखल घेणं म्हणजे अहंकार नाही; ते संतुलन आहे.

आपण श्वास घेतो ती हवा, आपण खातो ते अन्न, आपली नाती आणि आपली जीवनशैली – हे सगळं लाखो लोकांसाठी स्वप्न असू शकतं. आपल्यासाठी साधं वाटणारं दुसऱ्यासाठी असामान्य असतं. कृतज्ञता आपली विचारसरणी बदलते – कमतरतेतून समृद्धीकडे. आणि जेव्हा कदर करण्याची सवय लागते, तेव्हा प्रेरणा टिकून राहते.

वेळोवेळी स्वतःची दखल घ्या आणि स्वतःचं कौतुक करा – कारण तुम्ही तुमच्या परीने प्रयत्न करत आहात. तुम्ही शिकत आहात, जुळवून घेत आहात, टिकून आहात आणि जे आहे त्यातून पुढे जात आहात. प्रगतीसाठी परिपूर्णता नाही, तर सातत्य आणि स्वतःबद्दलची सहानुभूती लागते.

कल्पना करा, एक दिवस सकाळी उठून तुम्ही आयुष्यात काय कमी आहे हे लिहिण्याऐवजी, काय चांगलं चाललं आहे ते लिहिता. कल्पना करा, आज तुम्ही जे आहात ते तुमच्या भूतकाळातील स्वतःच्या प्रयत्नांमुळे आहात – हे ओळखता. ही छोटीशी जाणीव तुमची ऊर्जा बदलते. ती तुम्हाला आठवण करून देते की तुम्ही शून्यापासून सुरू करत नाही; तुम्ही अनुभवावर उभे आहात. जेव्हा तुम्ही स्वतःला आधीच आव्हानं पार केलेली व्यक्ती म्हणून पाहता, तेव्हा पुढची आव्हानं कमी भितीदायक वाटतात.

स्वतःच्या यशाची दखल घेणं म्हणजे महत्त्वाकांक्षा सोडणं नाही. उलट, ती कृतज्ञतेतून वाढवणं आहे. जेव्हा तुम्ही तुमची यशं ओळखता, तेव्हा

आत्मविश्वास नैसर्गिकपणे वाढतो. जागरूकतेतून आलेला आत्मविश्वास स्थिर असतो, नाजूक नाही. तो तुम्हाला मोठी ध्येय साध्य करतानाही वर्तमानाची कदर ठेवायला शिकवतो.

आत्मशंका येते त्या क्षणी, तुमच्या ओळखलेल्या यशांकडे परत जाणं हा एक आधार बनतो. ते तुम्हाला आठवण करून देतं की तुम्ही आधीही अडचणी हाताळल्या आहेत आणि पुन्हा करू शकता. आयुष्य नेहमी नवीन आव्हानं देत राहील, पण त्यांना सामोरं जाण्याची ताकद तुम्ही आधी काय पार केलं आहे आणि काय मिळवलं आहे हे जाणण्यातून येते.

थांबा. विचार करा. ओळखा. तुमची यशं तुम्हाला आठवण करून देऊ द्या की प्रगती आधीच होत आहे – जरी ती हळू वाटत असली तरी. कदर हीच ती शांत शक्ती ठरू द्या जी तुम्हाला स्थिर ठेवते, जेव्हा तुम्ही स्पष्टता, नम्रता आणि ताकदीसह पुढे जात राहता.

# सुंदर

***तुम्हाला नेहमी सुंदर दिसायची गरज नाही, पण नेहमी सुंदर वाटणं गरजेचं आहे.***

आपल्यापैकी बरेच जण आयुष्यभर जगाला दिसणाऱ्या गोष्टी सुधारण्यात घालवतात, पण सर्वात महत्त्वाचा बदल तिथे घडतो–जेव्हा कोणीही पाहत नसताना तुम्हाला स्वतःबद्दल काय वाटतं.

आजच्या जगात दिसणं म्हणजे जणू एक चलन झालं आहे. आपल्याला जे डोळ्यांना आकर्षक वाटतं, त्यालाच आपण सुंदर म्हणतो. सुंदरता आपण अनेकदा चांगल्या दिसण्याशी, स्मार्टनेसशी जोडतो. लहानपणापासूनच आपल्याला शिकवलं जातं – कधी सूक्ष्मपणे, कधी स्पष्टपणे–की सुंदरतेचं एक ठराविक रूप, रंग, आकार आणि शैली असते. पण सुंदरता फक्त दिसण्यापुरतीच मर्यादित आहे का?

२१व्या शतकात आपण सतत "सुंदर दिसण्याच्या" महत्त्वाने वेढलेले आहोत. स्क्रीन, जाहिराती आणि सोशल प्लॅटफॉर्म्स आपल्याला एकच संदेश देत राहतात, ज्यामुळे आपण स्वतःकडे आणि इतरांकडे पाहण्याची दृष्टी घडते. आपण लोकांना त्यांच्या दिसण्यावरून वर्गीकृत करतो. चित्रपट आपल्याला सांगतात की सुंदर दिसण्यासाठी एक विशिष्ट उंची, रंग, चेहरा आणि शरीर असणं आवश्यक आहे. कंपन्या कोट्यवधी रुपये खर्च करतात, आपल्याला अधिक सुंदर दिसण्यासाठी उत्पादने विकण्यासाठी. आणि या सगळ्यात, एक सततची शर्यत सुरू होते – इतरांपेक्षा अधिक चांगलं दिसण्याची.

ही सततची तुलना हळूहळू दबाव निर्माण करते. ती आपल्याला अशा मापदंडांच्या मागे धावायला लावते, जे कधीच आपल्यासाठी बनवलेले

नसतात. पण आपण नेहमीच सुंदर दिसू शकतो का? आपण सगळे वेगवेगळ्या शरीररचनेत आणि रूपात जन्माला आलो आहोत. प्रत्येकाचं रूप वेगळं असतं, आणि तरीही आपण स्वतःची तुलना एकाच मापाने करतो. बाह्य स्वरूप सुधारण्यात, स्वतःला सजवण्यात काही चुकीचं नाही, पण समस्या तेव्हा सुरू होते जेव्हा तुमची किंमत दुसऱ्यांच्या सुंदरतेच्या कल्पनेवर अवलंबून होते.

म्हणूनच फक्त सुंदर दिसण्यापेक्षा, स्वतःला सुंदर वाटणं अधिक महत्त्वाचं आहे. हा बदल – दिसण्यापासून जाणिवेकडे – सगळं बदलून टाकतो.

जेव्हा तुम्ही खरंच स्वतःची काळजी घ्यायला सुरुवात करता – तुमच्या शरीराची आणि मनाची – तेव्हा तुम्हाला स्वतःबद्दल सुंदर वाटायला लागतं. आपण सगळे वेगवेगळ्या शरीररचनेत आणि रूपात जन्माला आलो आहोत, आणि ते पूर्णपणे नैसर्गिक आहे. स्वतःला सुंदर वाटणं हे इतरांच्या मान्यतेतून नाही, तर स्वतःच्या आदरातून येतं. आपण कसे दिसतो याची चिंता करण्याऐवजी, आपण स्वतःला जसं आहोत तसं स्वीकारणारे दिसायला हवं. हा स्वीकार म्हणजे दुर्लक्ष नाही; तो टीकेऐवजी काळजी आणि शिक्षा ऐवजी संयम निवडणं आहे.

तुमच्या स्वच्छतेवर, आहारावर, व्यायामावर, झोपेवर आणि एकूणच जीवनशैलीवर काम करा, जेणेकरून शरीर आणि मन दोन्ही चांगल्या स्थितीत राहतील. या गोष्टी वरवरच्या नाहीत; त्या रोज स्वतःला दिलेला संदेश आहेत – की तुम्ही महत्त्वाचे आहात. जेव्हा तुम्ही सकारात्मक विचारसरणी ठेवता, स्वतःची किंमत ओळखता आणि स्वतःची नीट काळजी घेता, तेव्हा तुम्हाला खरंच चांगलं वाटायला लागतं. तुमच्या कृती आणि स्वतःबद्दलचा आदर जुळले की आत्मविश्वास हळूहळू वाढतो. स्वच्छ शरीर, शांत मन आणि निरोगी जीवनशैली तुमच्यात काहीतरी बदल घडवते – ज्यामुळे तुम्हाला आतून सुंदर आणि शांत वाटतं. हीच शांतता बाहेरही अधिक प्रभावीपणे दिसते.

उच्च आत्ममूल्य म्हणजे तुम्ही स्वतःला गंभीरपणे घेता. ते तुमच्या बोलण्यात, चालण्यात, निर्णयांमध्ये आणि मर्यादा ठरवण्यात दिसतं. आत्ममूल्य म्हणजे स्वतःबद्दलची ती भावना – जी तुम्ही कोण आहात यावर आधारित असते, तुम्ही काय मिळवलंय किंवा इतर काय विचार करतात यावर नाही. ही समज तुम्हाला सतत स्वतःला सिद्ध करण्याच्या थकवणाऱ्या गरजेपासून मुक्त करते. ती आतली खात्री असते की तुम्ही पुरेसे आहात. हा विश्वास मजबूत झाला की इतरांच्या मतांचा प्रभाव कमी होतो. जेव्हा तुमचं आत्ममूल्य मजबूत असतं, तेव्हा तुम्ही इतर काय म्हणतात याची जास्त चिंता करत नाही. ते तुमच्या आत्मजाणीवेवर आणि स्वतःच्या क्षमतेवर असलेल्या विश्वासावर आधारलेलं असतं.

स्वतःचं सादरीकरण चांगलं करण्यासाठी जे तुमच्या नियंत्रणात आहे ते करा, पण हेही समजा की लोकांचा दृष्टिकोन त्यांच्या हातात आहे, तुमच्या नाही. तुम्ही प्रयत्न, शिस्त आणि प्रगती निवडू शकता, पण इतरांची धारणा नियंत्रित करू शकत नाही. आणि एकदा हे स्वीकारलं की तुलना हळूहळू कमी होते. मग तुम्ही मान्यतेसाठी जगणं थांबवता आणि जाणीवपूर्वक जगायला सुरुवात करता.

कल्पना करा, तुम्ही आरशासमोर उभे आहात – असा दिवस जेव्हा काहीच परफेक्ट वाटत नाही. केस नीट नाहीत, शरीर थकल्यासारखं वाटतं आणि मनही जड आहे. अशा वेळी स्वतःवर टीका करण्याऐवजी तुम्ही थांबता आणि इथपर्यंत आलेल्या प्रवासाची दखल घेता – तुम्ही पार केलेल्या अडचणींची, आणि त्या शांत ताकदीची जी तुम्हाला कोणीही न पाहिलेल्या क्षणांतून पुढे घेऊन आली. त्या क्षणी, बाहेर काहीही न बदलता, तुम्हाला हलकं, शांत आणि स्थिर वाटतं. हीच शांत जाणीव तुम्हाला आठवण करून देते – सुंदरता ही बाहेरून घालायची गोष्ट नाही; ती आतून अनुभवायची असते.

म्हणून नेहमी स्वतःबद्दल चांगलं वाटू द्या आणि स्वतःलाच सकारात्मक साथ द्या, जेणेकरून प्रगतीची विचारसरणी तयार होईल. प्रगती सतत असमाधानातून येत नाही; ती संतुलित जाणीवेतून येते. यामुळे आवश्यक

आत्मविश्वासही तयार होतो. आत्मविश्वास तेव्हा वाढतो, जेव्हा तुम्ही स्वतःशी कठोरपणे नाही, तर समतोलपणे आणि समजून वागता.

स्वतःला सुंदर वाटणं म्हणजे वास्तव नाकारणं नाही; तर वास्तवात राहून स्वतःशी दयाळूपणे वागणं आहे. याचा अर्थ असा की कठीण दिवसांवर तुमची किंमत कमी होत नाही, आणि फक्त यशस्वी दिवसांवरच ती वाढत नाही. जेव्हा तुम्हाला आतून सुंदर वाटतं, तेव्हा तुमचं वागणंही बदलतं. तुम्ही स्पष्टपणे बोलता, सहानुभूतीने ऐकता आणि उपस्थितीने जगता. आणि हळूहळू ही आतली सुसंगती बाहेरही दिसायला लागते – कारण तुम्ही सुंदर दिसण्याचा प्रयत्न करत नाही, तर स्वतःला सुंदर वाटू देता.

## पुढचं शिखर

***सर करण्यासाठी एकच शिखर आहे – जे तुमच्या समोर उभं आहे.***

आयुष्य आपल्याला हळूच असा विश्वास देतं की एक मोठी उपलब्धी मिळाली की सगळं संपेल – विश्रांती, शांतता आणि समाधान कायमचं मिळेल. आपण असा एक क्षण कल्पना करतो जिथे प्रयत्न थांबतात आणि समाधान सुरू होतं, जिथे एकदा एक लक्ष्य पूर्ण झालं की पुढे काहीच उरत नाही. पण प्रगती तशी काम करत नाही, आणि समाधान हे कायमचं टिकणारं ठिकाण नाही. प्रगती टप्प्याटप्प्याने उलगडत जाते, आणि प्रत्येक टप्प्यानंतर पुढचं एक शिखर तुमची वाट पाहत असतं.

जर तुम्हाला वाटत असेल की एकदा एखादं मोठं काम केलं की पुढे काहीच करावं लागणार नाही, तर ते चुकीचं आहे. नेहमीच पुढचं काहीतरी करायचं असतं. सुरुवातीला ही गोष्ट थोडी अस्वस्थ वाटू शकते, पण ती समजली की मुक्तही करते. पूर्णत्व म्हणजे शेवट नाही; तो एक बदल असतो. प्रत्येक पूर्ण झालेलं काम शांतपणे तुम्हाला पुढच्या गोष्टीसाठी तयार करत असतं – तुम्ही ते जाणवलं किंवा नाही तरी. आयुष्य सतत पुढे चालतं, आणि त्यासोबत त्याच्या अपेक्षा, शिकवण आणि संधीही.

जर तुम्ही ९ ते ५ ची नोकरी करत असाल, तर काम कधीच पूर्णपणे संपत नाही. एक काम पूर्ण झालं की पुढचं तयार असतंच. डेडलाईन्स संपल्या की नवीन डेडलाईन्स येतात, जबाबदाऱ्या वाढतात आणि अपेक्षा बदलतात. एखादा प्रोजेक्ट संपला तरी त्यातून अनुभव, फीडबॅक आणि समज तयार होते – जी तुम्हाला पुढच्या जबाबदारीकडे घेऊन जाते. या चक्राला विरोध करण्याऐवजी त्यासोबत वाहायला शिकलात, तर अनावश्यक ताण कमी होतो.

जर तुम्ही उद्योजक असाल, तर लोकांना काम देऊनही तुम्हाला व्यवस्थापन करावंच लागतं – लोकांशी, निर्णयांशी, पुढच्या योजना बनवण्याशी. आयुष्य स्वतःमध्येच एक सतत चालणारी प्रक्रिया आहे. स्वातंत्र्य म्हणजे काम नसणं नाही; तर कोणती आव्हानं स्वीकारायची हे निवडण्याची मोकळीक आहे. प्रगतीकडे वाटचाल करणाऱ्या आयुष्यात सतत लक्ष, निर्णय आणि बदल आवश्यक असतात. कायमचा थांबा नसतो – फक्त कृतींच्या मध्ये काही शांत विचारांचे क्षण असतात.

म्हणून स्वतःला जास्त ताण देऊ नका – तुम्ही कमी करत आहात की जास्त, याचा विचार करून. तुमच्या गतीने काम करा. तुलना दबाव वाढवते आणि इतर पुढे गेले आहेत किंवा आराम करत आहेत असा भास निर्माण करते. प्रत्यक्षात, प्रत्येक जण काहीतरी सर करत असतो. काही शिखरं दिसतात, काही दिसत नाहीत, पण प्रयत्न सगळीकडे चालू असतात. तुमची गती कोणाशी जुळली पाहिजे असं नाही; ती तुमच्या क्षमतेशी, आरोग्याशी आणि दीर्घकालीन उद्दिष्टांशी जुळली पाहिजे.

तुम्हाला कधीच पूर्ण समाधान मिळणार नाही – आणि ही कमतरता नाही; ही तुमच्या जिवंत, उत्सुक आणि अधिक करण्यास सक्षम असण्याची खूण आहे. समाधान तात्पुरतं असतं, कारण प्रगती तुमच्या इच्छा बदलत राहते. आज जे समाधान देतं, तेच उद्याच्या नवीन ध्येयांचा पाया बनतं. कायमचं समाधान शोधण्याऐवजी, या तात्पुरत्या समाधानाची कदर करा – कारण तेच तुम्ही पुढे जात आहात याचं चिन्ह आहे.

म्हणून तुमच्यासाठी आवश्यक असलेली किमान कामं निवडा आणि ती दीर्घकाळ सातत्याने पूर्ण करत राहा. प्रगती एकदाच केलेल्या मोठ्या प्रयत्नांतून होत नाही; ती छोट्या, पुन्हा पुन्हा केलेल्या कृतींमधून तयार होते. सातत्य शांतपणे वाढत राहतं, अनेकदा लक्षातही येत नाही – जोपर्यंत एक दिवस तुम्ही किती पुढे आला आहात हे पाहून तुम्हालाच आश्चर्य वाटत नाही.

प्रक्रियेदरम्यान सतत शिकत राहा, जेणेकरून तुम्ही पुढच्या टप्प्यासाठी तयार राहाल. आणि पुढचं काम किंवा कृती तुमच्या प्रगतीस मदत करणारी

असू द्या. शिकणं पुनरावृत्तीला सुधारण्यात बदलतं. शिकणं नसेल तर प्रयत्न यांत्रिक होतात; पण शिकणं असेल तर साधं कामही तुमची जाणीव, कौशल्य आणि निर्णयक्षमता वाढवतं – आणि प्रत्येक पुढचं शिखर थोडं सोपं आणि अधिक अर्थपूर्ण बनवतं.

जर तुम्ही सतत तेच तेच काम करत राहिलात, तर प्रगती होणार नाही आणि तुम्ही पुढच्या स्तरावर जाऊ शकणार नाही. आराम अनेकदा स्थिरतेच्या रूपात दिसतो. पुनरावृत्ती कौशल्य वाढवते, पण जेव्हा प्रयत्न तुमच्या क्षमतेला आव्हान देणं थांबवतात, तेव्हा स्थिरता सुरू होते. प्रगतीसाठी जाणीवपूर्वक थोडी अस्वस्थता आवश्यक असते – ती समजून आणि हळूहळू स्वीकारलेली.

वेळोवेळी पुढच्या स्तरावर जाण्यावर लक्ष केंद्रित करा. प्रत्येक कृतीत सुधारणा करत राहा. सुधारणा परिपूर्णतेची नाही, तर लक्ष देण्याची मागणी करते. विचार, दृष्टिकोन किंवा कृतीतला छोटासा बदलही कालांतराने मोठी प्रगती घडवू शकतो.

कल्पना करा, तुम्ही एका टेकडीच्या शिखरावर उभे आहात – ज्यावर पोहोचण्यासाठी तुम्ही खूप मेहनत केली आहे. त्या क्षणी अभिमान, दिलासा आणि पूर्णत्वाची भावना येते. समोरचं दृश्य समाधान देतं, आणि संघर्ष सार्थक वाटतो. पण थोडं पुढे पाहिल्यावर तुम्हाला आणखी एक डोंगर दिसतो – उंच, कठीण आणि थोडा भयावह. सुरुवातीला पुन्हा चढायचा विचार थकवणारा वाटतो. पण हळूहळू भीतीच्या जागी उत्सुकता येते. तुम्हाला जाणवतं की पहिल्या चढाईत तयार झालेली ताकद आता तुमच्यात आहे. पुढचं शिखर अशक्य वाटत नाही – ते नैसर्गिक वाटायला लागतं.

बहुतेक वेळा, आपण एखादं ध्येय गाठल्यावर काही काळासाठी समाधान वाटतं. ही भावना खरी आणि महत्त्वाची असते. ती आपल्या प्रयत्नांची दखल घेते आणि आपल्या क्षमतेवरचा विश्वास वाढवते. पण काही दिवसांनी किंवा आठवड्यांनी पुन्हा वाटायला लागतं–आणखी चांगलं करता आलं असतं. ही शांत अस्वस्थता असमाधान नाही; ती प्रगतीची हाक आहे.

पुन्हा आपण नवीन ध्येय ठरवतो, पुन्हा तयारी सुरू करतो. तयारी एक सवय बनते – कारण आपण अपयशी झालो म्हणून नाही, तर यशस्वी झाल्यावर आपल्याला अधिक दूर दिसायला लागतं.

जोपर्यंत तुम्ही जिवंत आहात, तोपर्यंत प्रगतीसाठी नेहमी जागा असते. प्रगती वय, यश किंवा ओळख यावर थांबत नाही; ती तुमच्या दृष्टिकोनासोबत बदलत राहते. जे कधी अत्यावश्यक वाटत होतं, ते पुढे पर्यायी वाटायला लागतं, आणि जे अशक्य वाटत होतं, ते शक्य वाटू लागतं.

मग आता तुम्ही कोणतं शिखर सर करणार? उत्तर भव्य असण्याची गरज नाही; ते प्रामाणिक असणं पुरेसं आहे. असं शिखर निवडा जे तुम्हाला आव्हान देईल पण मोडणार नाही, जे तुम्हाला वाढवेल पण भारावून टाकणार नाही, आणि जे तुम्हाला तुमच्याबद्दल काही नवीन शिकवेल. प्रत्येक चढाई तुम्हाला ताकद, स्पष्टता आणि आत्मविश्वास देते – आणि शांतपणे तुम्हाला पुढच्या शिखरासाठी तयार करत राहते.

## मला माहीत नव्हतं

***ज्या जगात माहिती तुमच्या बोटांच्या टोकावर आहे, तिथे "मला माहीत नव्हतं" हे तुमच्या अपयशाचं कारण होऊ देऊ नका.***

आयुष्यात एक असा क्षण येतो, जेव्हा कारणं हळूहळू आपलं भविष्य ठरवायला लागतात. काही कारणं स्पष्ट आणि मोठी असतात, तर काही साधी आणि योग्य वाटणारी. त्यापैकी एक छोटं पण धोकादायक कारण म्हणजे – मला माहीत नव्हतं. आजच्या जगात, जिथे कृती, जागरूकता आणि बदल स्वीकारणं महत्त्वाचं आहे, तिथे हे एक वाक्य तुमच्या क्षमते आणि प्रगतीच्या मध्ये उभं राहू शकतं. आज प्रगती ही संधीपेक्षा उद्देशावर अवलंबून आहे, आणि नशिबापेक्षा जबाबदारीवर. तुम्हाला एखादी गोष्ट कळल्यानंतर तुम्ही काय करता, हेच तुमची दिशा ठरवतं.

आज आपण अशा काळात जगतो जिथे उत्तरं फक्त काही निवडक लोकांपुरती मर्यादित राहिलेली नाहीत. ज्ञान आता वर्गखोल्यांमध्ये, महागड्या संस्थांमध्ये किंवा खास लोकांच्या वर्तुळात अडकलेलं नाही. ते खुलेपणाने उपलब्ध आहे – फक्त तुमच्या जिज्ञासेला धैर्याची साथ हवी. प्रश्न आता माहिती आहे का नाही हा नाही; प्रश्न असा आहे की तुम्ही ती शोधायला, समजून घ्यायला आणि सातत्याने त्यावर कृती करायला तयार आहात का.

आपण अशा टप्प्यावर आहोत जिथे तंत्रज्ञान आपल्या सर्वोत्तम स्थितीत आहे. तुम्हाला हवी असलेली जवळपास प्रत्येक माहिती तुमच्या बोटांच्या टोकावर आहे. या वास्तवाने प्रगतीचा अर्थच बदलून टाकला आहे. शिकण्यासाठी आता परवानगीची गरज नाही. कोणी शिकवेल याची वाट पाहण्याची गरज नाही. जर तुमच्यात जिज्ञासा असेल, तर मार्ग आपोआप तयार होतो. तुम्हाला एखाद्या सेलिब्रिटीचा आहार जाणून घ्यायचा असेल, फॅशन टिप्स हव्या असतील, समुद्राची उंची जाणून घ्यायची असेल किंवा पैसे

कमवण्याचे मार्ग – सगळं इंटरनेटवर उपलब्ध आहे. प्रगती आणि ठप्पपणा यामधला फरक माहितीमध्ये नाही; तो तुमच्या तयारीत आहे. तुमचं आयुष्य सुधारू शकणाऱ्या गोष्टी शोधण्याची तयारी. शोध स्पष्टता देतो, स्पष्टता कृतीकडे घेऊन जाते, आणि कृती हळूहळू तुमची दिशा बदलते.

आधुनिक तंत्रज्ञानामुळे आपण कोणतीही कौशल्यं शिकू आणि विसरून पुन्हा शिकू शकतो. ही आपल्या काळातील एक मोठी ताकद आहे. शिकणं आता एका दिशेत मर्यादित राहिलेलं नाही; ते लवचिक, बदलणारं आणि वैयक्तिक झालं आहे. शिक्षण आता फक्त शाळा, निवडलेला व्यवसाय किंवा वाचलेल्या पुस्तकांपुरतं मर्यादित नाही – ते सर्वत्र आहे. प्रगती आता तुम्ही स्वतःचं किती प्रामाणिकपणे मूल्यांकन करता आणि किती धैर्याने बदल स्वीकारता यावर अवलंबून आहे. जोपर्यंत तुम्ही तुमच्या कल्पनांवर कृती करत नाही, तोपर्यंत प्रगती होणार नाही. जाणीव असूनही कृती नसली, तर ती फक्त एक वेगळीच सोय बनते. तुम्ही कोणतंही क्षेत्र निवडून शून्यापासून स्वतःला घडवू शकता. इतरांमध्ये तुम्हाला दिसणारं प्रत्येक कौशल्य एकेकाळी त्यांच्यासाठीही नवीन होतं. जगभरातील तज्ज्ञांच्या मार्गदर्शनाने तुम्ही शिकू शकता आणि प्रत्यक्ष कामही करू शकता. साधनं उपलब्ध आहेत, पण जबाबदारी तुमचीच आहे.

कल्पना करा, एक दिवस तुम्ही जागे होता आणि जाणवतं की इतरांचं आयुष्य जे तुम्हाला आवडतं, ते दूर नाही – फक्त अजून अपरिचित आहे. कल्पना करा, तुम्ही दररोज एक तास एकाग्रतेने काहीतरी नवीन शिकायला सुरुवात करता – नवीन कौशल्य, नवीन संकल्पना किंवा नवीन कल्पना. सुरुवातीला प्रगती दिसत नाही. मग हळूहळू स्पष्टता येते. आत्मविश्वास वाढतो. काही महिन्यांनंतर, जे अशक्य वाटत होतं तेच रोजचं होतं. हे नशिबामुळे नाही; तर कारण तुम्ही कारणांऐवजी शिकणं आणि उशीराऐवजी कृती निवडली.

मग "मला माहीत नव्हतं" हे कारण उरत नाही. तुम्हाला ज्या क्षेत्रात वाढायचं आहे, त्याबद्दल स्वतःला शिकवणं आणि टप्प्याटप्प्याने कृती करणं गरजेचं आहे. प्रगती हेतूपेक्षा प्रयत्नांना जास्त महत्त्व देते. "मला माहीत नव्हतं

"  हे अनेकदा त्या व्यक्तीसाठी असतं, जी आवश्यक पावलं उचलू इच्छित नाही. जेव्हा तुम्ही जबाबदारी स्वीकारता, तेव्हा कारणांची ताकद कमी होते. प्रत्येक छोटं पाऊलही कालांतराने मोठं परिणाम देतं. रोज शिकणं गती तयार करतं, आणि गती विश्वास निर्माण करते.

तुम्ही तुमचं शरीर घडवू शकता, हवी तशी आर्थिक स्थिती तयार करू शकता आणि हवं तसं आयुष्य जगू शकता – जर तुम्ही त्या दिशेने शिकायला सुरुवात केली तर. आज जग परिपूर्णतेची वाट पाहत नाही; ते प्रयत्नांची अपेक्षा करतं. त्यामुळे गोष्टी साध्य होऊ शकतात. माहिती कठीण गोष्टी साध्य बनवते – सोप्या नाही, पण शक्य नक्कीच. तंत्रज्ञान समजणारी आणि माहिती असलेली व्यक्ती नेहमीच जास्त पुढे राहते. ज्ञानातून आत्मविश्वास येतो, आणि आत्मविश्वास तुमचे निर्णय, संवाद आणि परिणाम बदलतो.

पण एक कठोर सत्य आहे – फक्त माहिती तुमचं आयुष्य बदलणार नाही. समजल्यावर कृती हवीच. प्रेरणेच्या पाठीशी शिस्त हवी. आणि उत्साहाच्या लाटांऐवजी सातत्य हवं. प्रगती मोठ्या आवाजात होत नाही; ती शांत, पुनरावृत्तीने आणि संयमाने घडते. जे यशस्वी होतात ते नेहमीच सर्वात हुशार किंवा प्रतिभावान नसतात; ते ते असतात जे कंटाळा आला तरी शिकत राहतात आणि परिणाम उशिरा मिळाले तरी पुढे जात राहतात.

हळूहळू, ही जाणीव तुम्हाला स्वतःकडे पाहण्याची दृष्टी बदलते. तुम्ही परिपूर्ण वेळेची वाट पाहणं थांबवता आणि जे आहे त्यातून काम करायला सुरुवात करता. तुम्हाला स्वतःवर विश्वास वाटायला लागतो की तुम्ही मार्ग शोधू शकता. छोट्या सुरुवातीची भीती कमी होते आणि शॉर्टकट्सचं आकर्षणही कमी होतं. शिकणं एक सवय बनतं, घटना नाही. प्रगती वैयक्तिक होते, तुलना नाही. आणि जबाबदारी ओझं न वाटता ताकद वाटायला लागते.

जग सगळं माहीत असणाऱ्यांना नाही, तर सतत शिकणाऱ्यांना पुढे नेतं. प्रगतीला खात्रीची गरज नसते; तिला प्रयत्नांची गरज असते. प्रत्येक वेळी तुम्ही "मला माहीत नव्हतं"  ऐवजी "मी शोधून काढेन"  म्हणता, तेव्हा

तुम्ही नियंत्रण परत मिळवता. प्रत्येक पुढचं पाऊल – जरी अपूर्ण असलं तरी – तुम्हाला दाखवतं की तुम्ही तुमच्या कल्पनेपेक्षा जास्त सक्षम आहात. पुढे काय करता, हेच महत्त्वाचं आहे–आधी काय माहीत नव्हतं यापेक्षा.

## मजा करा

### *तुम्ही शेवटचं कधी खरंच मनापासून आनंद घेतला होता?*

हा एक साधा प्रश्न आहे, पण तो अनेकदा अपेक्षेपेक्षा जास्त वेळ आपल्याला थांबवतो. ध्येयांच्या मागे धावताना, अपेक्षा पूर्ण करताना आणि जबाबदाऱ्या सांभाळताना आपण हे विसरतो की मजा ही चैनीची गोष्ट नाही – ती गरज आहे. आयुष्य लहान आहे. तुम्ही १०० वर्षं जगलात (आणि मी मनापासून इच्छा करतो की तुम्ही आनंदाने जगा), तरीही आव्हानं नेहमीच असणार. मानसिक, शारीरिक, करिअर, नातेसंबंध, आर्थिक – ही सगळी आयुष्याचा भाग आहेत. ही गोष्ट स्वीकारली की आयुष्य जड वाटत नाही; उलट ते हलकं होतं. कारण मग “परफेक्ट वेळ” येण्याची वाट पाहणं थांबतं. प्रगती आणि आनंद एकत्रच जगायला शिकावं लागतं.

आयुष्य आहे तेव्हा त्याचा आनंद घ्यायला शिका. या क्षणात जगा. जास्त वेळा हसा. निसर्गासोबत वेळ घालवा. या फक्त प्रेरणादायी ओळी नाहीत; त्या व्यस्त मनासाठी जगण्याच्या सवयी आहेत. वर्तमानात राहणं तुम्हाला स्थिर करतं. हसणं तणाव कमी करतं. आणि निसर्ग आपल्याला दाखवतो की आयुष्य सरळ रेषेत किंवा डेडलाईनमध्ये चालत नाही – तरीही सगळं वाढत राहतं. जेव्हा तुम्ही थोडं थांबून हे पाहायला शिकता, तेव्हा लक्षात येतं की आनंद हा पुढे मिळवायची गोष्ट नाही; तो आत्ताच जगायची सवय आहे.

मागच्या शतकात तंत्रज्ञान इतकं नव्हतं, तरी लोक जगले – आणि तुम्हीही जगाल. आजच्या काळात सतत जोडलेलं राहणं सततचा ताण निर्माण करतं. नोटिफिकेशन्स लक्ष खेचतात, तुलना समाधान कमी करते आणि स्क्रीन हळूहळू खरी माणसं आणि संवाद दूर करते. वेळोवेळी मोबाईलपासून दूर राहा. एखाद्या जुन्या मित्राला फोन करा. फिरायला जा. या छोट्या गोष्टी तुम्हाला पुन्हा तुमच्या मानवी बाजूशी जोडतात. त्या आठवण करून देतात

की आयुष्य फक्त काम, आकडे आणि मान्यतेपुरतं नाही – त्यापेक्षा खूप मोठं आहे.

नियमितपणे स्वतःसाठी खास वेळ ठरवा – तुमच्यासाठी आणि तुमच्या जवळच्या लोकांसोबत. मजा म्हणजे नेहमी मोठे प्लॅन्स किंवा महाग अनुभव नसतात. कधी कधी ती शांतता असते, विश्रांती असते, कारण नसताना हसणं असतं, किंवा काहीच न करणं असतं. जेव्हा तुम्ही स्वतःसाठी जाणीवपूर्वक वेळ देता, तेव्हा तुम्ही तुमच्या मनाला एक महत्त्वाचा संदेश देता – की तुम्ही महत्त्वाचे आहात. हळूहळू ही जाणीव चांगले निर्णय, योग्य मर्यादा आणि शांत दृष्टिकोन तयार करते.

तुमच्या आरोग्याची काळजी घ्या. तुम्ही नसाल तर तुम्ही मिळवलेलं काहीच महत्त्वाचं राहत नाही. ही गोष्ट अनेकदा उशिरा लक्षात येते. आरोग्य हा प्रत्येक स्वप्नाचा पाया आहे. त्याशिवाय यशही अपूर्ण वाटतं. स्वतःची काळजी घेणं स्वार्थीपणा नाही; ती जबाबदारी आहे. जेव्हा शरीर आणि मन दोन्ही साथ देतात, तेव्हा तुम्ही तुमच्या ध्येयांसाठी, नात्यांसाठी आणि भविष्यासाठी अधिक चांगलं उभे राहता.

स्वतःबद्दल आणि इतरांबद्दल सहानुभूती ठेवा. तुमचे वाईट दिवस असू शकतात. तुम्हाला थकल्यासारखं, गोंधळलेलं किंवा भारावलेलं वाटू शकतं – हे सगळं ठीक आहे. जसं तुम्ही एखाद्या जवळच्या व्यक्तीशी वागता, तसं स्वतःशी वागा. सहानुभूती भावनिक ताकद वाढवते. ती तुम्हाला स्वतःला न तोडता वाढायला मदत करते.

तुमच्या ध्येयांचा मागोवा घ्या, पण ध्येयांपेक्षा आयुष्याला प्राधान्य द्या. ध्येय महत्त्वाची आहेत, पण ती आयुष्याला चालवण्यासाठी असावीत, नियंत्रित करण्यासाठी नाही. फक्त परिणामांसाठी जगलेलं आयुष्य कठोर आणि आनंदहीन होतं. महत्त्वाकांक्षा आणि कदर यांच्यात संतुलन ठेवा. फक्त परिणाम नाही, तर प्रगती साजरी करा. अपराधी वाटल्याशिवाय थोडा थांबण्याची परवानगी स्वतःला द्या.

कृतज्ञता जोपासा; तुम्ही जिथून सुरुवात केली होती, त्यापेक्षा खूप पुढे आला आहात. सतत पुढे जाताना प्रगती दिसत नाही. म्हणून कधीतरी मागे वळून पाहा. इथपर्यंत येण्यासाठी लागलेली ताकद ओळखा. कृतज्ञता तुम्हाला कमतरतेऐवजी समृद्धीत स्थिर करते – आणि हाच दृष्टिकोन टिकाऊ प्रेरणा देतो.

जर तुम्हाला मिठी मारायला कोणी नसेल, तर स्वतःलाच घट्ट मिठी मारा. तुम्ही स्वतःच्या कदर आणि साथीस पात्र आहात. स्वतःबद्दलची सहानुभूती ही कमजोरी नाही; ती आतली ताकद आहे. जेव्हा तुम्ही स्वतःलाच आधार द्यायला शिकता, तेव्हा तुम्ही भावनिकदृष्ट्या स्वावलंबी होता. मग तुम्ही बाहेरच्या मान्यतेची वाट पाहणं थांबवता आणि आतली सुरक्षितता तयार करू लागता.

तुमच्या आनंदाची किल्ली कोणी तुमच्या हातात देणार नाही; ती तुम्हालाच आतून उघडावी लागेल. आनंदी राहणं हे बक्षीस नाही; तर जबाबदारी आहे. आनंद रोजच्या छोट्या निवडींमधून, सजग सवयींमधून आणि प्रामाणिक आत्मपरीक्षणातून तयार होतो. कोणी किंवा काहीतरी येऊन तुमचं आयुष्य बदलून टाकेल, अशी वाट पाहणं – आनंद फक्त उशिरा आणतं.

तुम्ही आतापर्यंत पुढे ढकललेली इच्छांची यादी सुरू करा. आयुष्य तुमची वाट पाहत थांबत नाही. एक छोटा सल्ला – तुमच्या यादीतले नुकतेच जोडलेले, सोपे वाटणारे काम आधी करा. जे आत्ताच शक्य आहे ते पूर्ण केल्याने गती तयार होते. गतीतून आत्मविश्वास येतो. आणि आत्मविश्वास मोठ्या स्वप्नांना शक्य वाटायला लावतो.

जे काम तुम्ही आत्ता पूर्ण करू शकता, ते पूर्ण केल्यावर पुढचं करायची प्रेरणा आपोआप वाढते. प्रेरणा फक्त विचारांमधून नाही; ती कृतीतून तयार होते. प्रत्येक छोटा अनुभव आयुष्याला रंग देतो आणि तुम्हाला आठवण करून देतो की आनंदासाठी परवानगीची गरज नसते.

कल्पना करा, काही वर्षांनंतर तुम्ही मागे वळून या काळाकडे पाहत आहात. तुम्हाला प्रत्येक डेडलाईन किंवा छोटा अपयश आठवत नाही, पण तुम्हाला ते क्षण आठवतात – जेव्हा तुम्ही मनमोकळं हसलात, घाईशिवाय फिरलात, अपराधीपणाशिवाय विश्रांती घेतली आणि स्वतःची निवड केली. ते क्षण तुम्हाला कठीण काळात उभं राहण्यासाठी ताकद देतात. तेव्हा कळतं – मजा ही प्रगतीपासून दूर नेणारी गोष्ट नव्हती; तीच प्रगतीला टिकवून ठेवणारी ऊर्जा होती.

आयुष्यात नेहमी समस्या असतील आणि ध्येयही असतील. पण मजा हीच त्या प्रवासाला मानवी बनवते. जेव्हा तुम्ही प्रवासात आनंद घेता, तेव्हा तुम्ही फक्त जगत नाही – तर खऱ्या अर्थाने जगायला लागता.

## अतिरिक्त मजकूर

### तुम्ही अमर नाही आहात.

***तुम्ही या जगातील फक्त एक सामान्य माणूस आहात.***

आयुष्यात एक शांत क्षण येतो, जेव्हा तुम्ही थांबता, आजूबाजूला पाहता आणि जाणवतं – ताकद म्हणजे न तुटणं नाही; तर जागरूक राहणं, स्थिर राहणं आणि सगळं परिपूर्ण नसतानाही पुढे चालू राहणं आहे. आपण अनेकदा असं मानून मोठे होतो की फक्त चिकाटीने सगळं जिंकता येतं, प्रयत्न नेहमीच यश देतात आणि शिस्त आपल्याला थकव्यापासून वाचवते. पण वास्तव आपल्याला एक वेगळाच धडा शिकवतं – प्रगती सरळ रेषेत होत नाही, आणि जिद्द ही मर्यादा नाकारून नाही, तर त्या समजून तयार होते.

तुम्ही मांस आणि रक्ताने बनलेले एक सामान्य माणूस आहात. तुमच्याकडे स्वप्नं आहेत, पण मर्यादाही आहेत. तुम्ही ठरवू शकता की अखंड काम करायचं, पण कधीतरी थकवा येणारच. तुम्ही ठरवू शकता की एकाच गोष्टीवर लक्ष केंद्रित करायचं, पण काहीतरी येईल आणि लक्ष विचलित होईल. तुम्ही ठरवू शकता की ठरलेल्या वेळेत लक्ष्य गाठायचं, पण कधी कधी ते वेळेत पूर्ण होणार नाही.

ही गोष्ट स्वीकारणं तुम्हाला कमजोर बनवत नाही; ते तुम्हाला अधिक समजूतदार बनवतं. जेव्हा तुम्ही थकवा, विचलन आणि उशीर यांची दखल घेता, तेव्हा तुम्ही स्वतःला अधिक चांगलं नियोजन करायला, गरज पडल्यास विश्रांती घ्यायला आणि पुन्हा अधिक मजबूतपणे परत यायला परवानगी देता. प्रगती म्हणजे सगळं एकाच वेळी करणं नाही; तर जे महत्त्वाचं आहे ते पुन्हा

पुन्हा, संयमाने करणं आहे. अपेक्षा वास्तववादी असल्या की प्रयत्न टिकाऊ होतात, आणि थकव्याऐवजी सातत्य तयार होतं.

खरं म्हणजे, तुम्ही या सगळ्यात एकटे नाही आहात. जवळजवळ प्रत्येकजण हे अनुभवतो. आजचं जग आपल्याला परिपूर्णतेचं चित्र दाखवतं, पण पडद्यामागे अनेक गोष्टी घडलेल्या असतात ज्या दिसत नाहीत. दबाव, उशीर आणि संघर्ष – हे सगळं खऱ्या आयुष्याचा भाग आहे. जितक्या लवकर तुम्ही हे मान्य करता की तुम्ही परिपूर्ण किंवा अजेय नाही, तितक्या लवकर तुम्ही वास्तव स्वीकारून त्यावर योग्य कृती करू शकता.

आपण जे पाहतो ते अनेकदा फक्त यशाचं बाह्य रूप असतं – परिणाम दिसतात, पण त्यामागची प्रक्रिया दिसत नाही. शंका, थांबे, अपयश – ज्यांनी त्या यशाला आकार दिला, ते क्वचितच दिसतात. ही चुकीची तुलना हळूहळू दबाव निर्माण करते आणि लोकांना वाटायला लागतं की ते मागे पडत आहेत, जेव्हा खरं म्हणजे ते फक्त माणूस आहेत. जेव्हा तुम्हाला समजतं की संघर्ष सर्वांनाच असतो आणि तो अनेकदा दिसत नाही, तेव्हा स्वतःवरची टीका कमी होते आणि सहानुभूती वाढते. मग तुम्ही अधिक व्यावहारिकपणे विचार करू शकता – वेळेचं नियोजन बदलणं, पद्धती सुधार करणं आणि गरज असेल तेव्हा मदत मागणं.

कल्पना करा, तुम्ही एक महत्त्वाचं ध्येय ठरवता आणि उत्साहाने सुरुवात करता. पहिले काही दिवस सगळं छान वाटतं, पण मग आयुष्य मध्ये येतं – अचानक जबाबदाऱ्या, कमी ऊर्जा असलेले दिवस किंवा आत्मशंका. अशावेळी सोडून देण्याऐवजी तुम्ही थोडं हळू जाता, पुन्हा विचार करता आणि छोट्या पावलांनी पुढे चालू ठेवता. काही आठवड्यांनी प्रगती दिसायला लागते – कारण सगळं परिपूर्ण झालं म्हणून नाही, तर तुम्ही अपूर्णततेही टिकून राहिलात म्हणून. हीच शांत चिकाटी तुमची खरी ताकद बनते.

आपल्या अपूर्णता आपल्याला सुंदर बनवतात आणि आपल्याला इतरांची गरज आहे हे जाणवून देतात. महत्त्वाचं म्हणजे स्वतःच्या ध्येयांवर लक्ष केंद्रित करणं आणि तुमच्या कल्पनांवर सातत्याने, छोट्या-छोट्या वेळेत काम करत राहणं – पण दीर्घकाळासाठी.

सातत्याला परिपूर्णतेची गरज नसते; त्याला फक्त प्रामाणिकपणा आणि प्रयत्नांची गरज असते. छोट्या कृती, पुन्हा पुन्हा केल्या, की गती तयार होते – जी कोणत्याही अचानक आलेल्या प्रेरणेपेक्षा जास्त शक्तिशाली असते. जेव्हा तुम्ही परिपूर्णतेच्या मागे धावणं थांबवता आणि सातत्यपूर्ण प्रगतीला महत्त्व देता, तेव्हा काम आणि आयुष्याकडे पाहण्याचा तुमचा दृष्टिकोन बदलतो. मग अडचणी शिकवण बनतात, थांबे तयारी बनतात आणि मर्यादा अडथळे न राहता दिशा दाखवणारे संकेत बनतात.

खरी प्रगती तेव्हा होते, जेव्हा महत्त्वाकांक्षा आणि आत्मजाणीव एकत्र येतात. तुम्ही अजेय नाही हे स्वीकारलं की तुम्ही तुमची ऊर्जा जपता, लक्ष मजबूत करता आणि जिद्द अधिक खोल करता. मग तुम्ही फक्त लोकांना आवडेल असं आयुष्य घडवत नाही, तर टिकून राहील असं आयुष्य घडवता. आणि ते करताना तुम्हाला जाणवतं – प्रगती म्हणजे शेवट गाठणं नाही; ती म्हणजे प्रत्येक दिवशी उपस्थित राहणं, सतत शिकणं आणि संयम, स्पष्टता व आत्मसन्मानासह पुढे जात राहणं – अपूर्ण पण अर्थपूर्ण पावलांनी.

# आधुनिक काळातील गुलाम

## *स्वतःच्या सवयींचे गुलाम होऊ नका*

काही लोकांना वाटतं की स्वातंत्र्य म्हणजे निवडी असणं, पण खरं म्हणजे आपल्यापैकी अनेक जण नकळत आपल्या मनाने बनवलेल्या अदृश्य पिंजऱ्यांमध्ये जगत असतात. आपण साखळदंडांचे नाही, तर आराम, भीती आणि ओळखीच्या सवयींचे आधुनिक गुलाम बनतो – ज्या हळूहळू आपल्या निर्णयांवर आणि भविष्यावर नियंत्रण ठेवतात.

आपली विचारसरणीच सगळं ठरवते – आपण काय खरं मानतो ते. आपल्या अनुभवांमुळे आणि आजूबाजूच्या वातावरणामुळे प्रत्येकाची विचारसरणी वेगळी बनते. इच्छा म्हणजे आपण काय हवं आहे – लोक, पैसा, वस्तू, सन्मान. आणि सवयी म्हणजे आपण वारंवार करतो त्या कृती – ज्या हळूहळू आपोआप घडू लागतात.

लहानपणापासून मोठं होईपर्यंत प्रत्येक अनुभव आपल्यावर ठसा उमटवतो. लोकांनी सांगितलेले शब्द, आलेली अपयशं, मिळालेलं यश आणि झालेल्या तुलना – हे सगळं मिळून आपण कोण आहोत आणि आपल्याला काय मिळायला हवं याबद्दल एक विश्वास तयार करतात. हळूहळू हे विश्वास इतके खोल बसतात की आपण त्यांना अंतिम सत्य मानू लागतो. त्यावर प्रश्न न करता आपण आपल्या इच्छा आणि सवयी त्याच आधारावर घडवतो. इथूनच ही सूक्ष्म कैद सुरू होते. जेव्हा मन मानतं की काही गोष्टी आपल्या आवाक्याबाहेर आहेत, तेव्हा आपण प्रयत्न करणंच थांबवतो. जेव्हा ते आरामालाच सुरक्षितता मानतं, तेव्हा आपण प्रगती टाळतो. आणि हळूहळू, नकळत, मन आपलं आयुष्य चालवायला लागतं.

आपल्याला वाटतं की बाहेरचं जग आपल्याला बांधून ठेवतं, पण आतून आपणच आपल्या विचारसरणी, इच्छा आणि सवयींशी बांधलेले असतो. आपण अशी नोकरी करतो जी आपल्याला आवडत नाही, कारण आपल्याला वाटतं की दुसरी चांगली नोकरी आपल्याला मिळणार नाही. आपण चांगलं कुटुंब, चांगलं दिसणं आणि आनंदी आयुष्य हवं असं वाटतं– कारण आपल्याला वाटतं की त्यातूनच खरा आनंद मिळेल. आणि त्या गोष्टींच्या मागे धावताना, आपण अशा सवयी तयार करतो ज्या आपल्याला वाटतं की त्या आपल्याला तिथपर्यंत घेऊन जातील.

आपण अनेकदा परिस्थिती, लोक किंवा समाजाला दोष देतो. पण प्रत्येक पुन्हा पुन्हा घेतलेल्या निर्णयामागे एक विश्वास लपलेला असतो. अनिश्चितता धोकादायक वाटते म्हणून आपण ओळखीच्या वातावरणातच राहतो. अपयशाची भीती वाटते म्हणून स्वप्नं पुढे ढकलतो. आत्ममूल्य कमकुवत वाटतं म्हणून बाहेरून मान्यता शोधतो. बाहेरचं जग आपल्यावर प्रभाव टाकतं, पण अंतिम निर्णय नेहमी आपल्या विचारसरणीतूनच जातो. खरी गोष्ट अशी आहे की आपल्याला जाणवणाऱ्या साखळ्या बहुतेक वेळा आपणच तयार केलेल्या असतात. आणि हे एकदा लक्षात आलं की बदलाची ताकद परत आपल्या हातात येते.

जेव्हा आपण सवयी तयार करतो, तेव्हा त्या आपल्याला आराम देतात– कारण आपण तेच तेच करत राहतो. आपण नोकरी बदलू इच्छित नाही, अनिश्चित कामं स्वीकारू इच्छित नाही, कारण आपल्याला आरामाच्या चौकटीबाहेर पडायचं नसतं. पण आयुष्य पूर्णपणे जगण्यासाठी आपल्याला आपल्या विचारसरणीवर, इच्छांवर आणि सवयींवर नियंत्रण ठेवणं आवश्यक आहे.

आरामाची सवय लागते. तो आपल्याला सांगतो की जिथे आहोत तिथेच ठीक आहे. पण तोच आराम आपली प्रगती थांबवतो. ज्या सवयी कधी आपलं रक्षण करत होत्या, त्या हळूहळू कैद बनतात. विचार न करता पुन्हा पुन्हा केलेली कृती आपला स्वाभाविक मार्ग बनते. पूर्णपणे जगण्यासाठी आपण आपल्या पॅटर्न्सकडे पाहायला शिकलं पाहिजे – त्यांच्या नियंत्रणात न

राहता. याचा अर्थ सगळं एकदम बदलणं नाही; तर छोट्या - छोट्या सवयींवर प्रश्न विचारणं, नवीन गोष्टी करून पाहणं आणि हळूहळू आपल्या सुरक्षित वाटणाऱ्या मर्यादा वाढवणं.

सुदैवाने, या सगळ्या गोष्टी वेळ आणि सरावाने बदलू शकतात. जर आपल्याला स्वतःच्या क्षमतेवर विश्वास नसेल आणि विचारसरणी मजबूत करण्यासाठी प्रयत्न केले नाहीत, तर प्रगती होणार नाही. आपल्या मोठ्या ध्येयांशी जुळत नसलेल्या इच्छा आपल्याला सतत विचलित करत राहतात. आणि जर सवयी योग्य आणि उपयुक्त नसतील, तर आपण आपल्या ध्येयांपर्यंत पोहोचू शकत नाही.

प्रगती हा एक हळूहळू घडणारा प्रवास आहे. मनालाही शरीरासारखंच प्रशिक्षित करता येतं. विश्वास बदलता येतात, इच्छा सुधारता येतात आणि सवयी नव्याने घडवता येतात. सुरुवात होते जागरूकतेपासून – आपल्याला काय चालवतंय हे ओळखण्यापासून. आणि मग येते जाणीवपूर्वक कृती. जेव्हा इच्छा अर्थपूर्ण ध्येयांशी जुळतात, तेव्हा ऊर्जा नैसर्गिकपणे वाहते. जेव्हा सवयी शिस्त आणि सातत्यावर आधारित असतात, तेव्हा प्रगती अटळ होते. बदल करण्याचा निर्णय घेतलेल्या मनापेक्षा मजबूत कोणतीही बाह्य शक्ती नसते.

कल्पना करा, एक व्यक्ती रोज सकाळी उठते आणि स्वतःला अडकलेलं वाटतं. तीच नोकरी, तीच दिनचर्या, तीच तक्रार. एक दिवस ती फक्त एक छोटा बदल करते – ३० मिनिटं लवकर उठून नवीन कौशल्य शिकायला सुरुवात करते. सुरुवातीला ते अवघड वाटतं, पण हळूहळू सवय बनते. काही आठवड्यांत आत्मविश्वास वाढतो, नवीन संधी दिसायला लागतात. जे आधी अशक्य वाटत होतं, ते आता सहज वाटू लागतं. त्या साखळ्या बाहेर नव्हत्या – त्या मनात होत्या. आणि त्या एका जाणीवपूर्वक निर्णयाने तुटल्या.

हीच आधुनिक काळातील गुलामी आणि स्वातंत्र्याची खरी ओळख आहे. जग अडथळे निर्माण करू शकतं, पण सर्वात मोठ्या लढाया आपल्या आत चालतात. जेव्हा आपण आपल्या विचारसरणीची, इच्छांची आणि सवयींची

जबाबदारी घेतो, तेव्हा आपण आपली खरी ताकद परत मिळवतो. मग आपण फक्त आयुष्याला प्रतिसाद देत नाही, तर ते घडवायला सुरुवात करतो. आपण सवयींच्या नियंत्रणात न राहता त्या जाणीवपूर्वक घडवायला लागतो.

या प्रवासाची सुंदरता अशी आहे की यात परिपूर्णतेची गरज नाही. यात प्रामाणिकपणा लागतो. संयम लागतो. आरामाच्या चौकटीबाहेर पडण्याचं धैर्य आणि प्रगती शक्य आहे यावर विश्वास लागतो. प्रत्येक छोटा बदल गती निर्माण करतो. प्रत्येक सजग सवय आतल्या स्वातंत्र्याला मजबूत करते. प्रत्येक योग्य इच्छा तुमची दिशा स्पष्ट करते.

शेवटी, खरं स्वातंत्र्य म्हणजे जगापासून पळून जाणं नाही; तर आपल्या आतल्या जगावर प्रभुत्व मिळवणं आहे. जेव्हा मन मुक्त होतं, तेव्हा निवडी स्पष्ट होतात, कृती जाणीवपूर्वक होतात आणि आयुष्य उद्देशाने पुढे उलगडायला लागतं. साखळ्या शांतपणे तुटतात, आणि तुम्ही स्वतःच्या मार्गावर नियंत्रण ठेवता.

## तुमचे टोमॅटो विकायला शिका

### *तुमच्याकडे जे आहे, तेच तुम्ही विकू शकता.*

काही लोक संपूर्ण आयुष्यभर संधी शोधत राहतात, पण त्यांना कळत नाही की ते आधीच शक्यतांनी भरलेल्या बागेत उभे आहेत. अनेकदा आपल्याला जे हवं असतं, ते आधीच आपल्याकडे असतं – फक्त त्याला ओळखण्याची, जपण्याची आणि जगासमोर मांडण्याची गरज असते. जग त्या लोकांना बक्षीस देतं जे स्वतःची लपलेली क्षमता ओळखतात आणि त्यावर कृती करतात – त्या लोकांना नाही जे परफेक्ट वेळेची वाट पाहत बसतात. ही गोष्ट खऱ्या अर्थाने टोमॅटोबद्दल नाही – ती तुमच्याकडे आधीच काय आहे हे ओळखण्याबद्दल आणि त्याच्या किमतीवर विश्वास ठेवण्याबद्दल आहे.

*कल्पना करा, तुम्ही ९ ते ५ ची नोकरी करणारे आहात. एके सकाळी उठलात आणि तुमच्या आजूबाजूला भरपूर टोमॅटो दिसतात. तुम्ही त्यांच्याकडे पाहता आणि विचार करता – हे माझ्याकडे का आहेत? तुम्ही तयार होता, कामावर जाण्यासाठी बाहेर पडता. तुमच्या अंगणातही तुम्हाला आणखी टोमॅटो दिसतात. तरीही का आहेत हे न कळता, तुम्ही कामावर जाता. तुम्ही तुमचं काम करता – जरी ते तुम्हाला आवडत नसले तरी – पैसा आणि समाजातील स्थानासाठी. दिवसभरात तुम्ही लोकांना बोलताना ऐकता – त्यांना टोमॅटो सॉस, टोमॅटो सूप, टोमॅटो पिझ्झा, पास्ता, साल्सा आवडतं… आणि टोमॅटोची मागणी आहे असं ते सांगत असतात.*

आयुष्य अनेकदा असंच चालतं. आपण दररोज उठतो – आपल्याभोवती असलेल्या न दिसणाऱ्या देणग्यांसोबत – आपली कौशल्यं, क्षमता, अनुभव आणि कल्पना – पण आपण त्याकडे लक्ष न देता सरळ आपल्या दिनचर्येत गुंतून जातो. आपण पैसा कमावण्यात आणि समाजातील स्थान टिकवण्यात

इतके व्यस्त होतो की, जे आपलं आयुष्य बदलू शकतं तेच आपल्या आसपास शांतपणे पडून राहतं. अनेक लोक अशा नोकऱ्या करतात ज्या त्यांना आवडत नाहीत – कारण त्या सुरक्षित वाटतात, ओळखीच्या वाटतात आणि समाजमान्य असतात. आणि दरम्यान, बाहेरचं जग अशा गोष्टींची मागणी करत असतं ज्या त्यांच्या जवळ आधीच आहेत – पण त्यांनी अजून ओळखल्या नाहीत.

*तुम्ही घरी परतता आणि पुन्हा भरपूर टोमॅटो पाहता. तुम्ही ते सगळे गोळा करून एका ठिकाणी ठेवता. तुम्हाला माहीत आहे की तुमच्याकडे टोमॅटो आहेत, पण त्यांचं काय करायचं हे तुम्हाला कळत नाही. त्यांच्याबद्दल काहीतरी करण्यासाठी कोणाकडे मदत मागायला तुम्हाला भीती वाटते.*

ही भीती सर्वसामान्य आहे. लोक स्वतःच्या क्षमतेला लपवतात, कारण त्यांना तिची खरी किंमत माहीत नसते. ते आपली कौशल्यं बाजूला ठेवतात आणि स्वतःलाच सांगतात – कधीतरी समजून घेईन. ते मार्गदर्शन मागणं टाळतात, कारण त्यांना टीका किंवा अपयशाची भीती वाटते. पण वापरात न आणलेली क्षमता हळूहळू कमी होत जाते. जे सरावलं जात नाही, शोधलं जात नाही किंवा शेअर केलं जात नाही, ते हळूहळू कमी होतं.

*दिवस जातात आणि तुम्ही तुमचे टोमॅटो विसरता. एक दिवस अचानक तुम्हाला त्यांची आठवण येते. तुम्ही ते ठेवलेलं ठिकाण उघडता आणि पाहता – काही टोमॅटो खराब झाले आहेत, आणि फक्त काहीच चांगले उरले आहेत.*

असं होतं, जेव्हा आपण आपल्या आतल्या गोष्टींकडे दुर्लक्ष करतो. वेळ शांतपणे पुढे जातो, आणि जे एकेकाळी भरपूर वाटत होतं, ते हळूहळू कमी होतं. आपल्याकडे काही मौल्यवान होतं, पण आपण त्यावर कृती केली नाही – ही जाणीव झाली की खंत वाटायला लागते. तरीही, काही चांगले टोमॅटो अजून उरलेले असतात – हेच आठवण करून देतं की सुरुवात करायला कधीच उशीर नसतो.

*एक दिवस तुमचा एक मित्र तुमच्या घरी येतो आणि तुमचे टोमॅटो पाहतो. त्यांच्या गुणवत्तेने आणि संख्येने तो आश्चर्यचकित होतो. तो तुम्हाला सांगतो की हे टोमॅटो विकून त्यातून नफा कमवा. पण तुम्हाला माहीत नसतं की ते कुठे आणि कोणाला विकायचे. तो म्हणतो - बाहेर जा, एक छोटा स्टॉल लावा आणि ठराविक किमतीत विकायला सुरुवात करा. जो कोणी येईल त्याला विकत जा. तुम्ही हे सुरू करता, पण काही दिवस कोणीच येत नाही. मग हळूहळू, एकेक ग्राहक यायला लागतो. लोकांच्या तोंडी प्रसारामुळे आणखी ग्राहक तुमच्या स्टॉलकडे येऊ लागतात.*

कधी कधी आपली किंमत ओळखण्यासाठी बाहेरून कोणाचा तरी दृष्टिकोन लागतो. मित्र, मार्गदर्शक किंवा अगदी अनोळखी व्यक्तीही आपल्याला जे साधं वाटतं त्यातली किंमत ओळखू शकते. छोट्या सुरुवातीपासूनच प्रत्येक महत्त्वाचा प्रवास सुरू होतो. सुरुवातीला तुमच्या प्रयत्नांकडे कोणी लक्ष देत नाही. संयमाची परीक्षा होते. पण सातत्य गती तयार करतं. हळूहळू ओळख वाढते. आत्मविश्वास कृतीनंतर येतो – आधी नाही.

*तुमचा मित्र तुम्हाला सल्ला देतो की टोमॅटो वेगवेगळ्या प्रकारे विकायला सुरुवात करा – जसं सूप, पास्ता, पिझ्झा इत्यादी. तुम्हाला लक्षात येतं की लोक या प्रकारांसाठी जास्त पैसे देतात. जास्त उत्पन्न मिळू लागल्यावर तुम्ही वेगवेगळ्या ठिकाणी टोमॅटो विकायला सुरुवात करता. तुम्ही नवीन लोकांना कामावर ठेवता. तेव्हा तुम्हाला जाणवतं – तुमच्याकडे आधीपासूनच एक अशी गोष्ट होती जी तुम्ही विकू शकत होतात, तिचं मार्केटिंग करू शकत होतात आणि त्यातून पैसे कमवू शकत होतात.*

प्रगती तेव्हा होते, जेव्हा आपण सुधारायला, जुळवून घ्यायला आणि विविधता आणायला शिकतो. कच्च्या कौशल्याला किंमत असते, पण घडवलेल्या कौशल्याची किंमत जास्त असते. जितकं तुम्ही प्रयोग करता, तितकं तुम्हाला समजतं की जगाला नेमकं काय हवं आहे. जे एकेकाळी साधं वाटत होतं, तेच पुढे उत्पादन, व्यवसाय आणि उपजीविका बनू शकतं. हेच तुमच्या कौशल्यांबाबतही खरं आहे.

आता या गोष्टीकडे पुन्हा सुरुवातीपासून पाहा – "टोमॅटो" ऐवजी "कौशल्यं" असा विचार करा. वर्षानुवर्षं तुम्ही शाळेत जाता, कॉलेजला जाता, नोकरी करता; नवीन लोक भेटतात, नवीन अनुभव मिळतात, आणि त्या दरम्यान तुम्ही अनेक कौशल्यं मिळवता – ज्या तुम्ही वापरता, पण त्यातून पैसे कमवता येतील असं वाटत नाही. कुणाला नाचता येतं, कुणाला संगीत, कुणी कविता किंवा गोष्टी लिहितं. कुणाला फिटनेस आवडतो, कुणाला हाताने काम करणं, तर कुणाला विश्लेषणात्मक आणि तर्कशुद्ध काम. तुम्हाला फक्त हे शोधायचं आहे की तुम्ही नैसर्गिकरित्या कशात चांगले आहात.

आयुष्यातला प्रत्येक अनुभव तुम्हाला काहीतरी देतो – ज्ञान, शिस्त, संवादकौशल्य, सर्जनशीलता, जिद्द. अनेक लोक ही कौशल्यं नकळत जमा करतात, पण त्यांना कधीच संपत्ती म्हणून पाहत नाहीत. पण

आजच्या कल्पनांवर आणि डिजिटल जोडणीवर चालणाऱ्या जगात, प्रत्येक कौशल्य मूल्यामध्ये बदलता येतं. महत्त्वाचं म्हणजे तुम्हाला जे नैसर्गिक वाटतं ते ओळखणं आणि त्याला दिशा देणं.

मला माझे विचार लिहायला आवडतात, म्हणून मी लिहितो. माझं काम म्हणजे लिहिणं आणि माझे विचार शेअर करणं. आज जग खूप जवळ आलं आहे, त्यामुळे आपण सगळेच डिजिटल विक्रेते आहोत. डिजिटल विक्रेता म्हणून आपलं काम म्हणजे आपली उत्पादने तयार करणं, त्यांचे वेगवेगळे प्रकार तयार करणं आणि वेगवेगळ्या प्लॅटफॉर्मवर त्यांना सादर करणं. हळूहळू, उत्पादन सुधारत गेलं की आपल्याला ग्राहक मिळतात. तोपर्यंत, तुमच्या कौशल्यांवर काम करा, त्यांना सतत सुधारत राहा आणि तुमचं “उत्पादन” डिजिटल जगात उपलब्ध करा.

आजच्या जगात अंतर हा अडथळा राहिलेला नाही. जगाच्या कोणत्याही कोपऱ्यात बसलेला माणूस आपलं काम जगभर पोहोचवू शकतो. शिकवणं, डिझाइन, लेखन, कोडिंग, स्वयंपाक किंवा कथा सांगणं – सगळं डिजिटल मूल्यामध्ये बदलू शकतं. मुख्य गोष्ट म्हणजे सातत्य – दररोज थोडं सुधारत राहणं, जोपर्यंत जग तुमच्याकडे लक्ष देऊ लागत नाही.

स्वतःला स्वीकारा – तुम्ही कोण आहात आणि कशात चांगले आहात. कधी कधी तुम्हाला ते शोधावं लागेल. त्यातून पैसे कसे कमवता येतील यावर वेळ द्या. इतरांशी तुलना करू नका. तुलना स्पष्टता कमी करते. तुमचा मार्ग वेगळा आहे – कारण तुमचे अनुभव, आवडी आणि दृष्टिकोन वेगळे आहेत. महत्त्वाचं हे नाही की इतर किती वेगाने पुढे जात आहेत; महत्त्वाचं हे आहे की तुम्ही किती सातत्याने स्वतःला घडवत आहात. तुलना थांबली की निर्माण सुरू होतं.

कल्पना करा, एक व्यक्ती आहे जिला चित्र काढायला आवडतं, पण त्यातून पैसे कमवता येतील असं तिला वाटत नाही. एक दिवस ती एक साधं चित्र ऑनलाइन शेअर करते. सुरुवातीला कोणीच लक्ष देत नाही. पण ती दररोज चित्र काढत राहते – रेषा, रंग आणि शैली सुधारत राहते. हळूहळू लोक लक्ष द्यायला लागतात. कुणीतरी कस्टम चित्रासाठी विचारतं. मग आणखी लोक येतात. आणि शेवटी, तिची चित्रं डिजिटल प्रॉडक्ट्स, डिझाइन्स आणि कमिशन्समध्ये बदलतात. जे एकेकाळी छंद वाटत होतं, तेच ओळख आणि उत्पन्नाचं साधन बनतं. कौशल्यं आधीपासून होती – फक्त त्यावर विश्वास ठेवण्याची गरज होती.

संधी तयार स्वरूपात येत नाहीत. त्या साध्या, सामान्य आणि सहज दुर्लक्षित होणाऱ्या रूपात येतात. ज्या क्षणी तुम्ही तुमची कौशल्यं ओळखता, त्यांना जपता, सुधारता आणि जगासमोर मांडता –तेव्हा आयुष्य बदलायला लागतं. तुम्हाला नवीन काही लागणार नाही; तुम्हाला नवीन जाणीव लागेल. तुमच्याकडे आधीच जे आहे, ते सुरू करण्यासाठी पुरेसं आहे. बाकी सगळं धैर्य, सातत्य आणि स्वतःवरच्या विश्वासाने हळूहळू उलगडत जातं.

# धन्यवाद

या पुस्तकाला वाचण्यासाठी निवड केल्याबद्दल धन्यवाद.

गोंगाट, विचलन आणि अंतहीन मजकूराने भरलेल्या या जगात, तुम्ही तुमचा वेळ या शब्दांसाठी दिलात. हा निर्णय तुम्हाला वाटतं त्यापेक्षा अधिक महत्त्वाचा आहे. या पुस्तकाची सुरुवात माझ्या विचारांची आणि निरीक्षणांची शांत नोंद करण्याच्या सवयीपासून झाली. त्या विचारांना पुस्तकाच्या रूपात तुमच्यापर्यंत पोहोचवणं हा माझ्यासाठी एक अर्थपूर्ण प्रवास ठरला.

या पुस्तकातील प्रत्येक विचार हा आयुष्याचं निरीक्षण, अनुभवातून शिकणं आणि स्वतःला थोडं अधिक समजून घेण्याच्या प्रयत्नातून आला आहे. जर या पुस्तकातील एखादा अध्याय, एखादा परिच्छेद किंवा एखादं वाक्य तुम्हाला थांबायला, विचार करायला किंवा काहीतरी वेगळ्या नजरेने पाहायला मदत करत असेल, तर या पुस्तकाचा उद्देश पूर्ण झाला असं मला वाटेल.

देवाचे, माझ्या कुटुंबाचे आणि मित्रांचे मनापासून आभार – त्यांनी माझ्यावर विश्वास ठेवला आणि मला साथ दिली. आज या प्रवासाचा भाग असलेल्या सर्व वाचकांचे आभार, तसेच पुढे या शब्दांशी जोडल्या जाणाऱ्या वाचकांचेही आभार.

या प्रवासात तंत्रज्ञानाने दिलेल्या मदतीचीही मी नोंद करतो. ChatGPT सारख्या साधनांनी माझे विचार अधिक स्पष्ट करायला, लेखन अधिक सुबक करायला आणि रचना सुधारायला मदत केली, ज्यामुळे हे पुस्तक अधिक सहजपणे पूर्ण होऊ शकलं.

या प्रवासाचा भाग झाल्याबद्दल धन्यवाद. खुले मन ठेवून वाचल्याबद्दल धन्यवाद. आणि सर्वात महत्त्वाचं म्हणजे – इथे येऊन स्वतःच्या प्रगतीत गुंतवणूक केल्याबद्दल धन्यवाद.

तुमचा प्रवास स्पष्टता, धैर्य आणि आत्मविश्वासाने पुढे जात राहो, हीच शुभेच्छा.

कृतज्ञतापूर्वक,
अनिकेत महामुनी

## तुमचा अभिप्राय महत्त्वाचा आहे

या पुस्तकातील प्रत्येक विचार हा खऱ्या अनुभवांमधून आणि वैयक्तिक चिंतनातून आला आहे. या पुस्तकातील कोणत्याही भागाने तुम्हाला वेगळं विचार करायला, प्रेरित व्हायला किंवा तुमचा मार्ग अधिक स्पष्टपणे पाहायला मदत केली असेल, तर मला तुमच्याकडून ऐकायला आवडेल.

तुमचा अभिप्राय मला एक लेखक म्हणून वाढायला आणि भविष्यात अधिक चांगलं काम तयार करायला मदत करतो.

तुमचे विचार, सूचना किंवा अनुभव तुम्ही येथे लिहून शेअर करू शकता:
Email: aniket.mwork@gmail.com

जर तुम्हाला हे पुस्तक आवडलं असेल, तर ते एखाद्या अशा व्यक्तीसोबत नक्की शेअर करा ज्याला याचा फायदा होऊ शकतो. तुमची एक छोटी शिफारस या विचारांना अधिक लोकांपर्यंत पोहोचवू शकते.

या प्रवासाचा भाग झाल्याबद्दल पुन्हा एकदा धन्यवाद.

## लेखकाबद्दल

अनिकेत महामुनी हा एक लेखक आहे. त्याचा विश्वास आहे की साधे विचार, जर नीट समजले, तर आयुष्य बदलू शकतात. त्याला आयुष्य, प्रगती, आत्मजाणीव आणि वैयक्तिक जबाबदारी याबद्दलचे विचार लिहायला आवडतात. त्याच्या लेखनामुळे वाचकाला वेगळं विचार करायला, जाणीवपूर्वक वागायला आणि स्वतःचा मार्ग आत्मविश्वासाने घडवायला मदत होते.

त्याचा विश्वास आहे की प्रत्येक व्यक्तीमध्ये आधीपासूनच काहीतरी खास क्षमता असते. ती फक्त ओळखण्याची आणि विकसित करण्याची गरज असते. त्याचं लेखन लोकांना स्वतःकडे पाहायला, आपल्या आयुष्याची जबाबदारी घ्यायला आणि सातत्याने स्वतःला सुधारायला प्रेरित करतं.

जेव्हा तो लिहित नाही, तेव्हा तो आयुष्याचं निरीक्षण करतो, रोजच्या अनुभवांतून शिकतो आणि ते विचार सोप्या शब्दांत मांडतो. हे पुस्तक अशाच विचारांचं संकलन आहे, जे वाचकाला स्वतःवर विश्वास ठेवून पुढे जाण्यास मदत करेल.

www.ingramcontent.com/pod-product-compliance
Ingram Content Group UK Ltd.
Pitfield, Milton Keynes, MK11 3LW, UK
UKHW040232290926
15471UKWH00002B/156